AF747774

ടി. പത്മനാഭൻ

1931-കണ്ണൂരിനടുത്ത് പള്ളിക്കുന്നിൽ ജനിച്ചു. മദ്രാസ് ലോ കോളേജിൽനിന്നും നിയമബിരുദം നേടി. കണ്ണൂരിൽ വക്കീലായി പ്രാക്ടീസ് ചെയ്തശേഷം ഫാക്ടിന്റെ കൊച്ചി ഡിവിഷനിൽ ഉദ്യോഗം സ്വീകരിച്ചു. 1989-ൽ ഡപ്യൂട്ടി ജനറൽ മാനേജരായി റിട്ടയർ ചെയ്തു. 1948 മുതൽ കഥകളെഴുതുന്നു. ഇന്ത്യയിലെ ഏതാണ്ട് എല്ലാ ഭാഷകളിലും കഥകളുടെ തർജമകൾ വന്നിട്ടുണ്ട്. ഫ്രഞ്ച്, റഷ്യൻ, ജർമൻ, ഇംഗ്ലീഷ് എന്നീ ഭാഷകളിലും വന്നിട്ടുണ്ട്. 1973-ൽ കേരളസാഹിത്യ അക്കാദമിയുടെ അവാർഡ് 'സാക്ഷി' എന്ന സമാഹാരത്തിനു ലഭിച്ചപ്പോൾ, അക്കാദമി എന്ന സങ്കല്പത്തോട് പൊരുത്തപ്പെട്ടുപോകാൻ കഴിയാത്തതിനാൽ സ്വീകരിച്ചില്ല. സാഹിത്യപ്രവർത്തക സഹകരണസംഘത്തിന്റെ എം.പി. പോൾ പ്രൈസ്, സാഹിത്യപരിഷത്തിന്റെ ആദ്യത്തെ ഗോൾഡൻ ജൂബിലി അവാർഡ്, സ്റ്റേജ് ഓഫ് അൽഐൻ അവാർഡ്, പത്മരാജൻ പുരസ്കാരം, കേന്ദ്ര സാഹിത്യ അക്കാദമി അവാർഡ്, അബൂദാബി മലയാള സമാജം അവാർഡ്, ഓടക്കുഴൽ പുരസ്കാരം. എം.കെ.കെ. നായർ അവാർഡ്, ലളിതാംബിക അന്തർജനം സ്മാരക സാഹിത്യ പുരസ്കാരം എം.പി.പോൾ അവാർഡ്, വള്ളത്തോൾ പുരസ്കാരം, വയലാർ അവാർഡ്, എഴുത്തച്ഛൻ പുരസ്കാരം, ഒ.ചന്തുമേനോൻ അവാർഡ്, സഞ്ജയൻ പുരസ്കാരം, മുട്ടത്തുവർക്കി അവാർഡ്, മയിൽപ്പീലി പുരസ്കാരം, സമഗ്രസംഭാവനയ്ക്കുള്ള ദേശാഭിമാനി പുരസ്കാരം എന്നിവ ലഭിച്ചിട്ടുണ്ട്. അമേരിക്കയിലും കാനഡയിലും ഇംഗ്ലണ്ടിലും യൂറോപ്പിലും നേപ്പാളിലും ഗൾഫ് രാജ്യങ്ങളിലുമൊക്കെ സഞ്ചരിച്ചിട്ടുണ്ട്. പതിനഞ്ചു കഥാസമാഹാരങ്ങളും, എന്റെ കഥ, എന്റെ ജീവിതം, പള്ളിക്കുന്ന്, ബുധദർശനം എന്നീ ലേഖനസമാഹാരങ്ങളും പ്രസിദ്ധീകരിച്ചിട്ടുണ്ട്. നോവൽ എഴുതിയിട്ടില്ല.

വിലാസം: 15, രാജേന്ദ്രനഗർ സ്റ്റേജ്, പള്ളിക്കുന്ന്, കണ്ണൂർ 670 004

Malayalam Language
Khaleepha Umarinte Pinmurakkar
(Kurippukal)
by
T. Padmanabhan
♦
Published in April 2010
Fifth Impression April 2021
by Kairali Books Private Limited
Thalikkavu Road, Kannur.
Ph : 0497 2761200
E-Mail : kairalibooksknr@gmail.com
♦
Cover :
Prasanth Mangad

Price ₹ : 220.00
65/15-16/Sl.No.747/POD150/NS 18.6
ISBN 978-93-89250-36-7

ഖലീഫാ ഉമറിന്റെ പിൻമുറക്കാർ

ടി.പത്മനാഭൻ

കൈരളി ബുക്സ്

ഉള്ളടക്കം

വ്യക്തികൾ, സ്മരണകൾ

അനുഭവങ്ങൾ, കുറിപ്പുകൾ, അഭിമുഖം

ഈ പുസ്തകം രൂപപ്പെടുത്തുന്നതിൽ എന്നെ സഹായിച്ചത് 'അകം മാസിക' യുടെ പത്രാധിപരായ ശ്രീ. സി.പി. ചന്ദ്രനാണ്. അദ്ദേഹത്തോടുള്ള നന്ദി രേഖപ്പെടുത്തേണ്ടത് എന്റെ കടമ മാത്ര മാണ്. ആ കടമ ഞാനിവിടെ നിർവഹിക്കുന്നു. ശ്രീ.ടി.എൻ. പ്രകാ ശ്, പി.കെ.പാറക്കടവ്, എം. സുനിൽ തുടങ്ങിയ വേറെയും ആൾക്കാരുണ്ട്. അവരെയും ഞാൻ കൃതജ്ഞതാപൂർവം ഓർക്കു ന്നു. കൈരളിബുക്സിന്റെ മാനേജിംഗ് ഡയരക്ടറായ ശ്രീ. അശോക്കുമാറിനോടുള്ള കടപ്പാടും ഇവിടെ രേഖപ്പെടുത്തിക്കൊ ള്ളട്ടെ.

പള്ളിക്കുന്ന്, ടി. പത്മനാഭൻ
25-03-2010

വ്യക്തികൾ, സ്മരണകൾ

ഖലീഫാ ഉമറിന്റെ പിൻമുറക്കാർ

ഏതാനും കൊല്ലങ്ങൾക്കുമുമ്പ് ദുബായിൽ വെച്ചാണ് ഞാൻ ഡോ. ആസാദ് മൂപ്പനെ ആദ്യമായി കാണുന്നത്. അമ്പലമേട് സദാശിവന്റെ 'കരിമുകൾ' എന്ന നോവലിന്റെ പ്രകാശനം ദുബായിലെ പ്രശസ്തമായ ഒരു ഹോട്ടലിൽവെച്ച് നടക്കുന്നു. പ്രകാശകൻ ഞാൻ. എന്നിൽനിന്ന് ഏറ്റുവാങ്ങുന്നത് ഡോ. മൂപ്പൻ. ഗൾഫിലെ അറിയപ്പെടുന്ന വാഗ്മിയായ കെ.പി.കെ വെങ്ങരയടക്കം ഒട്ടേറെ പ്രമുഖർ വേദിയിലും സദസ്സിലും. പ്രഭാഷണങ്ങളുടെ ഇടയ്ക്ക് മികച്ച സംഗീതപരിപാടികളുമുണ്ടായിരുന്നു.

സ്വാർഥതാല്പര്യങ്ങൾക്കുവേണ്ടി മനുഷ്യൻ അതിക്രൂരമായി പ്രകൃതിയെയും സഹജീവികളെയും ചൂഷണം ചെയ്തുനശിപ്പിക്കുന്നതായിരുന്നു നോവലിലെ പ്രതിപാദ്യം. നോവലിലെ സംഭവങ്ങൾക്ക് സാക്ഷിയായി ഏറെക്കാലം കേരളത്തിൽ ആ പ്രദേശത്ത് ജീവിക്കുവാനിടവന്ന ഒരു വ്യക്തി എന്ന നിലയിലായിരുന്നു ചടങ്ങിന് എന്നെ ക്ഷണിച്ചത്.

കോഴിക്കോട്ടെ പ്രശസ്തമായ 'മിംസ്' ഹോസ്പിറ്റലിന് പുറമെ ഗൾഫിലും നല്ല നിലയിൽ പ്രവർത്തിക്കുന്ന ഒട്ടേറെ ക്ലിനിക്കുകളുടെയും ആശുപത്രികളുടെയും സാരഥിയായ ആസാദ് മൂപ്പനെ ഞാൻ പ്രതീക്ഷിച്ചത് കോട്ടും സ്യൂട്ടുമൊക്കെയായിട്ടായിരുന്നു. അതുപോലെ അദ്ദേഹം എന്തെങ്കിലും സംസാരിക്കുന്നുണ്ടെങ്കിൽ അത് ഇംഗ്ലീഷിലായിരിക്കുമെന്ന് ഞാൻ കരുതി.

പക്ഷേ, എന്റെ ഈ രണ്ട് ഊഹങ്ങളും തെറ്റിപ്പോയി.

ആസാദ് മൂപ്പൻ വന്നത് ഒരു സാധാരണ വെള്ള കോട്ടൺ ഷർട്ടും ധോത്തിയും ധരിച്ചായിരുന്നു. സംസാരിച്ചതാകട്ടെ അത്യന്തം ലളിതവും സുന്ദരവുമായ മലയാളത്തിലും!

ഞാൻ വിചാരിച്ചു: ഇയാൾ ആളുകൊള്ളാമല്ലോ! പരിപാടിയുടെ ഒടുവിൽ വിഭവസമൃദ്ധമായ ഡിന്നറുമുണ്ടായിരുന്നു. ഒഴിഞ്ഞ ഒരു കോണിൽ ചെന്നിരുന്ന് ഞാൻ എന്റെ സസ്യഭക്ഷണം കഴിക്കാനാരംഭിച്ചപ്പോൾ ആസാദ് മൂപ്പൻ അവിടെയെത്തി.

ഞാൻ പറഞ്ഞു.

'ഞാനൊരു പച്ചക്കറിക്കാരനാണ്'.

മൂപ്പൻ ചിരിച്ചു.

'എനിക്കും അതാവാമല്ലോ.'

അതിനുശേഷം അന്നുരാത്രി ഞാൻ സംസാരിക്കുകയും ആസാദ് മൂപ്പൻ കേട്ടിരിക്കുകയുമാണ് ചെയ്തത്. ഭക്ഷണം രണ്ടുപേരും ഏറെയൊന്നും കഴിച്ചില്ല.

ആദ്യം ഞാൻ എന്റെ ആദർശപുരുഷരായ ഡോക്ടർമാരെക്കുറിച്ച് പറഞ്ഞു-ഡോക്ടർ ബി.സി. റോയിയെപ്പോലുള്ളവരെക്കുറിച്ച്. ഒന്നാന്തരം ഡോക്ടർമാർ; അതോടൊപ്പം വലിയ മനുഷ്യരും. പണത്തിന് അത്യാർത്തിയില്ലാത്തവർ; അതോടൊപ്പം പാവങ്ങളോട് കരുണ കാട്ടുന്നവരും.

ഞാൻ ഏറ്റവും സ്നേഹിക്കുകയും ബഹുമാനിക്കുകയും ചെയ്യുന്ന എന്റെ സുഹൃത്തായ ഒരു ഡോക്ടറെക്കുറിച്ചും ഞാൻ പറഞ്ഞു. ഒരു കാറപകടത്തിൽ സുഹൃത്ത് മരിച്ചിട്ട് ഏറെക്കാലമായിരുന്നു.

ഡോക്ടർ സൈനുദ്ദീൻ...

ഞാൻ കണ്ട ഏറ്റവും വലിയ മനുഷ്യസ്നേഹിയായ മനുഷ്യരിൽ ഒരാളായിരുന്നു ഡോക്ടർ സൈനുദ്ദീൻ.

1952 ൽ ഒരു നിയമവിദ്യാർഥിയായി മദ്രാസിൽ ചെന്നപ്പോഴാണ് സൈനുദ്ദീനെ പരിചയപ്പെടുന്നത്. ട്രിപ്ലിക്കേൻ ഹൈറോഡിൽ മലബാർ മുസ്‌ലിം അസോസിയേഷൻ നടത്തിയിരുന്ന ഹോസ്റ്റലിലായിരുന്നു - ശാദി മഹൽ- ഞാൻ താമസിച്ചിരുന്നത്. മദ്രാസ് മെഡിക്കൽ കോളേജിൽ പഠിച്ചിരുന്ന സൈനുദ്ദീനും താമസിച്ചിരുന്നത് ശാദി മഹലിലായിരുന്നു.

ശാദി മഹലിലെ അന്തേവാസികളിൽ കൂടുതലും പ്രസിഡൻസി കോളേജിലെയും മെഡിക്കൽ കോളേജിലെയും ലോ കോളേജിലെയും വിദ്യാർഥികളായിരുന്നു. സെക്രട്ടേറിയറ്റിലെ ഏതാനും ഉദ്യോഗസ്ഥന്മാരുമുണ്ടായിരുന്നു. ചുരുക്കം ചിലരൊഴിച്ച് ബാക്കിയെല്ലാവരും മലയാളികളായിരുന്നു. തന്റെ കുലീനമായ പെരുമാറ്റംകൊണ്ട് ഇവരുടെയൊക്കെ ഇടയിൽ സൈനുദ്ദീൻ നല്ലപോലെ പെരുമാറിയിരുന്നു. പക്ഷേ എപ്പോഴും മാന്യമായ ഒരകൽച്ചയും പാലിച്ചു.

എന്റെ ചില കഥകളിലെ പാത്രങ്ങളുടെ രോഗവർണ്ണനകൾ ഞാൻ നിർവഹിച്ചത് സൈനുദ്ദീനുമായി സംസാരിച്ച് സംശയനിവൃത്തി വരുത്തിയിട്ടായിരുന്നു. 'പ്രകാശം പരത്തുന്ന ഒരു പെൺകുട്ടിയും' 'ഗോട്ടി', 'ഒരു

ചെറിയ ജീവിതവും വലിയമരണവും' തുടങ്ങിയ കഥകൾ എന്റെ ശാദി മഹൽ ജീവിതത്തിലെ ആദ്യനാളുകളിൽ എഴുതിയവയായിരുന്നു.

നിയമപഠനം തീരുന്നതുവരെയും ഞാൻ ശാദി മഹലിൽ താമസിച്ചിരുന്നില്ല. പക്ഷേ, അവിടെനിന്നും വിട്ടതിനുശേഷവും ഞാൻ ഇടയ്ക്ക് അവിടെ പോവുകയും സൈനുദ്ദീനുമായി ബന്ധം പുലർത്തുകയും ചെയ്യാറുണ്ടായിരുന്നു.

1955 ൽ ഞാൻ വക്കീലായി കണ്ണൂരിൽ പ്രാക്ടീസാരംഭിച്ചുവെങ്കിലും ഏതാനും കൊല്ലങ്ങൾക്കുശേഷം ഫാക്ടിന്റെ അമ്പലമേട്ടിലെ പുതിയ ഡിവിഷനിൽ ഉദ്യോഗസ്ഥനായി അങ്ങോട്ടുപോയി. ഈ കാലത്ത് സൈനുദ്ദീൻ കണ്ണൂർ സെൻട്രൽ ജയിലിലെ രണ്ട് ഡോക്ടർമാരിൽ ഒരാളായി കണ്ണൂരിലും വന്നു.

സെൻട്രൽ ജയിൽ സ്ഥിതി ചെയ്യുന്നത് പള്ളിക്കുന്നിലാണ്. എന്റെ നാട്ടിൽ. പഴയ മദ്രാസ് സംസ്ഥാനത്തെ ഏറ്റവും വലിയ ജയിലുകളിൽ ഒന്നായ കണ്ണൂർ സെൻട്രൽ ജയിലിൽ രണ്ട് ഡോക്ടർമാരാണുണ്ടായിരുന്നത്. അന്ന് പള്ളിക്കുന്നിൽ പ്രൈവറ്റ് ഡോക്ടർമാരൊന്നും ഉണ്ടായിരുന്നില്ല. അതുകൊണ്ട് തങ്ങളുടെ ജോലിക്ക് വിഘ്നം വരാത്തവണ്ണം ഗ്രാമത്തിൽ പോയി ആളുകളെ ചികിത്സിക്കാൻ ജയിൽ ഡോക്ടർമാർക്ക് ഗവൺമെന്റ് അനുവാദം നൽകിയിരുന്നു.

ഡോക്ടർമാരുടെ ക്വാർട്ടേഴ്സിൽ നിന്ന് വളരെ അടുത്തായിരുന്നു എന്റെ വീട്. ഡോക്ടർ സൈനുദ്ദീൻ ജയിൽ ഡോക്ടറായി ചാർജ്ജെടുത്ത വിവരം ഏടത്തി എഴുതിയാണ് ഞാനറിഞ്ഞത്. പുതിയ ഡോക്ടർ ജയിലിൽ വന്നിട്ടുണ്ടെന്നും മനുഷ്യനെന്ന നിലയിലും ഡോക്ടർ എന്ന നിലയിലും വളരെ നല്ല ആളാണെന്നും ഏടത്തി എഴുതി.

ഞാൻ അടുത്ത തവണ കൊച്ചിയിൽനിന്നു വീട്ടിലേക്ക് വരുന്നതിന് മുൻപായിതന്നെ ഡോക്ടറുടെ കുടുംബവും എന്റെ വീട്ടുകാരും തമ്മിൽ പരിചയപ്പെട്ടുകഴിഞ്ഞിരുന്നു.

ഏടത്തി ഡോക്ടറെക്കുറിച്ച് പറഞ്ഞ അത്ഭുതകഥകളിൽ ഒന്ന്:

ഒരിക്കൽ ഒരു രോഗിയെ കാട്ടാനായി ആൾക്കാർ ഡോക്ടറെ കൂട്ടിക്കൊണ്ടുപോയി. കുണ്ടനിടവഴികളും ചെളി നിറഞ്ഞ പാടവരമ്പുമൊക്കെ താണ്ടി വേണമായിരുന്നു രോഗിയുടെ വീട്ടിലെത്താൻ. അതുകൊണ്ട് കാറെടുക്കാനൊന്നും കഴിഞ്ഞിരുന്നില്ല. വീട്ടിലെത്തിയപ്പോൾ ഡോക്ടറുടെ മനസ്സ് വല്ലാതെയിടിഞ്ഞു. അത്യന്തം ദയനീയമായ ചുറ്റുപാടുകളായിരുന്നു; അവിടുത്തെ അടുപ്പിൽ തീയെരിഞ്ഞിട്ടുതന്നെ ദിവസങ്ങളായിട്ടുണ്ടായിരിക്കുമെന്ന് ഡോക്ടർക്ക് തോന്നി. കൂലിപ്പണിയെടുത്ത്

കുടുംബം നോക്കിയിരുന്ന ഗൃഹനാഥനാണ് രോഗിയായി കിടക്കുന്നത്. അയാൾ കൊടുത്ത ഫീസ് അയാളുടെ കയ്യിൽത്തന്നെ പിടിപ്പിച്ച് 'ഇതൊന്നും ഇപ്പോൾ വേണ്ട, ഇപ്പോൾ രോഗം മാറലാണ് പ്രധാനം. ഞാൻ തന്ന മരുന്നൊക്കെ കഴിച്ചാൽ വളരെ വേഗത്തിൽ ഇത് മാറും. പിന്നെ....എപ്പഴ് വേണമെങ്കിലും എന്നെ വിളിച്ചോളൂ, ഞാൻ വരും.'

വീട്ടിലെത്തിയ ഉടനെ ഡോക്ടർ തന്റെ ഡ്രൈവറുടെ കയ്യിൽ കുറെ അരിയും പയറും പരിപ്പും എണ്ണയുമൊക്കെ ആ വീട്ടിൽ എത്തിക്കാൻ ഏർപ്പാട് ചെയ്തു.

ഇതൊക്കെ പറഞ്ഞ് ഏടത്തി എന്നോട് ചോദിച്ചു. 'ഇങ്ങനെയുമുണ്ടോ ഒരു ഡോക്ടർ? ഫീസ് വാങ്ങാത്തത് മനസ്സിലാക്കാം. പക്ഷേ രോഗിയുടെ വീട്ടിലെ ദാരിദ്ര്യം തീർക്കാനായി അരിയും പരിപ്പുമൊക്കെ...'

ഏടത്തി പറയുന്നത് മുഴുവൻ ശ്രദ്ധിക്കാൻ എനിക്ക് കഴിഞ്ഞില്ല. എന്റെ മനസ്സ് അപ്പോൾ വളരെ അകലെയായിരുന്നു- കാലത്തിനും ദേശത്തിലുമൊക്കെ.

അറേബ്യൻ മരുഭൂമിയിലൂടെ രാത്രി കൂട്ടിനാരുമില്ലാതെ മഹാനായ ഖലീഫാ ഉമർ സഞ്ചരിക്കുന്നു. അദ്ദേഹം വേഷം മാറിയിരുന്നു. തന്റെ ഭരണകാലത്ത് പ്രജകൾ എങ്ങനെയാണ് കഴിഞ്ഞുപോരുന്നത് എന്നറിയാനായിരുന്നു ഖലീഫയുടെ ആ സഞ്ചാരം.

മരുഭൂമിയിൽ ഒരിടത്ത് ഖലീഫ ഉമർ ഒരു വെളിച്ചംകണ്ടു. രാത്രിയുടെ ഏകാന്തതയിൽ ആരാണ് തീ കത്തിക്കുന്നതെന്നറിയാൻ അദ്ദേഹം അങ്ങോട്ടുനടന്നു.

അവിടെ പ്രായംചെന്ന ഒരു സ്ത്രീ ഒരു മൺകലത്തിൽ വെള്ളം അടുപ്പത്ത് വെച്ച് കത്തിക്കുന്നതാണ് അദ്ദേഹം കണ്ടത്.

സ്ത്രീയുടെ മടിയിൽ ഒരു ചെറിയ കുട്ടി ഉറങ്ങിക്കിടക്കുന്നുണ്ടായിരുന്നു. ഇത്തിരികൂടി മുതിർന്ന വേറൊരു കുട്ടി അമ്മയെ ചാരിക്കൊണ്ട് നിലത്തും കിടക്കുന്നുണ്ടായിരുന്നു. സ്ത്രീയും കുട്ടികളുമൊക്കെ അത്യന്തം പരവശരായിരുന്നു.

നിങ്ങളെന്താണ് ഇവിടെ ചെയ്യുന്നതെന്ന് ചോദിച്ചപ്പോൾ സ്ത്രീ പറഞ്ഞു:

'മൂന്നുദിവസമായി ഞങ്ങൾ എന്തെങ്കിലും കഴിച്ചിട്ട്. എന്റെ കാര്യം പോട്ടെ; ഈ കുട്ടികളെക്കുറിച്ചോർക്കുമ്പോഴാണ് എന്റെ മനസ്സ് പിടക്കുന്നത്. എന്തുപറഞ്ഞാണ് ഞാൻ വിശക്കുന്ന ഈ കുട്ടികളെ സമാധാനിപ്പിക്കുക? ഈ കലത്തിലെ വെള്ളത്തിൽ ധാന്യമില്ല. ഞാനിത് വെറുതെ കത്തിക്കുകയാണ്. അമ്മ ഇപ്പോൾ ഭക്ഷണം തരും എന്ന് കരുതി കുറെ

നേരം കാത്തിരുന്നതിന് ശേഷം രണ്ടുപേരും ഉറങ്ങിപ്പോയി. ഞാനാണെങ്കിൽ ഈ അടുപ്പ് കത്തിച്ച്... കത്തിച്ച്...'

കുറച്ചുനേരം കരച്ചിലടക്കിയതിനുശേഷം ആ സാധുസ്ത്രീ പറഞ്ഞു.

'എനിക്കറിയാം... ഈ കുഞ്ഞുങ്ങളെ ഞാൻ വഞ്ചിക്കുകയാണ്. പക്ഷേ എനിക്ക് വേറെ എന്തുചെയ്യാൻ കഴിയും? ദൈവം എന്നോട് പൊറുക്കട്ടെ.'

ആ സ്ത്രീയോട് ഒന്നും പറയാൻ കഴിയാതെ ഉമർ വേഗം അവിടെ നിന്നു മടങ്ങി. തന്റെ രാജ്യത്ത് ഇത്തരം കുടുംബങ്ങളുമുണ്ടെന്ന് അന്നാണ് അദ്ദേഹത്തിന് മനസ്സിലായത്.

കൊട്ടാരത്തിൽ തിരിച്ചെത്തിയ ഖലീഫ ഭൃത്യന്മാരുടെ കയ്യിൽ ധാന്യമാവും ഭക്ഷണപദാർഥങ്ങളും ആ സ്ത്രീക്ക് എത്തിച്ചുകൊടുത്തു...

ദുബായിലുള്ള ഹോട്ടലിലെ ഡിന്നറിൽ വെച്ച് ഇതൊക്കെ ആസാദ് മൂപ്പനോട് പറഞ്ഞപ്പോൾ അദ്ദേഹം എല്ലാം കേട്ടിരിക്കുകയേ ചെയ്തുള്ളു. ഒടുവിൽ ഞാൻ സംഭാഷണം നിർത്തിയപ്പോഴും അദ്ദേഹം ഒന്നും പറഞ്ഞില്ല.

ഞാൻ തെല്ല് ജാള്യതയോടെ ആസാദ് മൂപ്പനോട് ചോദിച്ചു: 'പരിചയപ്പെട്ട ദിവസം തന്നെ ഞാൻ ഡോക്ടറെ നല്ലതുപോലെ ബോറടിപ്പിച്ചു അല്ലേ?'

ഇല്ല എന്ന് തലയാട്ടിയതിനുശേഷം വീണ്ടും തെല്ലുനേരം ചിന്താധീനനായിരുന്ന അദ്ദേഹം പറഞ്ഞു:

'നിങ്ങളുടെ ചങ്ങാതിയായ ഈ ഡോക്ടർ സൈനുദ്ദീനെ എനിക്ക് നല്ലതുപോലെ അറിയാം...

അദ്ദേഹം എന്റെ മൂത്തപെങ്ങളുടെ ഭർത്താവാണ്. എന്റെ അച്ഛന്റെ അനന്തിരവനുമാണ്.'

'ഗവൺമെന്റുദ്യോഗം രാജിവെച്ചശേഷം അളിയൻ കണ്ണൂരിൽ സ്വന്തമായി 'മൂപ്പൻസ് ഹോസ്പിറ്റൽ' എന്ന പേരിൽ ഒരാശുപത്രി തുടങ്ങിയതും വളരെ വേഗത്തിൽ അത് ഏറെ പ്രശസ്തമായതും പിന്നീട് ഒരു കാർ ആക്സിഡന്റിൽ അദ്ദേഹം മരണപ്പെട്ടതുമൊക്കെ നിങ്ങളും അറിഞ്ഞുകാണുമല്ലോ.'

ഞാൻ തലയാട്ടി.

അന്നുരാത്രി പിരിയുമ്പോൾ ഞാൻ ആസാദ് മൂപ്പനോട് പറഞ്ഞു:

"ഞാൻ ഇടയ്ക്കൊക്കെ ഇവിടെ വരാറുണ്ട്. എന്റെ അനന്തിരവൻ ഇവിടെയുണ്ട്. 'ന്യൂ പോർട്ട് ഷിപ്പിംഗ് കമ്പനി'യുടെ ഉടമയായ ഗിരി- നല്ല സഹൃദയനും പൊതുകാര്യപ്രസക്തനുമാണ്. ഞാൻ വരുന്ന വിവരം

നിങ്ങളെ അറിയിക്കാൻ അവനോട് ഞാൻ പറയാം.'

ആസാദ് മൂപ്പൻ പറഞ്ഞു:

'നിങ്ങൾ എന്റെ വീട്ടിലും വരണം. ഇപ്പോൾ നിങ്ങൾ എന്റെ പഴയ, വളരെ അടുപ്പമുള്ള ഒരു സുഹൃത്തായി കഴിഞ്ഞിരിക്കുന്നു. ഞാൻ ഏറെ ബഹുമാനിക്കുകയും സ്നേഹിക്കുകയും ചെയ്യുന്ന എന്റെ അളിയൻ മുഖാന്തരം.'

അങ്ങനെയാണ് ഞാൻ കഴിഞ്ഞ ജനുവരിയിൽ ദുബായിലെ മറീന യിലുള്ള ആസാദ് മൂപ്പന്റെ വീട്ടിൽ പ്രഭാതഭക്ഷണം കഴിക്കാനെത്തിയ ത്.

കടൽക്കരയിൽ 35 നിലകൾക്ക് മുകളിലുള്ള ഒരു കൊട്ടാരം.

എന്റെ കൂടെ ഗിരിക്ക് പുറമെ, ആസാദ് മൂപ്പന്റെ ഫാറൂക്ക് കോളേജ് ദിനങ്ങളിൽ കോളേജ് മേറ്റും സുഹൃത്തുമായിരുന്ന പി.കെ പാറക്കടവു മുണ്ടായിരുന്നു.

ഇത്തവണ കൂടുതലും സംസാരിച്ചത് പാറക്കടവായിരുന്നു. വിദ്യാ ഭ്യാസകാലത്തെ അനുഭവങ്ങൾ, പൊതുസുഹൃത്തുക്കൾ...

ഏതാനും ആഴ്ചകൾക്ക് മുമ്പ് കോഴിക്കോട് വെച്ച് ഞാൻ ഡോക്ടർ ആസാദ് മൂപ്പനെ വീണ്ടും കണ്ടു. അദ്ദേഹത്തിന് ലഭിച്ച കേരളരത്നം അവാർഡിലും എ.പി. അസ്ലം ഇന്റർനേഷണൽ അവാർഡിലും അദ്ദേ ഹത്തെ അനുമോദിക്കുന്നതിനായി കോഴിക്കോട്ടെ മലബാർ സെന്റിനറി ഹാളിൽ ഏർപ്പെടുത്തിയ അനുമോദനയോഗത്തിൽ വെച്ച്- പ്രാസംഗിക രിലൊരാളായി ഞാനും അവിടെയുണ്ടായിരുന്നു.

മേയർ, മന്ത്രിമാർ, പാർലമെന്റ്മെമ്പർമാർ, വ്യവസായ പ്രമുഖർ തുടങ്ങി പലരും വേദിയിലുണ്ടായിരുന്നു. എല്ലാവർക്കും അദ്ദേഹത്തെ ക്കുറിച്ച് സ്വാനുഭവങ്ങളിൽ നിന്ന് പലതും പറയാനുണ്ടായിരുന്നു. ഗൾഫിലെ സ്കൂളുകൾ, ആശുപത്രികൾ, ക്ലിനിക്കുകൾ, കേരളത്തിൽ ഇപ്പോഴുള്ളതും അടുത്തുതന്നെ തുടങ്ങാൻ പോകുന്നതുമായ മെഡിക്കൽ വിദ്യാഭ്യാസസ്ഥാപനങ്ങൾ, സർവോപരി വടകരയിൽ പാവപ്പെട്ട രോഗി കൾക്ക് സൗജന്യമായ ഡയാലിസിസിനുള്ള ഏർപ്പാടുകൾ...

ഇതിൽ പലതും ഞാൻ ആദ്യമായി അറിയുന്നതായിരുന്നു.

കാലവർഷത്തിന്റെ ആരംഭം കുറിച്ച് കോഴിക്കോട് നഗരത്തിൽ അന്ന് വൈകുന്നേരം ഏറെനേരം തിമർത്ത് മഴ പെയ്തു. റോഡുകളൊക്കെ വെള്ളത്തിലായിരുന്നു. പക്ഷേ എന്നിട്ടും ടാഗോർ സെന്റിനറി ഹാളിൽ ജനങ്ങൾ നിറഞ്ഞുകവിഞ്ഞിരുന്നു.

എന്റെ പ്രസംഗത്തിൽ ഞാൻ ഡോക്ടർ സൈനുദ്ദീൻ മൂപ്പനെ കുറി

ച്ചായിരുന്നു കൂടുതലും പറഞ്ഞത്. അതുകൊണ്ടുതന്നെയായിരിക്കും ആസാദ് മൂപ്പനും തന്റെ അളിയനെക്കുറിച്ച് വികാരഭരിതനായി സംസാരിച്ചു. വിദ്യാർഥി പ്രസ്ഥാനത്തിൽ പങ്കെടുത്തതുമൂലം ഹൈസ്കൂൾ വിദ്യാഭ്യാസം ഇടക്ക് വെച്ച് നിർത്തേണ്ടിവന്നപ്പോൾ എങ്ങനെയാണ് അളിയൻ അദ്ദേഹത്തെ കോഴിക്കോട്ട് കൂട്ടിക്കൊണ്ട് വന്ന് അവിടുത്തെ സ്കൂളുകളിൽ പഠിപ്പിച്ചത് എന്നതിനെക്കുറിച്ചൊക്കെ.

ജീവിതത്തിൽ തന്നെ മുന്നോട്ട് നയിക്കുന്ന വിശ്വാസപ്രമാണങ്ങളെക്കുറിച്ചും ആസാദ് മൂപ്പൻ അന്ന് പറഞ്ഞു.

യോഗം തീർന്നപ്പോഴും മഴ പെയ്യുന്നുണ്ടായിരുന്നു. ആസാദ് മൂപ്പൻ നിർബന്ധിച്ചിട്ടും ഭക്ഷണം കഴിക്കാൻ ഞാനും എന്റെ സുഹൃത്ത് സുനിലും നിന്നില്ല. 'ഭക്ഷണം അടുത്ത തവണ ഗൾഫിൽ വന്നാലാകാം' എന്നുപറഞ്ഞ് മഴയത്ത് കാറിലേക്ക് നടക്കുമ്പോൾ ആസാദ് മൂപ്പന്റെ ജന്മനാടായ കൽപകഞ്ചേരിയിൽനിന്ന് യോഗത്തിന് വന്ന ഒരു കാരണവർ എന്റെ കൈ പിടിച്ചമർത്തിക്കൊണ്ട് പറഞ്ഞു:

'നന്നായി; വളരെ നന്നായി.'

അയാളുടെ കണ്ണുകൾ അശ്രുപൂർണമായിരുന്നു.

കണ്ണൂരിലേക്ക് മടങ്ങുമ്പോൾ ഡ്രൈവർക്കും സുനിലിനും പുറമെ എന്റെ കൂടെ ഖലീഫാ ഉമറും ഉണ്ടായിരുന്നു.

(മലയാളമനോരമ വാർഷികപതിപ്പ് -2009)

ബഷീർ: വ്യക്തിയും നോവലിസ്റ്റും

ഒരു സാഹിത്യകാരന്റെ (കലാകാരന്റെ) കൃതികളെ മനസ്സിലാക്കാനോ പഠിക്കാനോ സാഹിത്യകാരനെന്ന വ്യക്തിയെ അറിഞ്ഞിരിക്കണമെന്നില്ല. അറിയാതെയും നമുക്ക് കൃതിയെ വിലയിരുത്താൻ കഴിയും. പൊതുവെ ചെയ്തുവരുന്നതും അതാണ്. പക്ഷേ വ്യക്തിയെക്കൂടി മനസ്സിലാക്കാൻ കഴിഞ്ഞാൽ, നിഴലുകളും വെളിച്ചവും കെട്ടുപിണഞ്ഞു കിടക്കുന്ന അയാളുടെ ജീവിതത്തിലേക്കുകൂടി ഒരുൾക്കാഴ്ച ലഭിക്കയാണെങ്കിൽ കൂടുതൽ ഫലപ്രദമായി അയാളുടെ കൃതികളെ നമുക്ക് ആസ്വദിക്കാൻ കഴിഞ്ഞുവെന്ന് വരും. ഏതൊരെഴുത്തുകാരനും അയാളുടേതായ ഒരു ലോകമുണ്ട്- അയാൾ വന്നുപെട്ടതല്ല. സ്വയം സൃഷ്ടിച്ചത്. വന്നുപെട്ട ലോകത്തെ കഴിവുള്ള ഒരെഴുത്തുകാരന് അവഗണിക്കാനും നിസ്സാരമാക്കിത്തള്ളാനും കഴിയും. പക്ഷേ, അയാൾ ഹൃദയാലുവാണെങ്കിൽ ആ ലോകത്തിന് നേരെ പൂർണമായും മുഖം മറച്ചുനിൽക്കാൻ അയാൾക്ക് കഴിയില്ല. അതുപോലെതന്നെ താൻ സ്വയം സൃഷ്ടിച്ച ലോകത്തിന്റെ അതിരുകളെ എളുപ്പത്തിൽ ഭേദിച്ചുപോകാനും അയാൾക്കുകഴിയില്ല.

നമ്മുടെ നവോത്ഥാന കഥാകൃത്തുക്കളുടെ (Fiction Writers) കൂട്ടത്തിൽ ഏറ്റവും കുറച്ചെഴുതിയത്- ഒരുപക്ഷേ കാരൂർ നീലകണ്ഠപ്പിള്ളയേക്കാളും കുറച്ച്- വൈക്കം മുഹമ്മദ് ബഷീറായിരിക്കും. അദ്ദേഹത്തിന്റെ മുപ്പതോളം വരുന്ന കൃതികളിൽ പകുതിയും നോവലുകളാണ്. എന്നിട്ടും ഏറ്റവും കുറച്ചെഴുതിയ കഥാകൃത്ത് ബഷീറെന്നോ? അതെ. ബഷീറിന്റെ ഏറ്റവും പ്രസിദ്ധമായ 'ബാല്യകാലസഖി' യുടെ പേജുകൾ 75 മാത്രമാണ്. 'ന്റുപ്പാപ്പാക്കൊരാനേണ്ടാർന്ന്' 127 പേജ്. 'പാത്തുമ്മയുടേ ആട്' 109. ഇത് ക്രൗൺ എട്ടിലൊന്ന് സൈസിലാണെന്നുകൂടി ഓർക്കണം. ബഷീറിന്റെ സമകാലികരായ തകഴിയും കേശവദേവും പൊറ്റെക്കാട്ടും എഴുതിയ കൂറ്റൻ പുസ്തകങ്ങളോട് തട്ടിച്ചുനോക്കുമ്പോൾ ഇതെത്ര നിസ്സാരം!

എന്തുകൊണ്ടാണ് ഇങ്ങനെ സംഭവിച്ചത്' തന്റെ സമകാലിനരെ

പോലെ വിസ്തരിച്ചെഴുതാനുള്ള കഴിവ് അദ്ദേഹത്തിന് ഇല്ലാഞ്ഞിട്ടാണോ? അനുഭവസമ്പത്തിന്റെ കുറവ് കൊണ്ടാണോ? അതുമല്ലെങ്കിൽ സർഗശക്തിയുടെ വരപ്രസാദം വേണ്ടുവോളം ലഭിക്കാത്തതുകൊണ്ടാണോ?

അല്ല, ഇതുകൊണ്ടൊന്നുമല്ല.

സാഹിത്യത്തിന്റെ സൗന്ദര്യത്തെയും പ്രയോജനത്തെയും കുറിച്ച് ബഷീറിന് എന്നും തന്റേതായ ഉറച്ച വിശ്വാസങ്ങളുണ്ടായിരുന്നു. ഈ വിശ്വാസമാണ് അദ്ദേഹത്തെ പരത്തിയെഴുതുന്നതിൽ നിന്ന് തടഞ്ഞു നിർത്തിയത്. അദ്ദേഹം തന്നെ പലപ്പോഴും പറഞ്ഞിട്ടുണ്ടല്ലോ.'വലിയ നോവലുകളെഴുതാൻ എനിക്കിഷ്ടമില്ല. തടിച്ച നോവലുകൾക്ക് കലാമൂല്യമോ അടുക്കും ചിട്ടയുമോ കാണുമെന്നും ഞാൻ വിശ്വസിക്കുന്നില്ല.'

ഒരെഴുത്തുകാരനെ രൂപപ്പെടുത്തുന്നതിൽ അയാളുടെ അനുഭവസമ്പത്ത് വളരെ വലിയ ഒരു പങ്ക് വഹിക്കുന്നുണ്ട് എന്നത് നിർവിവാദമാണ്. ജീവിതം അനുഭവങ്ങളുടെ സഞ്ചയം മാത്രമാണല്ലോ. എഴുത്തുകാരനാണെങ്കിൽ ജീവിതത്തിന്റെ ഗാതാവ് മാത്രമല്ല വ്യാഖ്യാതാവ് കൂടിയാണ്. അങ്ങനെയുള്ള എഴുത്തുകാരന് അനുഭവങ്ങൾ ഏറ്റവും വലിയ കൈമുതലാകുന്നതിൽ അത്ഭുതപ്പെടാനില്ല. വൈക്കം മുഹമ്മദ് ബഷീറാണെങ്കിൽ മലയാളത്തിൽ ഇന്നോളമുള്ള കഥാകൃത്തുക്കളിൽവെച്ച് ഏറ്റവും വലിയ അനുഭവസമ്പന്നനുമാണ്.

എനിക്ക് പലപ്പോഴും സംശയം തോന്നിയിട്ടുണ്ട്. മലയാളത്തിലോ ഇന്ത്യയിലെ മറ്റ് ഭാഷകളിലോ എന്നല്ല ലോകഭാഷകളിൽപ്പോലും ബഷീറിനെപ്പോലെ ഇത്രയും വിപുലമായ ഒരനുഭവപ്രപഞ്ചത്തിന്റെ ഉടമയെ കണ്ടുമുട്ടാനാകുമോ എന്ന്! മലയാളത്തിൽ ഇല്ല എന്നത് തീർച്ചതന്നെ. മറ്റ് ഭാഷകളിലെ സ്ഥിതിയും ഭിന്നമായിരിക്കില്ല. സുഖകരമായ ഒരു ഹംസതൂലശയ്യയോ അല്ലെങ്കിൽ എല്ലാവിധ സൗകര്യങ്ങളും മുൻകൂട്ടിതന്നെ ഏർപ്പാട് ചെയ്തുകൊണ്ടുള്ള അനായാസകരമായ ഒരു 'കൺഡക്ടഡ്' ടൂറോ ആയിരുന്നില്ല ബഷീറിന്റെ ജീവിതം. കൊടുങ്കാറ്റിൽപ്പെട്ട ഒരു കരിയിലയെയോ അല്ലെങ്കിൽ ഉന്മാദിനിയെപ്പോലെ അലറിപ്പാഞ്ഞുപോകുന്ന ഒരു കാട്ടാറിന്റെ ഒഴുക്കിൽപ്പെട്ട് എവിടെയൊക്കെയോ എത്തിച്ചേരുന്ന ഒരു ഉരുളൻ കല്ലിനെയോ ആണ് ബഷീറിന്റെ ജീവിതം നമ്മെ ഓർമിപ്പിക്കുന്നത്.

അവസാനിക്കാത്ത യാത്ര!

1920 കളിൽ മഹാത്മാഗാന്ധിയുടെ നേതൃത്വത്തിൽ ഇവിടെ സ്വാത

ന്ത്ര്യസമരം കൊടുമ്പിരിക്കൊണ്ടിരുന്ന കാലത്ത് ബഷീർ ഒരു ഹൈസ്കൂൾ വിദ്യാർഥിയായിരുന്നു. ദേശീയബോധം ഹൃദയത്തിൽ ജ്വലിച്ചുനിന്നിരുന്ന ഈ വിദ്യാർഥി സമരത്തിൽ പങ്കെടുക്കാനായി വീട്ടിൽനിന്ന് ആരോടും പറയാതെ, കൈയിൽ കാശില്ലാതെ, ഇറങ്ങിപ്പോയി. ആദ്യത്തെ യാത്രയുടെ ആരംഭം. ഈ യാത്ര അവസാനിച്ചത് അകലെയുള്ള കോഴിക്കോട്ടായിരുന്നു. മലബാറിലെ കോൺഗ്രസ് പ്രസ്ഥാനത്തിന്റെ സിരാകേന്ദ്രം കോഴിക്കോട്ടായിരുന്നല്ലോ. കോൺഗ്രസ്സിന്റെ ഒരു ധർമഭടനായി ബഷീർ ഉപ്പുസത്യാഗ്രഹത്തിൽ പങ്കെടുത്തു. ജയിലിൽ പോവുകയും ചെയ്തു. അടി, ഇടി, തൊഴി, ലോക്കപ്പ്, ജയിൽ തുടങ്ങിയ പിൽക്കാലാനുഭവങ്ങൾ ഇവിടെ നിന്നാരംഭിക്കുന്നു.

ജയിലിൽനിന്ന് വിട്ടുപോന്ന ബഷീർ പിന്നീട് ഭീകരപ്രസ്ഥാനക്കാരുമായി ബന്ധപ്പെട്ടു. ഗവൺമെന്റിനെതിരായ ലേഖനങ്ങളും ഇക്കാലത്ത് എഴുതുന്നുണ്ടായിരുന്നു. വീണ്ടും ലോക്കപ്പുകളും ജയിലും. പിന്നീട് കൊല്ലങ്ങളോളം നീണ്ടുനിന്ന യാത്ര ഇന്ത്യയിലുടനീളം ഈ യാത്രയിൽ ബ്രിട്ടീഷ് ഗവൺമെന്റിന് പോലും ആധിപത്യം പൂർണമായും ചെലുത്താൻ കഴിഞ്ഞിട്ടില്ലാത്ത, പഴയ വടക്കുപടിഞ്ഞാറൻ പ്രവിശ്യയ്ക്കുമപ്പുറത്തുള്ള 'ഇപ്പിഫക്കീറി' ന്റെ ഗിരിപ്രദേശങ്ങളിൽപ്പോലും അദ്ദേഹമെത്തി. അറേബ്യയുടെയും ആഫ്രിക്കയുടെയും തീരഭൂമികളിലും ചെന്നു. കുടിക്കാൻ വെള്ളമില്ലാതെ കഴിക്കാൻ ഭക്ഷണമില്ലാതെ പലപ്പോഴും മരണത്തെ മുഖാമുഖം ദർശിച്ചു. എന്തൊക്കെ വേഷങ്ങൾ ഇക്കാലത്ത് കെട്ടിയില്ല! കണക്കപ്പിള്ള, ഇംഗ്ലീഷ് ട്യൂഷൻമാസ്റ്റർ, കൈനോട്ടക്കാരൻ, അടുക്കളപ്പണിക്കാരൻ, മിൽത്തൊഴിലാളി, ഗേറ്റ്കീപ്പർ, ഹോട്ടൽത്തൊഴിലാളി, ന്യൂസ്പേപ്പർ വിൽപ്പനക്കാരൻ, മാജിക് കളിക്കാരന്റെ അസിസ്റ്റന്റ്, കപ്പലിലെ ഖലാസി.

കുറച്ചുകാലം ഹിന്ദുസന്യാസിമാരുടെയും മുസ്ലിം സൂഫിമാരുടെയും ശിഷ്യനായും കഴിച്ചുകൂട്ടി- പഴയ ഗുരുകുലവാസം പോലെ പൂർണമായും അവർക്ക് വിധേയനായി, അവരിലൊരുവനായിത്തന്നെ!

ഒടുവിൽ, കൊല്ലങ്ങൾക്കുശേഷം വീട്ടിൽ തിരിച്ചെത്തിയപ്പോൾ കുടുംബം സാമ്പത്തികമായി പൂർണമായും തകർന്നിരുന്നു!

വീണ്ടും അലച്ചിൽ.

സ്പോർട്സ് ഗുഡ്സിന്റെ ഏജന്റ്; പുസ്തകവിൽപനക്കാരൻ... ഈ യാത്രകളിലെവിടെയോവച്ച് ബഷീറെന്ന എഴുത്തുകാരൻ ജനിച്ചുകഴിഞ്ഞിരുന്നു. പക്ഷേ നാമറിയുന്ന വൈക്കം മുഹമ്മദ് ബഷീറെന്ന മഹാസാഹിത്യകാരൻ ഉദയം കൊള്ളുന്നത് ഈ മഹാപ്രസ്ഥാനത്തിന്റെ ഒടുവിലാണ്.

ഇത്രയും ക്ലേശഭൂയിഷ്ഠവും വൈവിദ്ധ്യമാർന്നതുമായ ഒരു ജീവിതം നമ്മളിൽ എത്രപേർക്ക് വിഭാവനം ചെയ്യാനെങ്കിലും കഴിയും?

നവോത്ഥാന കഥാകൃത്തുക്കളിൽ തകഴിയുടെ അനുഭവപ്രപഞ്ചം കുട്ടനാട്ടിലും പരിസരത്തിലുമായി ഒതുങ്ങുന്നു. കേശവദേവിന്റെയും വർക്കിയുടെയും പഴയ കൊച്ചി-തിരുവിതാംകൂറുകളിൽ. കാര്യമായി ഇത്തിരി ലോകം കണ്ടത് പൊറ്റെക്കാട്ട് മാത്രമാണ്. പക്ഷേ, പ്രശസ്തനായ ഒരു സാഹിത്യകാരനായതിനുശേഷമാണ് അദ്ദേഹത്തിന്റെ യാത്രകൾ. അതും ഏതാണ്ടൊരു ടൂറിസ്റ്റിനെപ്പോലെ. പിന്നെ പോകുന്നിടത്തോക്കെ അദ്ദേഹത്തെ സ്വീകരിക്കാനും വേണ്ടുന്ന സൗകര്യങ്ങൾ ചെയ്തുകൊടുക്കാനും അദ്ദേഹത്തിന്റെ ആരാധകരുണ്ടായിരുന്നുതാനും. ഈ യാത്രകൾക്കൊന്നിനും ബഷീറിന്റെ യാത്രകളുമായി യാതൊരു സാമ്യവുമില്ലെന്ന് പ്രത്യേകിച്ച് പറയേണ്ടതില്ലല്ലോ.

ബഷീർ സാഹിത്യകാരനാകുന്നതിന് മുമ്പാണ് തന്റെ യാത്രകൾ നിർവ്വഹിച്ചതെന്നും ഞാൻ ഊന്നിപ്പറഞ്ഞുകൊള്ളട്ടെ.

എന്നിട്ടും ഇത്രയേറെ അനുഭവസമ്പത്തുള്ള ഈ എഴുത്തുകാരൻ ഏറ്റവും കുറച്ചുമാത്രമെഴുതി. ഇത് എഴുത്തിന്റെ ക്രാഫ്റ്റ് നിശ്ചയമില്ലാഞ്ഞിട്ടായിരിക്കുമോ? അതല്ല, ഭാഷ നിശ്ചയമില്ലാഞ്ഞിട്ടോ? ബഷീറിനെ വലിയ ഒരു സാഹിത്യകാരനായി അംഗീകരിക്കാൻ വിഷമമുള്ള ചില നിരൂപകർ പോലും. അങ്ങനെയുള്ളവരുമുണ്ടല്ലോ- ഇത്തരമൊരു ആരോപണം ഉന്നയിച്ചതായറിവില്ല. ബഷീറിന് കഴിവില്ലാത്തതുകൊണ്ടാണ് ദീർഘമായ നോവലുകൾ എഴുതാതിരുന്നത് എന്ന് ഒഴുക്കൻ മട്ടിൽ അവർ പറഞ്ഞിട്ടുള്ളത് ഞാൻ മറക്കുന്നില്ല. പക്ഷേ, എന്തുകൊണ്ടാണ് കഴിവില്ലാത്തത് എന്ന് അവർ പറഞ്ഞിട്ടില്ല എന്നോർക്കുക.

ഇതാണ് കാര്യം. ബഷീർ ചുരുക്കിപ്പറയുന്നതിൽ മാത്രം വിശ്വസിക്കുന്നു. ആറ്റിക്കുറുക്കി പണിക്കുറ തീർത്ത്... സ്വർണം അതിന്റെ തനി രൂപത്തിൽ പ്രകൃതിയിൽനിന്ന് ലഭിക്കുന്നില്ല. നദീതടങ്ങളിലും ഭൂമിയുടെ അഗാധതകളിലെ പാറക്കെട്ടുകളിലും അശുദ്ധമായ 'അയിരു' കളായി കിടക്കുന്ന ഈ അമൂല്യലോഹത്തെ കണ്ടെടുക്കുന്ന ഖനകന് ആ നിലയിൽത്തന്നെ അതിനെ വിൽക്കാൻ കഴിയും- തനിക്ക് ലഭിക്കുന്ന ചെറിയ പ്രതിഫലത്തിൽ തൃപ്തനായിക്കൊണ്ട്. പക്ഷേ ഈ അശുദ്ധമായ 'അയിരി' നെ ചൂളകളിലിട്ട് ഉരുക്കി മാലിന്യങ്ങളെല്ലാം നീക്കം ചെയ്ത് അമൂല്യമായ സ്വർണമാക്കി മാറ്റി ലോകത്തിന് കാഴ്ചവയ്ക്കുന്നവരുമുണ്ട്. ഇതിന് നല്ല കഴിവും പരിചയവും വേണം; ഏറെ അധ്വാനവുമുണ്ട്.

സാഹിത്യത്തിൽ ഇങ്ങനെ എന്നും ചെയ്തുപോന്നിട്ടുള്ള ഒരു ഖന

കനാണ് വൈക്കം മുഹമ്മദ് ബഷീർ.

കൃതികൾ വീണ്ടും വീണ്ടും പകർത്തിയെഴുതുന്നതിനെയും ഓരോ തവണ പകർത്തുമ്പോഴും അതിന്റെ ദൈർഘ്യം കുറഞ്ഞുവരുന്നതിനെയും കുറിച്ച് ബഷീർതന്നെ പലപ്പോഴും പറഞ്ഞിട്ടുണ്ട്. അതുപോലെ തന്നെ പുസ്തകമെഴുതിയ ഉടനെ അത് അച്ചടിച്ച് മാർക്കറ്റിലെത്തിക്കുന്ന സ്വഭാവവും ബഷീറിനില്ല. 'മതിലുകൾ' എന്ന പ്രസിദ്ധകൃതി എഴുതിയ ഉടനെതന്നെ പ്രസിൽ കൊടുത്തതാണ് എന്ന് എനിക്കറിയായ്കയില്ല. പക്ഷേ 'മതിലുകൾ' ദീർഘകാലം ബഷീറിന്റെ ഹൃദയത്തിൽ ഉരുകിത്തിളച്ചുകിടക്കുന്നതാണെന്ന സത്യം നാം മറക്കരുത്.

'ബാല്യകാലസഖി' യുടെ കഥ നോക്കുക. ആദ്യം എഴുതിയത്- അല്ലെങ്കിൽ എഴുതാൻ തുടങ്ങിയത് - ഇംഗ്ലീഷിൽ. പിന്നീട് മലയാളത്തിൽതന്നെ തുടങ്ങുന്നു. പൂർത്തിയായ കൃതി അതേപടി അച്ചടിച്ചിരുന്നുവെങ്കിൽ അഞ്ഞൂറോളം പേജ് വന്നേനെ എന്ന് ബഷീർ തന്നെ പറയുന്നുണ്ട്. ബഷീറിന്റെ ആദ്യത്തെ പ്രധാനകൃതിയാണ് ഇതെന്നും നാമോർക്കണം. ബഷീറിന് അന്ന് മുപ്പത് വയസ്സ് തികഞ്ഞിരിക്കില്ല. സാധാരണഗതിയിൽ പുതിയ ഒരെഴുത്തുകാരൻ ഇത്തരം സാഹചര്യങ്ങളിൽ എന്താണ് ചെയ്യുക? തന്റെ കൃതി- അതും തന്റെ കൂടുന്ന വേഗത്തിൽ അച്ചടിപ്പിക്കാനല്ലേ ശ്രമിക്കുക? പക്ഷേ ബഷീർ ഒരിക്കലും ഒരു 'സാധാരണ' എഴുത്തുകാരനായിരുന്നില്ല. അദ്ദേഹം പുസ്തകം പ്രസിദ്ധീകരിക്കാൻ ധൃതി കാണിക്കുന്നില്ല. തന്റെ കയ്യിൽ കൊല്ലങ്ങളോളം സൂക്ഷിച്ചുവച്ച് വീണ്ടും വീണ്ടും തേച്ചുമിനുക്കുന്നു; കുറുക്കിയെഴുതുന്നു. എന്നിട്ടാണ് എം.പി.പോളിന്റെ അദ്ധ്യക്ഷതയിൽ കൂടിയ 'സാഹിതീസഖ്യ' ത്തിന്റെ യോഗത്തിൽ അത് വായിക്കുന്നത്. പോളിന്റെ നിർലോഭമായ പ്രശംസയുണ്ടായിട്ടുപോലും പുസ്തകം അച്ചടിക്കാൻ ബഷീർ മുതിരുന്നില്ല. പോൾ പുസ്തകം പ്രസിൽ കൊടുത്തിട്ടുണ്ടെന്നറിയുമ്പോൾ 'ആയിട്ടില്ല, ഒന്നുകൂടി അത് ശരിയാക്കാനുണ്ട്' എന്നുപറഞ്ഞ് തന്റെ അഭ്യുദയകാംക്ഷിയായ അദ്ദേഹത്തെ തടയുകയാണ് ചെയ്യുന്നത്. അങ്ങനെ 'ബാല്യകാലസഖി' വീണ്ടും ബഷീർ ചുരുക്കിയെഴുതുന്നു. ഒടുവിൽ 1944 ൽ നാം ഇന്നുകാണുന്ന രൂപത്തിലുള്ള 'ബാല്യകാലസഖി' പുറത്തുവരുമ്പോൾ പേജ് 75! ബഷീറിന്റെ വയസ്സ് 34

ഞാൻ ഇത്രയും വിസ്തരിച്ചത് ബഷീർ തുടക്കംമുതലേ ഒരു 'പെർഫക്ഷനിസ്റ്റാ' യിരുന്നു, അദ്ദേഹം പരത്തിപ്പറയുന്നതിൽ ഒരിക്കലും വിശ്വസിച്ചിരുന്നില്ല എന്ന് കാണിക്കാനാണ്.

1118 ചിങ്ങം 3 ന് - അന്ന് 'ബാല്യകാലസഖി' പുറത്തുവന്നിട്ടില്ല.

ബഷീറിന് 32 വയസ്സ് മാത്രം-പോഞ്ഞിക്കര റാഫിക്ക് കൊല്ലത്തെ കസബാ പോലീസ്സ്റ്റേഷൻ ലോക്കപ്പിൽ വെച്ച് ബഷീർ എഴുതിയ ഒരു കത്തിൽ പറയുന്നു:

'നിങ്ങൾ ഈ സന്ദർഭത്തിൽ - ഇപ്പോഴത്തെ ഹൃദയത്തിന്റെ ആനന്ദകരമായ അവസ്ഥയിൽ- കഥകളെഴുതുക; കവിതകളും. സന്ദർഭങ്ങൾ പാഴാക്കരുത്. വികാരങ്ങൾ ആറിപ്പോകരുത്. അതിനുമുമ്പ് കടലാസിൽ പകർത്തുക, ഇത് നിങ്ങൾ എപ്പോഴും ഓർക്കണം...'

1118 മകരം 24 ന് ബഷീർ പോലീസ് ലോക്കപ്പിൽ വെച്ച് റാഫിക്ക് വീണ്ടും എഴുതുന്നു:

'നിങ്ങൾ എഴുതുന്ന കഥകൾ പത്രത്തിന് അയക്കാൻ തിടക്കപ്പെടേണ്ട. എഴുതിവയ്ക്കൂ- ധാരാളം. സമയം ഇനിയുമുണ്ട്. എഴുതാനുള്ള സന്ദർഭങ്ങൾ മാത്രം കളയരുത്.'

താൻ വിശ്വസിക്കുന്നത് മാത്രം ജീവിതത്തിലനുഷ്ഠിക്കുന്ന മഹാനായ ഒരെഴുത്തുകാരന്റെ വിശ്വാസപ്രമാണമാണ് ഇത്. ഇതിന് വ്യാഖ്യാനത്തിന്റെ ആവശ്യമില്ല.

ബഷീർകൃതികളിലുടനീളം ദൃശ്യമാകുന്ന അതിശക്തമായ ഒരന്തർധാരയുണ്ട്. അത് സ്നേഹത്തിന്റേതാണ്. സൂഫിയും സന്യാസിയുമായിരുന്ന ഈ എഴുത്തുകാരന്റെ ഹൃദയത്തിൽ നിന്ന് വിനിർഗളിക്കുന്ന മഹത്തായ ഈ വികാരം മനുഷ്യനെ മാത്രമല്ല സർവ്വചരാചരങ്ങളെയും അതിന്റെ ഗാഢാശ്ലേഷത്തിൽ വരിഞ്ഞുകെട്ടുന്നു! അതുകൊണ്ടായിരിക്കാം പൂർണമായും വെറുക്കാൻ കഴിയുന്ന ഒരൊറ്റ കഥാപാത്രത്തെപ്പോലും നിങ്ങൾക്ക് ബഷീർസാഹിത്യത്തിൽ കണ്ടുമുട്ടാൻ കഴിയാത്തത്; ദുഷ്ടപാത്രങ്ങളോട്പോലും - അങ്ങനെയൊരു തരംതിരിവിൽപ്പെടുന്നവരുണ്ടെങ്കിൽ- അലിവ്, സഹാനുഭൂതി എന്നീ വികാരങ്ങൾ നാമറിയാതെ തന്നെ നമ്മിൽ ഉയിർകൊള്ളുന്നു! ഓർക്കുക: 'ഇടിയൻ പണിക്ക' രോടുപോലും നമുക്ക് ദയ തോന്നിപ്പോകുന്നില്ലേ?

സ്നേഹത്തിന്റെ മധുരോദാരമായ ഈ ഭാവം - ജീവിതത്തിന്റെ ഒരു ഘട്ടത്തിലും ബഷീറിനെ കൈവെടിയാത്ത ഈ ഭാവം - അദ്ദേഹമാണെങ്കിൽ എന്തൊക്കെ യാതനകൾ സഹിച്ച ആളുമാണ്! ബഷീറിന് ഒരു വരദാനമായി ലഭിച്ചത് അദ്ദേഹത്തിന്റെ അമ്മയിൽ നിന്നാണ് എന്ന് എനിക്ക് തോന്നുന്നു. 'അമ്മ' എന്ന കഥയിലൂടെ മലയാളസാഹിത്യത്തിൽ ചിരപ്രതിഷ്ഠ നേടിയ ഉമ്മയില്ലേ, ആ ഉമ്മ തന്നെ!

രാഷ്ട്രീയമായും മതപരമായും ബഷീറിനുള്ള വിശ്വാസങ്ങളെക്കുറിച്ചും പറയേണ്ടതുണ്ട്. ഹൈസ്കൂൾ കാലത്ത്തന്നെ ബഷീ

റിന് സ്വാതന്ത്ര്യസമരവുമായി നേരിട്ട് ബന്ധമുണ്ടായിരുന്നുവല്ലോ. വൈക്കത്ത് മഹാത്മാഗാന്ധി വന്നപ്പോൾ സ്കൂളിൽ പോകാതെ മീറ്റിംഗിന് പോയതും ഗാന്ധിജി സഞ്ചരിച്ചിരുന്ന കാറിന്റെ ഫുട്ബോർഡിൽ ആവേശത്തോടെ പാഞ്ഞുകയറി അദ്ദേഹത്തിന്റെ കൈ പിടിച്ചതും. ആ ആനന്ദമൂർച്ഛയിൽ വീട്ടിലെത്തി അമ്മയോട് 'ഉമ്മാ, ഞാൻ കാന്തീനെ തൊട്ടു!' എന്നുപറഞ്ഞതുമൊക്കെ നമുക്കറിവുള്ള കാര്യങ്ങളാണ്. സമരഭടനായി ലോക്കപ്പുകളിലും ജയിലുകളിലും കിടന്ന് നരകിച്ചതും നമുക്കറിയാം. പ്രശസ്തരായ പല രാഷ്ട്രീയനേതാക്കന്മാരും അദ്ദേഹത്തിന്റെ സുഹൃത്തുക്കളായിരുന്നു. ചിലരൊക്കെ സഹപ്രവർത്തകരും. അദ്ദേഹം എക്കാലത്തെയും മികച്ച ചില രാഷ്ട്രീയ കഥകളും എഴുതിയിട്ടുണ്ട്. 'കാൽപ്പാടുകളെ'പോലെ. ഇങ്ങനെയൊക്കെയാണെങ്കിലും എഴുത്തുകാരനായ ബഷീർ ഒരു രാഷ്ട്രീയകക്ഷിക്കും ഒരിക്കലും വിധേയനായിരുന്നില്ല. അങ്ങനെയാകുന്നത് ഒരെഴുത്തുകാരനെ സംബന്ധിച്ചിടത്തോളം തീർത്തും അനഭിലഷണീയമാണെന്ന് അദ്ദേഹം വിശ്വസിച്ചിരുന്നു. 50 കൊല്ലങ്ങൾക്ക് മുമ്പെ പോഞ്ഞിക്കര റാഫി ഒരു ഫുൾടൈം രാഷ്ട്രീയ പ്രവർത്തകനാകാൻ തുനിഞ്ഞപ്പോൾ പൊലീസ് ലോക്കപ്പിൽ വെച്ച് ബഷീർ അദ്ദേഹത്തിനെഴുതി:

'ജോലിക്ക് പോകുന്നില്ലേ? ഫുൾടൈം വർക്കറായിട്ട് ചേരുന്നത് വളരെ ആലോചിച്ചുവേണം. നിങ്ങൾ ചേരുന്നതുകൊണ്ട് നിങ്ങൾക്കും പ്രവർത്തനത്തിനും ഗുണമുണ്ടാകുമെങ്കിൽ ചേരുക. പക്ഷേ, നിങ്ങൾ ഒരു കലാകാരനാണ്... അതുകൊണ്ട് അത് നന്നായിരിക്കുമോ? ഞാനാണെങ്കിൽ അതിന് ചേരില്ല.'

രാഷ്ട്രീയപാർട്ടികളെയും സമരങ്ങളെയും കുറിച്ച് പുസ്തകങ്ങളിൽ നിന്നുമാത്രം അറിവ് ലഭിച്ചിട്ടുള്ള ഒരാളല്ല, പ്രത്യുത സമരങ്ങളിൽ ആകണ്ഠം മുഴുകിയ ഒരാൾ പോലീസ് ലോക്കപ്പിൽനിന്നാണ് ഇങ്ങനെ എഴുതുന്നതെന്ന് നാമോർക്കണം. ബഷീർ കഥകൾ എഴുതാൻ തുടങ്ങിയിരുന്നുവെങ്കിലും അദ്ദേഹത്തിന്റെ പ്രശസ്തമായ കൃതികളൊക്കെ അപ്പോഴും ഭാവിയുടെ ഗർഭത്തിൽത്തന്നെയായിരുന്നു. എങ്കിലും ആ ആദ്യനാളുകളിൽത്തന്നെ എഴുത്തുകാരന്റെ സ്വാതന്ത്ര്യത്തെക്കുറിച്ചുള്ള സങ്കല്പങ്ങൾ അദ്ദേഹത്തിൽ രൂഢമൂലമായിക്കഴിഞ്ഞിരുന്നു എന്നാണല്ലോ ഇത് തെളിയിക്കുന്നത്.

ഈ വിശ്വാസം ഇപ്പോഴും അദ്ദേഹം പാലിച്ചുപോരുന്നു.

ബഷീറിന്റെ മതപരമായ വിശ്വാസങ്ങളും വളരെ പ്രസിദ്ധമാണ്. വേണമെങ്കിൽ പറയാം അദ്ദേഹം ഒരു മുഹമ്മദീയനാണെന്ന്. പക്ഷേ,

അദ്ദേഹം ഒരിക്കലും സങ്കുചിതാർഥത്തിലുള്ള ഒരു മതവിശ്വാസിയായിരുന്നില്ല. വിശ്വമാനവികതയുടെ വക്താവായ അദ്ദേഹം മതത്തിന്റെ പേരിൽ ഇവിടെ പ്രചരിച്ചുവരുന്ന - പ്രത്യേകിച്ചും ഇസ്ലാമിലുള്ള അനാചാരങ്ങളെയും അന്ധവിശ്വാസിങ്ങളെയും എന്നും എതിർത്തുപോന്നിട്ടുണ്ട്. 'ന്റുപ്പുപ്പാക്കൊരാനേണ്ടാർന്ന് ' ഇതിന്റെ ഏറ്റവും വലിയ ഉദാഹരണമാണല്ലോ. സൂഫികളുടെയും സന്ന്യാസിമാരുടെയും കൂടെ ദീർഘകാലം ശിഷ്യനായി നടന്ന അദ്ദേഹത്തിന് 'അനൽഹഖ്' പോലെതന്നെ സ്വീകാര്യമാണ് 'അഹം ബ്രഹ്മാസ്മി 'യും.

ബഷീറിന്റെ കഥാപാത്രങ്ങളിൽ ഒരു നല്ല പങ്ക് മുഹമ്മദീയരാണ്; അവരുടെ ജീവിതകഥകളാണ് അദ്ദേഹം എഴുതിയിട്ടുള്ളത് എന്നൊക്കെയുള്ള കാരണങ്ങളിൽ അദ്ദേഹത്തെ ഒരു മുസ്ലിം സാഹിത്യകാരനായി - കൂട്ടത്തിൽത്തന്നെ ഏറ്റവും താണവനായി - ചിത്രീകരിക്കുന്ന നിരൂപകന്മാർ ഇവിടെയുണ്ടായിട്ടുണ്ട്. ഈ വാദം സ്വീകരിക്കുകയാണെങ്കിൽ ചന്തുമേനോനും സി.വി.രാമൻപിള്ളയും നായർസാഹിത്യകാരന്മാരാണ് എന്ന് പറയേണ്ടിവരും. ഭാഗ്യവശാൽ ഇതുവരെ ആരും അങ്ങനെ പറഞ്ഞുകേട്ടിട്ടില്ല. പ്രഥമദൃഷ്ട്യാതന്നെ ബാലിശമായ ഇത്തരം അഭിപ്രായങ്ങൾ ചിരിച്ചുതള്ളാവുന്നവയാണ്. എങ്കിലും ഇവയ്ക്ക് പിന്നിലെ വർഗ്ഗീയ വിഷത്തെക്കുറിച്ചോർക്കുമ്പോൾ ലജ്ജയും സങ്കടവും അനുഭവപ്പെടുന്നു.

കോഴിക്കോട് സർവകലാശാല വൈക്കം മുഹമ്മദ് ബഷീറിനെ ഓണററി ഡി. ലിറ്റ് ബിരുദം നൽകി ആദരിച്ചപ്പോൾ അന്നത്തെ വൈസ് ചാൻസലറായിരുന്ന ശ്രീ.ടി.എൻ ജയചന്ദ്രൻ പറഞ്ഞ ഏതാനും വാചകങ്ങൾ ഉദ്ധരിക്കാം:

'ബഷീറിനെപ്പോലെ ഒരെഴുത്തുകാരൻ ബഷീറിന് മുമ്പോ പിമ്പോ നമ്മുടെ ഭാഷയിൽ ഉണ്ടായിട്ടില്ല. എല്ലാ നിലയ്ക്കും ഒരനന്വയമാണദ്ദേഹം. കവിയും ഋഷിയും ഒത്തുചേരുന്ന അദ്ദേഹത്തിന്റെ വ്യക്തിത്വം സത്യസന്ധതയുടെയും സ്നേഹവായ്പിന്റെയും മഹത്വാകാംക്ഷയുടെയും പ്രത്യേകതകൾകൊണ്ട് മറ്റൊരു കലാസൃഷ്ടിയായി കേരളീയ സമൂഹത്തെ സ്വാധീനിക്കുന്നു.'

'ബാല്യകാലസഖി'യെക്കുറിച്ചോർക്കുമ്പോഴൊക്കെ വൈക്കം മുഹമ്മദ് ബഷീറിനെക്കാൾ മുമ്പെ എന്റെ മനസ്സിൽ പ്രത്യക്ഷപ്പെടുന്ന മറ്റൊരു സാഹിത്യകാരനുണ്ട്. - ശ്രീ.എം.പി.പോൾ. ബാല്യകാലസഖിയുടെ സവിശേഷതകൾ എടുത്ത്പറഞ്ഞതിനുശേഷം അന്ന് ഭാവിയുടെ ഗർഭത്തിൽ മാത്രം സ്ഥിതിചെയ്തിരുന്ന ബഷീറിന്റെ പിൽക്കാല പുസ്തകങ്ങളെ

ക്കുറിച്ചും പ്രവാചകസദൃശമായ ദീർഘദൃഷ്ടിയോടെ വിളംബരം ചെയ്യുന്ന ഒരവതാരിക കൊണ്ട് യുവാവായ ഗ്രന്ഥകർത്താവിനെ അനുഗ്രഹിച്ച മഹാശയനായിരുന്നുവല്ലോ എം.പി.പോൾ.

അർഥം നിറഞ്ഞുനിൽക്കുന്ന ചില പ്രസ്താവങ്ങളുണ്ട്. ഒരെഴുത്തുകാരന്റെ - നിരൂപകന്റെ - പേനത്തുമ്പിൽ നിന്ന് അത്തരം പ്രസ്താവങ്ങൾ ചുരുക്കമായേ പുറത്തുവരികയുള്ളു. വേണമെങ്കിൽ പറയാം, ചില സുമുഹൂർത്തങ്ങളിലേ അലൗകികമായ ഉൾക്കാഴ്ചയാലും ദീർഘവീക്ഷണത്താലും അനുഗൃഹീതരായ നിരൂപകരിൽനിന്നേ വർത്തമാനത്തേയും ഭാവിയേയും കൂട്ടിയിണക്കുന്ന ഇത്തരം പ്രസ്താവനകൾ പുറത്തുവരികയുള്ളു. കാലാന്തരത്തിൽ വാക്കുകളുടെ കർത്താവിനെ ലോകം മറന്നുവെന്നുവരാം. പക്ഷേ ആ വാക്കുകൾ ഒരിക്കലും മറക്കപ്പെടുന്നില്ല. പുതിയ അർഥവ്യാപ്തിയോടെ അത് തലമുറകളിൽനിന്ന് തലമുറകളിലേക്ക് പകർന്നുപോകതന്നെ ചെയ്യും.

എം.പി. പോളിന്റെ പ്രശസ്തമായ അവതാരികയിലെ പ്രാരംഭവാചകങ്ങളാണ് ഞാനുദ്ദേശിക്കുന്നത്. അദ്ദേഹം എഴുതി:

'ബാല്യകാലസഖി' ജീവിതത്തിൽ നിന്ന് വലിച്ചുചീന്തിയ ഒരേടാണ്. വക്കിൽ രക്തം പൊടിഞ്ഞിരിക്കുന്നു. ചിലർക്ക് ചുടുചോര കാണുമ്പോൾ എന്തെന്നില്ലാത്ത ഒരു പേടിയും അറപ്പും തോന്നും. ബോധക്ഷയം തന്നെ സംഭവിച്ചേക്കാം. അങ്ങനെയുള്ളവർ സൂക്ഷിച്ചുവേണം ഈ പുസ്തകം വായിക്കാൻ...'

'ബാല്യകാലസഖി' വളരെ ചെറിയ ഒരു പുസ്തകമാണെന്ന് ഞാൻ പറഞ്ഞുവല്ലോ. കേവലം 75 പേജ് മാത്രം. പുസ്തകം പുറത്തുവന്നിട്ട് 48 കൊല്ലമായി. ഏതാണ്ട് ഒരരനൂറ്റാണ്ടുതന്നെ! എന്നിട്ടും ഇന്നും മലയാളത്തിലെ ഏറ്റവും പ്രചാരമുള്ള പുസ്തകങ്ങളിലൊന്നാണത്. മലയാളികൾ ഏറ്റവും സ്നേഹിക്കുന്ന ഒരു പുസ്തകവും. എന്തുകൊണ്ടാണിത്? ഇത്ര വലിയ ഒരു വിജയമാകാൻ പുസ്തകത്തിലെ ഏതൊക്കെ ഘടകങ്ങളാണ് അതിനെ സഹായിച്ചത്? എം.പി.പോളിന്റെ പ്രശംസാവചനങ്ങളിലാണോ ഈ പുസ്തകം ഇപ്പോഴും നിന്നുപോരുന്നത്?

'അല്ല' എന്നുതന്നെയാണ് എന്റെ വിശ്വാസം. ബാല്യകാലസഖിയുടെ സത്യവും സൗന്ദര്യവും കണ്ടറിയാൻ കഴിഞ്ഞ പോൾ ആ പുസ്തകം തനിക്ക് നൽകിയ ആഹ്ലാദം വായനക്കാരുമായി പരസ്യമായി പങ്കുവച്ചു. ഈ പങ്കുവയ്ക്കലിലൂടെ ഒരു യഥാർത്ഥ നിരൂപകന്റെ- ആസ്വാദകന്റെ- ധർമം നിർവഹിക്കുക മാത്രമേ അദ്ദേഹം ചെയ്തിട്ടുള്ളു. പിന്നെ, വേറൊരു കാര്യവും നാം ഓർക്കണം. എം.പി.പോളോ അതുപോലുള്ള

വേറെ ഏതെങ്കിലും നിരൂപകനോ സുഹൃദ്ബന്ധത്താൽ മാത്രം പ്രേരിതനായി ഒരു പുസ്തകത്തിന്റെ മേൽ അനർഹമായ സ്തുതിവചനങ്ങൾ ചൊരിഞ്ഞാൽ വഴിതെറ്റിക്കപ്പെടാൻ മാത്രം ദുർബലവും അശിക്ഷിതവുമാണോ ഇവിടുത്തെ സഹൃദയന്റെ ഭാവുകത്വം.

അതിരിക്കട്ടെ, നമുക്ക് ബാല്യകാലസഖിയിലേക്ക് തന്നെ മടങ്ങുക.

ബാല്യകാലസഖി ഒരു പ്രേമകഥയാണ്. ഒരിക്കലും പൂർത്തീകരിക്കാൻ കഴിയാത്ത ഒരു തീവ്രസ്നേഹത്തിന്റെ കഥ. ഇതിലെ കഥ വളരെ ലളിതമാണ്. വാസ്തവത്തിൽ ലോകസാഹിത്യത്തിലെ മഹത്തായ എല്ലാ പ്രേമകഥകളും വളരെ ലളിതമാണ്. ലാളിത്യവും കാന്തിയുമായിരിക്കും അവയുടെ മുഖമുദ്രകൾ. അവയ്ക്കൊരിക്കലും സങ്കീർണമാകാൻ കഴിയില്ല. ബാല്യകാലസഖിയിലെ കഥയും സങ്കീർണമല്ലല്ലോ.

സാധാരണയായി പ്രേമകഥകളിൽ ഒരു വില്ലനുണ്ടാകും. പക്ഷേ ഇവിടെ കഥ ദുരന്തമായിട്ടുപോലും നാം ഒരു വില്ലനെ കണ്ടുമുട്ടുന്നില്ല. എന്നാൽപ്പിന്നെ എങ്ങനെയാണ് സുഹ്റയുടെയും മജീദിന്റെയും പരിശുദ്ധസ്നേഹം സഫലമാകാതെ അകാലത്തിൽ കരിഞ്ഞുപോയത്? മജീദിന്റെ അച്ഛൻ എതിർത്തിട്ടാണെന്ന് പറയാൻ വയ്യ. അച്ഛൻ ആ പ്രേമത്തെക്കുറിച്ച് ബോധവാനായിരുന്നു എന്നതിന് പുസ്തകത്തിൽ സൂചനകളൊന്നുമില്ല. പാത്രസ്വഭാവം വച്ചുനോക്കിയാൽ, അറിഞ്ഞാൽ ആ ബന്ധത്തെ അയാൾ ഒരിക്കലും അനുകൂലിക്കില്ല എന്നുവേണമെങ്കിൽ പറയാം. പക്ഷേ ഇതൊരു ഊഹം മാത്രമാണ്. ഊഹത്തെ ആധാരമാക്കി തീർപ്പുകല്പിക്കുന്നത് ശരിയല്ല.

ബാല്യകാലസഖിയിൽ വില്ലൻ സത്യത്തിൽ മജീദിന്റെയും സുഹ്റയുടെയും ബാപ്പമാരുടെ അസന്തുലിതമായ സാമ്പത്തികാവസ്ഥയാണ്. മജീദിന്റെ അച്ഛൻ ധനികനും സുഹ്റയുടെ അച്ഛൻ ദരിദ്രനുമായിരുന്നല്ലോ.

ഈ പുസ്തകത്തിൽ ഒരിടത്ത് ബഷീർ പറയുന്നുണ്ട്:

'ദാരിദ്ര്യം ഭയങ്കര വ്യാധിയാണ്. അത് ശരീരത്തെയും ഹൃദയത്തെയും ആത്മാവിനെയും നശിപ്പിച്ചുകളയുന്നു. അങ്ങനെ ശരീരവും ഹൃദയവും ആത്മാവും നശിച്ച നാനാജാതികളിലായി ലക്ഷോപലക്ഷം സ്ത്രീപുരുഷന്മാർ!'

കഥയുടെ ആരംഭത്തിൽ മജീദിന്റെ ബാപ്പ ആ നാട്ടിലെ ഏറ്റവും വലിയ പണക്കാരനായിരുന്നു. സുഹ്റയുടെ ബാപ്പ ദരിദ്രനും. രണ്ടുകൂട്ടരും അയൽക്കാർ. മജീദോ ഉമ്മയോ അപേക്ഷിച്ചാൽ പോലും മജീദിന്റെ ബാപ്പ സുഹ്റയെ കല്ല്യാണം കഴിക്കാൻ മജീദിനെ അനുവദിക്കില്ല എന്ന്

നമുക്കറിയാം. ഒരുപക്ഷേ, പിൽക്കാലത്ത് വിധിയുടെ ക്രൂരവിനോദത്തിന്റെ ഫലമായി അയാളൊരു ദരിദ്രനായിത്തീർന്നപ്പോൾ അങ്ങനെയൊരു ബന്ധത്തിന്സമ്മതിച്ചുവെന്ന് വന്നേക്കാം. പക്ഷേ, അപ്പോൾ പ്രശ്നങ്ങൾ വേറെയായിരുന്നു. മജീദിന്റെ പുരനിറഞ്ഞുനിൽക്കുന്ന പെങ്ങന്മാർ! ദരിദ്രരായ പെൺകുട്ടികളെ സ്ത്രീധനമില്ലാതെ ആര് കല്യാണം കഴിക്കാനാണ്? അതുകൊണ്ടാണല്ലോ മജീദിന്റെ സ്നേഹമയിയായ അമ്മ മജീദ് എങ്ങനെയെങ്കിലും നാല് കാശുണ്ടാക്കി പെങ്ങന്മാരെ കെട്ടിച്ചയച്ചതിനുശേഷം സുഹ്റയെ കല്യാണം കഴിച്ചുകാണാൻ ആഗ്രഹിച്ചത്.

അങ്ങനെ മജീദ് വീണ്ടും യാത്ര പുറപ്പെടുന്നു. കാശുണ്ടാക്കണം. പെങ്ങന്മാരെ കെട്ടിച്ചയക്കണം. പിന്നെ സുഹ്റയെ കല്യാണം കഴിക്കണം. ഇതായിരുന്നു ഉദ്ദേശം. പക്ഷേ, വിധി അപ്പോഴും അയാളെ തുണയ്ക്കുന്നില്ല. എന്നുതന്നെയല്ല വളരെ ക്രൂരമായ പ്രഹരമേൽപ്പിക്കുകയും ചെയ്യുന്നു. ഒരപകടത്തിൽപ്പെട്ട് മജീദിന്റെ വലതുകാൽ നഷ്ടപ്പെടുന്നു. പക്ഷേ, ആ നിലയിലും മജീദ് ഭഗ്നാശനാകാതെ ജോലി ചെയ്യുന്നുണ്ട്. കിട്ടുന്ന കാശ് വീട്ടിലേക്കയച്ചുകൊടുക്കുകയും ചെയ്യുന്നുണ്ട്.

കുബേരപുത്രനായിരുന്ന മജീദിന്റെ ജോലി രാവിലെ മുതൽ രാത്രി വരെ ഒരു ഹോട്ടലിന്റെ പിറകിലുള്ള പൈപ്പിൻചുവട്ടിലിരുന്ന് എച്ചിൽപാത്രങ്ങൾ കഴുകുകയായിരുന്നു!. ആശ കൈവെടിയുന്നില്ല. അയാൾക്ക് അപ്പോഴും കൂട്ടായി മനോഹരമായ സ്വപ്നങ്ങളുണ്ടായിരുന്നു. ആ സ്വപ്നങ്ങളിലൊക്കെ അയാളുടെ പ്രിയപ്പെട്ട രാജകുമാരിയുമുണ്ടായിരുന്നു. അയാളുടെ സുഹ്റ. സുഹ്റ തന്നെ എന്നും സ്നേഹിക്കുമെന്നും ഒരിക്കലും തള്ളുകില്ലെന്നും അയാൾക്കുറപ്പുണ്ടായിരുന്നു. പക്ഷേ പ്രതീക്ഷകളുടെ ആ നനുത്ത ലോകം നാട്ടിൽനിന്ന് ഒരു ദിവസം ഉമ്മയുടെ ഒരെഴുത്ത് വന്നപ്പോൾ തകർന്നുപോയി. ഉമ്മ എഴുതി:

'പ്രിയപ്പെട്ട മജീദ് വായിച്ചറിയുവാൻ സ്വന്തം ഉമ്മ എഴുതുന്നത്. മിനിയാന്ന് വെളുപ്പിന് നമ്മുടെ സുഹ്റ മരിച്ചു. അവളുടെ വീട്ടിൽവെച്ച്, എന്റെ മടിയിൽ തലവെച്ച്. പള്ളിപ്പറമ്പിൽ അവളുടെ ബാപ്പയുടെ ഖബറിന്നരികിലാണ് സുഹ്റയെ മറവ് ചെയ്തിരിക്കുന്നത്...'

ഉമ്മയുടെ എഴുത്തിൽ പിന്നെയും വിവരങ്ങളുണ്ടായിരുന്നു. ബാപ്പയുടെ രോഗത്തെപ്പറ്റി; വീട്ടിൽ വെറുതെയിരിക്കുന്ന പെങ്ങന്മാരെപ്പറ്റി; കടക്കാർ വീടും പുരയിടവും കോടതി മുഖാന്തിരം വിൽപ്പിച്ചതിനെപ്പറ്റി; ആസന്നമായ കുടിയൊഴിപ്പിക്കലിനെപ്പറ്റി...

'ബാല്യകാലസഖി' അനവദ്യസുന്ദരവും ശുദ്ധവുമാണ്. മാംസനി

ബദ്ധമായ കാമത്താലോ ഭൗതികമായ മറ്റ് പരിഗണനകളാലോ അതൊരിക്കലും പങ്കിലമാകുന്നില്ല. ബാല്യത്തിൽ സുഹ്റ ലോകൈകസുന്ദരിയായ ഒരു പെൺകിടാവായിരുന്നല്ലോ. അന്ന് മജീദ് അവളെ സ്നേഹിച്ചതിൽ അത്ഭുതപ്പെടാനൊന്നുമില്ല. എത്ര ദരിദ്രയാണെങ്കിലും സൗന്ദര്യത്താൽ അനുഗൃഹീതയായ ഒരു പെൺകുട്ടിയെ ഏതൊരു ധനിക കുമാരനും പ്രേമിച്ചുവെന്നും വരും. പക്ഷേ, പിന്നീട് ബാപ്പയോട് പിണങ്ങി പത്ത് കൊല്ലത്തെ ഊരുചുറ്റലിന് ശേഷം മടങ്ങിവന്നപ്പോൾ മജീദ് കണ്ട സുഹ്റ എങ്ങനെയായിരുന്നു? ഭാര്യയും കുട്ടികളുമുള്ള ഒരു ഇറച്ചിവെട്ടുകാരന്റെ രണ്ടാം ഭാര്യയായി, ഭർത്താവിന്റെ അടിയും തൊഴിയുമേറ്റ് ഒരു പല്ല് നഷ്ടപ്പെട്ട് വിശപ്പടക്കാൻ ഭക്ഷണം പോലും ലഭിക്കാതെ ക്ഷയരോഗിയായി, കവിളൊട്ടി, കൈവിരലുകളുടെ ഏപ്പുകൾ മുഴച്ച്, നഖങ്ങൾ തേഞ്ഞ്, ആകെ വിളർത്ത് കാതുകളിലെ കറുപ്പ് നൂലുകൾ മുടികൊണ്ട് മറിച്ച്... അങ്ങനെ...!

ഇത്തരം സന്ദർഭങ്ങളിൽ ഏതുദരിദ്രനും താൻ സ്നേഹിച്ചിരുന്ന പെൺകുട്ടിയിൽനിന്ന് മുഖം തിരിക്കുകയാണ് ചെയ്യുക. പക്ഷേ, മജീദ് അങ്ങനെ ചെയ്യുന്നില്ല. എന്നുമാത്രമല്ല കൂടുതൽ സ്നേഹത്തോടെ തന്റെ ബാല്യകാലസഖിയെ ഹൃദയത്തിൽ പ്രാണപ്രതിഷ്ഠ ചെയ്ത് ആ പഴയ ബന്ധം ഒന്നുകൂടി ഉറപ്പിക്കുകയാണ് ചെയ്യുന്നത്.

ബാല്യകാലസഖിയുടെ യോഗ്യതകളിലൊന്നായി അതിന്റെ ഭാവദീപ്തിയാണ് എം.പി.പോൾ ചൂണ്ടിക്കാണിക്കുന്നത്,. പുസ്തകത്തിൽനിന്ന് ഏതാനും സന്ദർഭങ്ങൾ ഞാൻ ഉദ്ധരിക്കട്ടെ:

ഒരു ചാക്കുമായി വീടുകൾ കയറിയിറങ്ങി അടയ്ക്ക വാങ്ങി ചന്തയിൽ വിറ്റാണല്ലോ സുഹ്റയുടെ ബാപ്പ ജീവിക്കാനുള്ള വകയുണ്ടാക്കുന്നത്. അയാൾ പുസ്തകത്തിൽ പ്രത്യക്ഷപ്പെടുന്നത് ഒരിക്കൽ മാത്രമാണ്. ദരിദ്രനായിരുന്നെങ്കിലും അയാളുടെ മനസ്സ് വളരെ സമ്പന്നമായിരുന്നു; അത് നിറയെ സ്നേഹമായിരുന്നു. ആളുകളെ സ്നേഹിക്കാനേ അയാൾക്ക് കഴിയുമായിരുന്നുള്ളു. ധനികൻ, ദരിദ്രൻ എന്നീ ഭേദബുദ്ധിയൊന്നും അയാൾക്കുണ്ടായിരുന്നില്ല.

സ്കൂളിൽ പോയി പഠിക്കാൻ ഏറ്റവും ആഗ്രഹമുണ്ടായിരുന്ന സുഹ്റയ്ക്ക്- അവൾ പഠിക്കാൻ വളരെ മിടുക്കിയായിരുന്നെന്നും നാമോർക്കണം- ദാരിദ്ര്യം നിമിത്തം അതിന് കഴിയുന്നില്ല. അതിനേപ്പറ്റി മജീദിനോട് സങ്കടം പറയുന്നത് കേട്ട ബാപ്പ:

'പണോക്കെ നമ്മക്ക് അല്ലാഹ് തരും. ഞമ്മക്ക് മൂന്നുപേർക്കും കൂടി ഒന്നിച്ച് പോരാം. പഠണത്തിലെ പള്ളിക്കൂടത്തീന്ന്. ഞാൻ അടക്കാ

വിറ്റേച്ച് ദെവസോം പള്ളിക്കൂടത്തിന്റെ ബാത്ക്ക വന്ന് നിന്നോളാം...'

പക്ഷേ, അതിന് തരപ്പെട്ടില്ല. അദ്ദേഹം മഴ നനഞ്ഞുവന്ന് രണ്ടുമൂന്ന് ദിവസം പനിയായിട്ട് കിടന്നു. മൂന്നാം ദിവസം സന്ധ്യയ്ക്ക് മരിച്ചു. മരണശയ്യയ്ക്കടുത്ത് മജീദും ഉണ്ടായിരുന്നു. കെട്ടുപോയ വിളക്കിന്റെ പുക പിടിച്ച കറുത്ത ചിമ്മിനിപോലെ ആ മിഴികൾ രണ്ടും! വെളിച്ചവും ചൂടും പോയ അനക്കമില്ലാത്ത ആ ശരീരം!

പിറ്റേദിവസമാണ് മയ്യത്ത് മറവ് ചെയ്തത്. അന്ന് സന്ധ്യയ്ക്ക് സുഹ്റയെ പ്രതീക്ഷിച്ച് പതിവുപോലെ മജീദ് മാവിൻചുവട്ടിൽ നിൽക്കുകയായിരുന്നു. അവൾ ദുഃഖഭാരത്തോടെ സാവധാനം മജീദിന്റെ അടുത്ത് വന്നു. മജീദ് ആ മുഖത്ത് നോക്കിയപ്പോൾ അവൾ പൊട്ടിക്കരഞ്ഞുപോയി. മജീദിന് ഒന്നും പറയുവാൻ കഴിഞ്ഞില്ല. അവന്റെ കണ്ണീർക്കണങ്ങൾ അവളുടെ മൂർദ്ധാവിലും അവളുടേത് അവന്റെ നെഞ്ചിലും വീണ് ഒഴുകിക്കൊണ്ടിരുന്നു.

ആ സമയത്ത് ഇരുണ്ട തെങ്ങുകൾക്ക് മീതെ നീലാകാശത്ത് ചന്ദ്രക്കല തെളിഞ്ഞുനിന്നിരുന്നു.

ഇനി മറ്റൊരു ഉദാഹരണം:

മജീദിന്റെയും സുഹ്റായുടെയും അനശ്വരപ്രേമത്തിന്റെ മൂകസാക്ഷിയായി മജീദിന്റെ മുറ്റത്ത് ഒരു ചെമ്പരത്തിച്ചെടിയുണ്ടായിരുന്നല്ലോ. സുഹ്റ അവളുടെ കുട്ടിക്കാലത്ത് നട്ടത്. മജീദ് കൊല്ലങ്ങളോളം അന്യനാടുകളിൽ തെണ്ടിത്തിരിഞ്ഞ് ഒടുവിൽ ദരിദ്രനായി മടങ്ങിയെത്തിയപ്പോൾ അയാളുടെ കുടുംബം സാമ്പത്തികമായി തകർന്നുപോയിരുന്നു. സുഹ്റയാണെങ്കിൽ ഒരിറച്ചിവെട്ടുകാരന്റെ രണ്ടാം ഭാര്യയായി. സ്ഥിരമായി അവന്റെ എല്ലാ അവഹേളനങ്ങളും സഹിച്ച്, ശരിക്ക് വിശപ്പടക്കാൻ ഭക്ഷണം പോലും ലഭിക്കാതെ ക്ഷയരോഗിയായി..

മജീദ് സമയം കളയുന്നത് മുറ്റത്ത് പഴയ ചാരുകസേരയിൽ കിടന്ന് ഓർമകളിൽ മുഴുകിയാണ്.

ബഷീർ എഴുതുന്നു:

'സുഹ്റയുടെ കൈകൊണ്ട് വച്ച ചെമ്പരത്തിയായിരുന്നു ഒരു വശത്തെ അതിര്. അത് ഒരു മരമായി വളർന്നിരിക്കുന്നു. മജീദ് വന്നപ്പോൾ അതിൽ പൂക്കളുണ്ടായിരുന്നു. പച്ചിലക്കാടുകളിൽ ചോര പൊട്ടിച്ചിതറി നിൽക്കുന്നത് പോലെ ഒരിക്കലും ഒഴിയാത്ത കടും ചെമപ്പായ പൂക്കൾ...'

വീണ്ടും ഒരുദാഹരണം:

മജീദ് മടങ്ങിവന്നിട്ടുണ്ടെന്നറിഞ്ഞ് സുഹ്റ ഭർത്തൃഗൃഹത്തിൽ നിന്ന്

പോന്നിരിക്കുകയാണ്. മജീദ് മുറ്റത്തെ ചാരുകസേരയിൽ പതിവുപോലെ...

ബഷീർ എഴുതുന്നു:

'സുഹ്റയുടെ കാലൊച്ച അടുത്തുവന്നു.

'ഓ! പുതിയ തോട്ടം!

സുഹ്റയുടെ ദുഃഖകരമായ ശബ്ദം. പിന്നിൽ... മജീദിന്റെ ഹൃദയം വേദനിച്ചു. വെറും വേദനയല്ല. ഉറഞ്ഞ ഇല്ലമുള്ളുകൾ തറഞ്ഞ് ഒടിഞ്ഞിരിക്കുന്നതുപോലെ ഹൃദയം വിങ്ങിവേദനിച്ചുകൊണ്ടിരുന്നു...

പൊട്ടിക്കരയാൻ പോകുന്നവിധത്തിൽ ഖിന്നയായി സുഹ്റ പതുക്കെ ചോദിച്ചു - എന്നെ അറിയുമോ?

നിശ്ശബ്ദ പ്രപഞ്ചം.. ഒന്നും പറയാൻ കഴിയുന്നില്ല. ഓർമകൾ....

മജീദിന്റെ കണ്ണുകൾ നിറഞ്ഞു.

അവൾ വീണ്ടും ചോദിച്ചു:

'എന്നോട് പിണക്കമായിരിക്കും?'

മജീദ് പതുക്കെ തിരിഞ്ഞുനോക്കി.

'ഹൃദയം പൊള്ളിപ്പോയി. സുഹ്റാ ആകെ മാറിപ്പോയിരിക്കുന്നു...'

ഒരുദാഹരണംകൂടി:

മജീദിന്റെ രണ്ടാമത്തേതും ഒടുവിലത്തേതുമായ യാത്ര. വീട്ടിൽ എല്ലാവരും ഉത്കണ്ഠയോടെ കാത്തുനിൽക്കുന്നു. അയാൾ യാത്ര പുറപ്പെടാൻ തയ്യാറായിക്കഴിഞ്ഞു. പക്ഷേ സുഹ്റയോട് വിട പറയണം. വീട്ടിലെ മുറിയുടെ പിറകിൽ ജനലിനപ്പുറത്ത് അവൾ പരവശയായി നിൽക്കുന്നുണ്ട്- അവൾ അയാളെ കണ്ടപാടെ പറയുന്നു: ഒന്നുപറയട്ടെ, പക്ഷേ, അവൾക്ക് എന്തെങ്കിലും പറയാൻ കഴിയുന്നതിന് മുമ്പായി അയാൾക്ക് പോകേണ്ടുന്ന ബസ്സിന്റെ ഹോണടി. 'മോനേ ബേഗം ചെല്ല്... ബണ്ടി പോകും' എന്ന ഉമ്മയുടെ വാക്കുകൾ...ഒന്നും പിന്നീട് സംസാരിക്കാൻ കഴിയാതെ 'ഞാൻ പോയിവരട്ടെ' എന്നുമാത്രം പറഞ്ഞ് അയാൾ പിരിയുന്നു...

പക്ഷേ, ഈ യാത്ര ഒരു വലിയ ട്രാജഡിയിലാണല്ലോ ഒടുവിൽ കലാശിക്കുന്നത്. വലതുകാൽ നഷ്ടപ്പെട്ട മജീദ് ഹോട്ടലിലെ പൈപ്പിന്റെ ചുവട്ടിലിരുന്ന് എച്ചിൽപാത്രങ്ങൾ കഴുകി ജീവിക്കാനുള്ള വക നേടുക മാത്രമല്ല അതിൽനിന്ന് മിച്ചംവച്ച് നാട്ടിലേക്ക് അയക്കുകയും ചെയ്യുന്നു. പക്ഷേ, വിധിയുടെ ഒടുവിലത്തെ വേട്ടയാടൽ ഇനിയും വരാനിരക്കുന്നതേയുള്ളൂ. നാട്ടിൽനിന്ന് സുഹ്റായുടെ മരണവാർത്ത അറിയിച്ചുകൊണ്ടുള്ള ഉമ്മയുടെ കത്ത്....

ഇനി ബഷീറിന്റെ വാക്കുകളിൽത്തന്നെ പറയട്ടെ:

'പ്രപഞ്ചം ശൂന്യം. ഇല്ല. പ്രപഞ്ചത്തിന് ഒന്നും സംഭവിച്ചിട്ടില്ല. നഗരം ഇരമ്പുന്നു. സൂര്യൻ പ്രകാശിക്കുന്നുണ്ട്. കാറ്റുവീഴുന്നു. ഉള്ളിൽനിന്ന് രോമകൂപങ്ങൾ വഴി പൊന്തിയ ആവിയിൽ മജീദ് കുളിച്ചുപോയി എന്നു മാത്രം. എല്ലാം അനാഥമായി, ജീവിതത്തിന് അർത്ഥമില്ലാതായിപ്പോയോ? പ്രപഞ്ചങ്ങളുടെ കരുണാമയനായ സ്രഷ്ടാവേ!

മജീദ് വീണ്ടും പാത്രങ്ങൾ കഴുകി ശ്രദ്ധയോടെ അടുക്കിത്തുടങ്ങി. മാതാപിതാക്കളും സഹോദരികളും എവിടെപ്പോകും? ആര് സഹായിക്കും? അല്ലാഹുവേ! കാരുണ്യത്തിന്റെ കൈ നീളുമോ?

സുഹ്റാ!

ഓർമകൾ - വാക്കുകൾ - പ്രവൃത്തികൾ- മുഖഭാവങ്ങൾ - ചിത്രങ്ങൾ. മനസ്സിലൂടെ എന്തെല്ലാമാണ് പാഞ്ഞുവരുന്നത്. മരിക്കുന്നതിന് മുമ്പ് മജീദ് വന്നോ, വന്നോ എന്ന് ചോദിച്ചു.

ഓർമകൾ-

ഒടുവിലത്തെ ഓർമ.

അന്ന് മജീദ് യാത്ര പറഞ്ഞ് ഇറങ്ങാൻ തുടങ്ങുകയായിരുന്നു. സുഹ്റ എന്തോ പറയാൻ ആരംഭിച്ചു. മുഴുമിക്കുന്നതിന് മുമ്പ് ബസ്സിന്റെ ഹോൺ തുരുതുരാ ശബ്ദിച്ചു. ഉമ്മ കയറിവന്നു. മജീദ് പുറത്തേക്കിറങ്ങി. പൂന്തോട്ടത്തിലൂടെ പടിയിറങ്ങി. ഒന്നു തിരിഞ്ഞുനോക്കി.

പടിഞ്ഞാറെ ചക്രവാളത്തിൽ തങ്കമേഘങ്ങൾ. ഇളം വെയിലിൽ മുങ്ങിയ വൃക്ഷങ്ങളും വീടും മുറ്റവും പൂന്തോട്ടവും...

സഹോദരികൾ രണ്ടും മുഖം വെളിയിലേക്ക് കാണിച്ചുകൊണ്ട് വാതിൽ മറവിൽ.

നിറഞ്ഞ നയനങ്ങളോടെ ചെമ്പരത്തിയിൽ പിടിച്ചുകൊണ്ട് പൂന്തോട്ടത്തിൽ സുഹ്റ...

പറയാൻ തുടങ്ങിയത് അപ്പോഴും അവളുടെ മനസ്സിലുണ്ടായിരുന്നിരിക്കണം.

'എന്തായിരുന്നു അന്ന് ഒടുവിലായി സുഹ്റ പറയാൻ തുടങ്ങിയത്?'

സുഹൃത്തുക്കളേ, ബാല്യകാലസഖി, മുക്കാലും വൈക്കം മുഹമ്മദ് ബഷീറിന്റെ ആത്മകഥയായ ബാല്യകാലസഖി, ഇവിടെ അവസാനിക്കുന്നു.

50 കൊല്ലങ്ങൾക്ക് മുമ്പ് കോട്ടയത്തെ ഒരു ചെറിയ സാഹിത്യസദസ്സിൽ വച്ചായിരുന്നുവല്ലോ ലോകം ഗ്രന്ഥകർത്താവിന്റെ മുഖത്തുനിന്നു തന്നെ ആദ്യമായി ഈ കഥ കേട്ടത്. 'ഉന്നതമായ ഭാവനയും വിസ്തൃത

മായ ലോകാനുഭവവും സൂക്ഷ്മവുമായ മനുഷ്യഹൃദയജ്ഞാനവും ഈ കഥയിൽ സഞ്ചയിക്കുന്നു. ചന്തുമേനോന്റെ ശാരദയ്ക്ക് ശേഷം ഇത്ര ഹൃദയാവർജകവും ഗുണസമ്പുഷ്ടവുമായ ഒരു കഥാഗ്രന്ഥം നമ്മുടെ ഭാഷയിൽ ഉണ്ടായിട്ടില്ല എന്നാണ് എന്റെ ദൃഢമായ അഭിപ്രായം.' എന്ന് എം.പി. പോൾ പറഞ്ഞപ്പോൾ ആ ചെറിയ സദസ്സിലുണ്ടായിരുന്ന എല്ലാ വരും ഏകകണ്ഠമായി യുവാവായ ഗ്രന്ഥകർത്താവിനെ ശ്ലാഘിച്ചിരിക്കും എന്നാണോ നിങ്ങൾ വിചാരിക്കുന്നത്? എന്നാൽ, നിങ്ങൾക്ക് തെറ്റുപറ്റി. കഠിനമായി എതിർക്കാനും ആളുകളുണ്ടായിരുന്നു. എതിർത്തവർ പണ്ഡിതന്മാരുമായിരുന്നു. ആ എതിർപ്പുകളാകട്ടെ ഇപ്പോഴും തുടരു ന്നുമുണ്ട്. പല രൂപത്തിലും...

എന്നാൽ, ഈ ആരോപണങ്ങൾക്കൊന്നും 'ബാല്യകാലസഖി'യുടെ അനുപമമായ കാന്തിക്കും യശസ്സിനും മങ്ങലേല്പിക്കാൻ കഴിഞ്ഞിട്ടില്ല. ഈ കൊച്ചുപുസ്തകം- അത് നോവലോ ചെറുകഥയോ എന്തോ ആവ ട്ടെ- നമ്മുടെ ഭാഷയിൽ ഒരു മേരുപർവതം പോലെ ഇപ്പോഴും ഉയർന്നു നിൽക്കുന്നു; പരിഭാഷകളിലൂടെ മറ്റുഭാഷകളിലെ - ഇതിൽ ഇന്ത്യക്ക് വെളിയിലുള്ള ഭാഷകളും പെടുന്നു. - സഹൃദയരെയും ആനന്ദിപ്പിക്കു ന്നു.

മഹാനായ ഒരു ഗായകന്റെ സംഗീതം ആസ്വദിക്കാൻ സംഗീതശാ സ്ത്രത്തിന്റെ 'കണക്കുകൾ' നല്ലതുപോലെ ഹൃദ്യസ്ഥമാക്കിയാൽ മാത്രം പോരാ. അതിന് ആസ്വാദനത്തിന്റെ ഏതെങ്കിലുമൊരു തലത്തി ലെങ്കിലും ഗായകനുമായി ഏകീഭാവം പ്രാപിക്കാനുള്ള ഹൃദയനൈർമ ല്യവും സംസ്കാരവും കൂടി ആവശ്യമാണ്. സാഹിത്യാസ്വാദനത്തിനും ഇത് ബാധകമാണ്.

'ന്റുപ്പൂപ്പാക്കൊരാനേണ്ടാർന്ന്' വായിച്ച കാലത്തുതന്നെ അതിലെ ഒരു വാചകം എന്നെ വല്ലാതെ സ്പർശിക്കുകയുണ്ടായി. ഈ പുസ്തകം പിന്നീടും പലതവണയും വായിച്ചിട്ടുണ്ട്. ഈ പ്രസംഗപരമ്പരയ്ക്കു വേണ്ടി ഈയിടെയും വായിച്ചു. അപ്പോഴൊക്കെയും ഈ ചെറിയ വാചകം എന്റെ കൺമുന്നിൽനിന്ന് നൃത്തം വയ്ക്കുന്നതുപോലെ തോന്നി. വാച കത്തിന്റെ ധ്വനനശക്തിക്കും പ്രസക്തിക്കും ഒരു തരത്തിലുള്ള കുറവു മുണ്ടായിരുന്നില്ല. പ്രത്യുത സഹൃദയരായ വായനക്കാരുടെ ശ്രദ്ധ അത് കൂടുതൽ അർഹിക്കുന്നുണ്ട് എന്നേ തോന്നിയുള്ളു.

വാചകമിതാണ്:

'വെളിച്ചത്തിന് എന്തൊരു വെളിച്ചം?'

ഇതുപറഞ്ഞത് നിസ്സാർ അഹമ്മദിന്റെ ബാപ്പയും കോളേജ് പ്രൊഫ

സറുമായ സൈനുൽ ആബ്ദിൻ ആണ്. തന്നെ ആർക്കോ കല്യാണം കഴിച്ചുകൊടുക്കാൻ പോകുന്നു എന്നറിഞ്ഞ കുഞ്ഞുപാത്തുമ്മ ആധി മുഴുത്ത് പൊടുന്നനെ ഒരു രോഗിയാകുന്നുണ്ടല്ലോ. രോഗത്തിൽനിന്ന് തങ്ങളുടെ മകളെ രക്ഷിക്കാൻ ഉമ്മയും ബാപ്പയും നാട്ടിലുള്ള മന്ത്രവാദികളെയും മുസലിയാക്കന്മാരെയും വിളിക്കുന്നു. അവർ ചെയ്യുന്നത് അതിക്രൂരവും പ്രാകൃതവുമായ ഭേദ്യങ്ങളാണ്! സത്യത്തിൽ കുഞ്ഞുപാത്തുമ്മയെ കെട്ടാൻ പോകുന്നത് അവൾ സ്നേഹിക്കുകയും ആരാധിക്കുകയും ചെയ്യുന്ന നിസ്സാർ അഹമ്മദ് തന്നെയാണ്. പക്ഷേ ആ പാവം ഇതറിയുന്നില്ല എന്നുമാത്രം.

ജനലുകളൊക്കെ അടച്ചുപൂട്ടിയ അവളുടെ കൊച്ചുമുറിയിലാണ് കുഞ്ഞുപാത്തുമ്മ കിടന്നിരുന്നത്. അപ്പോൾ സ്വാഭാവികമായും അവിടെ കാറ്റും വെളിച്ചവുമൊന്നും ഉണ്ടാകില്ലല്ലോ. ബഷീർ ആ രംഗം വിവരിക്കുന്നത് ഇങ്ങനെയാണ്:

'കുഞ്ഞുപാത്തുമ്മാ! ആരോ വിളിക്കുന്നു. ആരാണത്? അവൾ കണ്ണു തുറന്നു. അവളുടെ ഉള്ള് ആളിപ്പോയി. നിസ്സാർ അഹമ്മദിന്റെ ബാപ്പ! മുറിയിൽ വന്ന് നിൽക്കുകയാണ്. അദ്ദേഹം പറഞ്ഞു:

'ഇതിൽ കാറ്റും വെളിച്ചവും കടക്കണം. ആ ജനൽ അടച്ചിട്ടിരിക്കുന്നതെന്തിന്?

അദ്ദേഹം ജനൽ തുറന്നു. കാറ്റും വെളിച്ചവും അകത്ത് കടക്കുകയാണ്. 'വെളിച്ചത്തിന് എന്തൊരു വെളിച്ചം'

ഈ കൊച്ചുവാചകത്തിൽ നാം വിഷമിച്ച് അർത്ഥം മനസ്സിലാക്കേണ്ട വാക്കുകളൊന്നുമില്ല. ആകെ വാക്കുകൾതന്നെ മൂന്നുമാത്രം. അതിൽത്തന്നെ ഒരു വാക്ക് ആവർത്തനവുമാണ്. വേറെ വല്ലവരുമാണ് ഇങ്ങനെയൊരു വാചകം എഴുതുന്നതെങ്കിൽ- പലരും എഴുതില്ല- 'വെളിച്ചത്തിന് എന്തൊരു പ്രകാശം' അല്ലെങ്കിൽ 'വെളിച്ചത്തിന് എന്തൊരു തിളക്കം' എന്നോ മറ്റോ മാത്രമേ കുറിക്കുകയുള്ളു. പക്ഷേ, വൈക്കം മുഹമ്മദ് ബഷീർ മലയാളഭാഷയിൽ കേവലം 'വേറൊരു എഴുത്തുകാരനല്ലല്ലോ! അദ്ദേഹം ശൈലിയുടെ വല്ലഭനാണല്ലോ? അതുകൊണ്ട് അദ്ദേഹം എഴുതുന്നു. അല്ലെങ്കിൽ എഴുതിപ്പോകുന്നു:

'വെളിച്ചത്തിന് എന്തൊരു വെളിച്ചം'

നമ്മുടെ പഴയ ഗുരുനാഥന്മാർ പറഞ്ഞിട്ടുണ്ടല്ലോ, ചിലരെഴുതുമ്പോൾ അർത്ഥം അവരറിയാതെ തന്നെ അവരുടെ വാക്കുകളിലേക്ക് ഓടിവരുമെന്ന്. പക്ഷേ അങ്ങനെ ഓടിവരണമെങ്കിൽ അവർ വാഗ്ദേവിയുടെ വരപ്രസാദം ലഭിച്ചവരായിരിക്കണം. ക്രാന്തദർശികളായ ഋഷികളായിരി

ക്കണം; മഹാന്മാരായ കവികളായിരിക്കണം.

ഇംഗ്ലീഷിൽ പറയാറില്ലേ Pregnant with meaning എന്ന്, അതു പോലെ.

നമുക്കെല്ലാവർക്കുമറിയാം. നിസ്സാർ അഹമ്മദിന്റെ ബാപ്പ കൊട്ടിയടയ്ക്കപ്പെട്ട ഒരു മനസ്സിന്റെ ഉടമയല്ല എന്ന്. നിരർത്ഥകവും സമൂഹത്തിന്റെ വളർച്ചയ്ക്ക് തടസ്സം സൃഷ്ടിക്കുന്നതുമായ ആചാരങ്ങളിൽ- ദുരാചാരങ്ങൾ എന്നുതന്നെ പറയട്ടെ - അദ്ദേഹം വിശ്വസിച്ചിരുന്നില്ല. അദ്ദേഹം മതവിശ്വാസി തന്നെയായിരുന്നു. പക്ഷേ, ആ വിശ്വാസത്തിൽ തെറ്റായ ആചാരങ്ങൾക്കോ ചടങ്ങുകൾക്കോ സ്ഥാനമുണ്ടായിരുന്നില്ല. കാലത്തെ തടഞ്ഞുനിർത്തുവാൻ കഴിയില്ല എന്നും കാലത്തിനൊത്ത് നാമും മുമ്പോട്ട് പോകണമെന്നും അദ്ദേഹത്തിന്നറിയാമായിരുന്നു. അദ്ദേഹവും കുടുംബവും ഒരിക്കലും ഇരുട്ടിന്റെ ഉപാസകരോ, വക്താക്കളോ അല്ല; വെളിച്ചത്തിന്റെ ആരാധകരാണ്. മറ്റൊരു തരത്തിൽ പറഞ്ഞാൽ അവർതന്നെ വെളിച്ചമായിരുന്നു!

ഈ വാചകത്തിന്റെ ശക്തിയും ഭംഗിയും പൂർണ്ണമായും ആസ്വദിക്കണമെങ്കിൽ കുഞ്ഞുപാത്തുമ്മയുടെ കുടുംബത്തെ കൂടി അറിയണം.

മതത്തിന്റെ നന്മകളെയെല്ലാം ത്യജിച്ച് അന്ധമായ ആചാരങ്ങളിൽ കുരുങ്ങിക്കിടന്ന്, അതാണ് യഥാർത്ഥ മതമെന്ന് ധരിച്ചുവശായ ഒരു കുടുംബമാണല്ലോ അത്. ഒരുകാലത്ത് വളരെ സമ്പന്നമായിരുന്ന ആ കുടുംബം സ്വത്തെല്ലാം നശിച്ച് തീർത്തും ദരിദ്രമായതിന് ശേഷവും തങ്ങളുടെ പൂർവ്വപ്രൗഢിയിൽ ആശ്വാസം കൊള്ളുകയും പഴയ തെറ്റായ വിശ്വാസങ്ങളെ മുറുകെ പിടിക്കുകയും ചെയ്തു. മറ്റൊരു തരത്തിൽ പറഞ്ഞാൽ പഴയതിലെ തിന്മകളെയാണ് അവർ പ്രതിനിധീകരിക്കുന്നത്. പുതിയത് അവർക്ക് തീർത്തും അനഭിലഷണീയമാണ്. അങ്ങനെയുള്ള ആ കുടുംബത്തിലേക്ക്- അവരുടെ ഏകപുത്രിയും ഇപ്പോൾ രോഗം പിടിച്ച് അവശയായി കിടക്കുന്നവളുമായ കുഞ്ഞുപാത്തുമ്മയുടെ മുറിയിലേക്ക് കടന്നുചെന്ന് സ്നേഹത്തോടും ധൈര്യത്തോടും കൂടി അടഞ്ഞുകിടന്നിരുന്ന ജാലകങ്ങളെ തുറന്നിടുകയാണ് നിസ്സാർ അഹമ്മദിന്റെ ഉൽപതിഷ്ണുവായ ബാപ്പ ചെയ്തത്.

ഇത് ഒരു നവയുഗത്തിന്റെ ആരംഭം കുറിക്കുന്ന പ്രവൃത്തിയാണ്.

വൈക്കം മുഹമ്മദ് ബഷീറിന്റെ അനന്യമായ ഭാഷാപ്രയോഗചാതുരിയുടെ ചൂണ്ടുപലകയായും ഈ വാചകം വർത്തിക്കുന്നു. തന്നെക്കുറിച്ച്- തന്റെ ശൈലിയെക്കുറിച്ച്- അറിയാതെ എഴുതിപ്പോയ ഒരു ടിപ്പണിയാണ് ഇതെന്നും നമുക്ക് വേണമെങ്കിൽ പറയാം. അത്രമേൽ അർഥ

ഗർഭമാണ് ഈ വാചകം.

'ന്റുപ്പൂപ്പാക്കൊരാനേണ്ടാർന്നി'ലെ നായകൻ നിസ്സാർ അഹമ്മദ് തന്നെ, ഉല്പതിഷ്ണുവായ അച്ഛന്റെ ഉൽപതിഷ്ണുവായ മകൻ. ഈ നിസ്സാർ അഹമ്മദിനും ഒരുപ്പൂപ്പായുണ്ടായിരുന്നു. ഒരു വെറും കാളവണ്ടിക്കാരൻ. അയാൾ അധ്വാനിച്ച് തന്റെ മകനെ- നിസ്സാറിന്റെ അച്ഛനെ- ഒരു കോളേജ് പ്രൊഫസറാക്കി. കഥ നടക്കുന്ന കാലത്ത് നിസ്സാർ അഹമ്മദ് ഒരു ജോലിയിൽ പ്രവേശിച്ചുകഴിഞ്ഞിട്ടില്ല. പക്ഷേ ജോലി കിട്ടാൻ അയാൾക്ക് വലിയ വിഷമമുണ്ടാകില്ല. കാരണം അയാൾ ഉന്നതവിദ്യാഭ്യാസം ലഭിച്ചിട്ടുള്ളവനാണ്. പിന്നെ, ജോലിയില്ലെങ്കിലും സ്വന്തം കൈകൊണ്ട് ഈ ഭൂമിയിൽ അദ്ധ്വാനിച്ച് ജീവിക്കാൻ തയ്യാറായവനുമാണ്. തന്റെ വളപ്പിൽ ഫലവൃക്ഷങ്ങളും പൂച്ചെടികളും നട്ടുവളർത്തുക മാത്രമല്ല, അയൽപക്കത്ത് സ്വന്തം കൈകൊണ്ട് ഒരു കക്കൂസ് കുഴിച്ച് അതിന് മറകെട്ടിക്കൊടുക്കുക പോലും അയാൾ ചെയ്യുന്നുണ്ട്.

ഈ പുസ്തകത്തിലെ നായികയാര്? നിസ്സാർ അഹമ്മദ് വിവാഹം കഴിക്കുന്ന കുഞ്ഞുപാത്തുമ്മയാണ് എന്ന് കരുതിയാൽ നിങ്ങൾക്ക് തെറ്റി. നായിക വാസ്തവത്തിൽ കുഞ്ഞുപാത്തുമ്മയുടെ ഉമ്മയായ കുഞ്ഞുതാച്ചുമ്മയാണ്. പ്രതാപിയും ധനികനുമായ ആനമക്കാരുടെ പുന്നാരമോളും പണക്കാരനും നാട്ടുപ്രമാണിയുമായ 'വട്ടനടിമ'യുടെ 'വീടരു'മാണ് അവർ. ആനമക്കാർക്ക് ഒരു വലിയ കൊമ്പനാനയുണ്ടായിരുന്നു. ആനയെ നമ്മളാരും പുസ്തകത്തിൽ നേരിട്ട് കാണുന്നില്ല. ഉപ്പൂപ്പയായ ആനമക്കാരെയും കാണുന്നില്ല. താച്ചുമ്മയുടെ സ്ഥിരമായ പറച്ചിലുകളിലാണ് ഇവർ ജീവിക്കുന്നത്. ' അത് വലിയ അസലുള്ള ആനേർന്ന്!' എന്നാണ് കുഞ്ഞുതാച്ചുമ്മ പറയുന്നത്. അങ്ങനെ പറയാൻ കാരണമുണ്ട്. ആന അതിന്റെ ജീവകാലത്ത് നാലുപേരെ കൊന്നിരുന്നു. എല്ലാവരും കാഫ്രീങ്ങൾ! ഒരൊറ്റ മുസ്ലീമിനെപ്പോലും അത് കൊന്നില്ല. അപ്പോൾ പിന്നെ വലിയ മതവിശ്വാസിയും ഭക്തയുമായ കുഞ്ഞുതാച്ചുമ്മ 'വലിയ അസലുള്ള ആനേർന്നു! എന്നല്ലാതെ മറ്റെന്താണ് പറയുക?

ആ ആനയുടെ കൊമ്പുകൊണ്ടാണ് കുഞ്ഞുതാച്ചുമ്മ സദാ ധരിച്ചിരുന്ന മെതിയടിയുടെ 'കുട' യുണ്ടാക്കിയിരുന്നത്. അങ്ങനെയും അവർ തമ്മിൽ ഒരു ബന്ധമുണ്ടായിരുന്നു.

കുഞ്ഞുതാച്ചുമ്മ ഒരിക്കലും ഒരു ജോലിയും ചെയ്തിരുന്നില്ല. അവർ ദേഹം മുഴുവൻ പൊന്നുകൊണ്ട് മൂടി; ഒരു ദിവസം നൂറോളം തളിർ വെറ്റിലകൾ തിന്നു. തന്നെ കാണാൻ വരുന്നവരോടൊക്കെ അവർ ബാപ്പയുടെയും അങ്ങനെ തന്റെയും പ്രൗഢിയെക്കുറിച്ചും തന്റെ പുന്നാരമക

ളുടെ ഭാഗ്യത്തെയും സൗന്ദര്യത്തെയും കുറിച്ചുമൊക്കെ ഉറക്കെ സംസാരിച്ചു. അവർ വലിയ മതവിശ്വാസിയായിരുന്നു. മകളുടെ കല്ല്യാണം കഴിയാൻ അവർ കാത്തുനില്ക്കയാണ് – തനിക്കും ഭർത്താവിനും ഹജ്ജിന് പോകാൻ വേണ്ടി. പക്ഷേ ഹാ, അവരുടെ മതത്തിൽ എഴുത്തിനും വായനയ്ക്കും സ്ഥാനമുണ്ടായിരുന്നില്ല. സ്ത്രീകൾക്ക് ഒരിക്കലും വിദ്യാഭ്യാസം നൽകരുത് എന്ന് അവർ ഉറച്ചുവിശ്വസിച്ചു. അവരുടെ എല്ലാ അറിവുകളുടെയും വിശ്വാസങ്ങളുടെയും മൂലസ്രോതസ്സ് പള്ളിയിൽ മുസല്യാക്കന്മാർ ചെയ്യുന്ന രാപ്രസംഗങ്ങൾ മാത്രമായിരുന്നു. മുടിചീകരുത്, പൊട്ടുകുത്തരുത് പൂചൂടരുത്, എഴുത്ത് പഠിക്കരുത്, പുറത്തിറങ്ങരുത്, കാഫ്രീങ്ങളോട് സദാ 'മാറു' കാട്ടണം, തുടങ്ങിയവ അവർക്ക് മുസല്യാക്കന്മാരുടെ പ്രഭാഷണങ്ങളിൽ നിന്ന് കിട്ടിയ വിജ്ഞാനശകലങ്ങളിൽ ചിലത് മാത്രമാണ്.

കേസുകളിൽപ്പെട്ട് സ്വത്ത് മുഴുവൻ പോയി, പൊൻപണ്ടങ്ങളൊക്കെ നഷ്ടപ്പെട്ട്, അതുവരെയുണ്ടായിരുന്ന മണിമാളികയിൽനിന്ന് നാട്ടുവഴിയുടെ ഓരത്തുള്ള ഒരു കൊച്ച് ഓലപ്പുരയിലേക്ക് താമസം മാറ്റിയ കാലത്തും കുഞ്ഞുതാച്ചുമ്മയുടെ കാലുകളിൽ ഗതകാലമഹിമ വിളിച്ചു പറയുന്ന ആ മെതിയടിയുണ്ടായിരുന്നു! തിന്നാനും കുടിക്കാനുമില്ലാതെ ദാരിദ്ര്യത്തിന്റെ പടുകുഴിയിൽ വീണിട്ടും കുഞ്ഞുതാച്ചുമ്മയുടെ പൊങ്ങച്ചത്തിന് യാതൊരു കുറവുമുണ്ടായിരുന്നില്ല. ഭർത്താവും മകളും അടുക്കളയിൽ ജോലി ചെയ്യുമ്പോൾ പോലും അവർ പുച്ഛത്തോടെ അതൊക്കെ നോക്കി നിൽക്കയല്ലാതെ അതിലൊന്നും പങ്ക് ചേർന്നിരുന്നില്ല.

സൗന്ദര്യവും സൗശീല്യവും വേണ്ടുവോളമുള്ള കുഞ്ഞുപാത്തുമ്മ ആദ്യമൊക്കെ ഉമ്മ പറയുന്നത് പൂർണമായും വിശ്വസിച്ചിരുന്നു. നിഷ്കളങ്കമായ ഈ പെൺകുട്ടിയുടെ ലോകം അവളുടെ വീട് മാത്രമായിരുന്നല്ലോ. അവൾ എന്നും കണ്ടിരുന്നത് അവളുടെ അച്ഛനെയും അമ്മയെയും അവരുടെ മുമ്പിൽ ഓച്ഛാനിച്ച് നിന്നിരുന്ന അവരുടെ ആശ്രിതരെയുമായിരുന്നല്ലോ. ബാഹ്യലോകത്തെക്കുറിച്ച് എന്തെങ്കിലും ഇത്തിരി മനസ്സിലാക്കാമെന്ന് വിചാരിച്ചാൽ അവൾക്ക് വിദ്യാഭ്യാസവുമില്ല. ഇസ്ലാമിന് എതിരാണ് എന്ന കാരണത്താൽ കുഞ്ഞുപാത്തുമ്മയെ എഴുത്ത് പഠിപ്പിച്ചിരുന്നില്ലല്ലോ! എങ്കിലും കുഞ്ഞുപാത്തുമ്മ ഭാഗ്യവതിയായിരുന്നു. അവൾ അമ്മയെപ്പോലെ പൊങ്ങച്ചക്കാരിയോ ബഹളം കാട്ടുന്നവളോ ആയിരുന്നതുമില്ല. അതുകൊണ്ട് അവൾക്ക് എല്ലാ സൗഭാഗ്യങ്ങളും തികഞ്ഞ നിസാർ അഹമ്മദിനെ ഭർത്താവായി കിട്ടുകയും ചെയ്തു. ഉത്കൃഷ്ടാശ

യനായ നിസാർ അഹമ്മദാവട്ടെ കല്ല്യാണത്തിന് മുമ്പായി അനുജത്തി വഴിയായി കുഞ്ഞുപാത്തുമ്മയ്ക്ക് പ്രാഥമിക വിദ്യാഭ്യാസം നൽകുകയും ചെയ്തിരുന്നു.

കുഞ്ഞുപാത്തുമ്മ വെളിച്ചത്തിന്റെ ലോകത്തിലേക്ക് തല ഉയർത്തിപ്പിടിച്ചുകൊണ്ടുതന്നെ പോയി.

അവളുടെ അമ്മയോ!?

അമ്മ അവസാനംവരെ തന്റെ ചിതലരിച്ച വിശ്വാസങ്ങളിൽ ഉറച്ചുനിൽക്കാൻ ശ്രമിച്ചു. എങ്കിലും ഒടുവിൽ മാനസാന്തരമുണ്ടായെന്നുവേണം വിചാരിക്കാൻ. അതുകൊണ്ടാണല്ലോ കഥാന്ത്യത്തിൽ തന്റെ കൊമ്പനാന ഒരു വെറും കുയ്യാന മാത്രമായിരുന്നു എന്ന് അവർ വിലപിക്കുന്നത്.

വികാസത്തിന് വിലങ്ങുതടിയായി നിൽക്കുന്ന പഴമയും മനുഷ്യനന്മയെ മാത്രം ലാക്കാക്കിയുള്ള പുതുമയും തമ്മിലുള്ള ഏറ്റുമുട്ടലാണ് ഈ പുസ്തകത്തിലുള്ളത്. ഏറ്റുമുട്ടലിൽ സ്വാഭാവികമായും പുതുമ ജയിക്കുന്നു. അങ്ങനെ പറയുമ്പോൾ പഴമയെ നശിപ്പിക്കുന്നു എന്നർത്ഥമാക്കരുത്. പുതുമ പഴമയെ പരിവർത്തനം ചെയ്യിക്കയാണ് ചെയ്യുന്നത്. ഇവിടെ സത്യത്തിൽ തോറ്റവരും ജയിച്ചവരുമില്ല.

ഇത് ഒരു മുസ്ലിം സാമുദായികകഥയാണ് എന്ന് പറയുന്നവരുണ്ട്. വേണമെങ്കിൽ അങ്ങനെ പറയാം. പക്ഷേ ഞാൻ അങ്ങനെ പറയാൻ ഇഷ്ടപ്പെടുന്നില്ല. ചരിത്രത്തിന്റെ ഒരു പ്രത്യേക കാലഘട്ടത്തിൽ, പ്രതിപാദ്യമായ കഥ ഒരു പ്രത്യേക സമുദായത്തിൽ സംഭവിച്ചു എന്നേ ഉള്ളൂ. ഇത് ഏത് സമുദായത്തിലും നടക്കാവുന്നതുമാണ്.

ഇനി ഇത് ഒരു മുസ്ലിം സാമുദായികകഥയാണ് എന്നുതന്നെ വയ്ക്കുക. അതൊരു ദോഷമാണോ? സമുദായ പരിഷ്ക്കർത്താവിന്റെ മേലങ്കിയണിഞ്ഞ എഴുത്തുകാരൻ- അത് ഏത് സമുദായമോ ആകട്ടെ- നോവൽ എന്ന മാധ്യമത്തെ തന്റെ ഉദ്ദേശസിദ്ധിക്കുള്ള ഒരുപകരണമാക്കുക മാത്രമാണ് ചെയ്യുന്നതെങ്കിൽ, നോവലിസ്റ്റിനെ തള്ളിമാറ്റി പരിഷ്ക്കർത്താവാണ് അരങ്ങ് കൊഴുപ്പിക്കുന്നതെങ്കിൽ, തീർച്ചയായും അതൊരു കുറ്റം തന്നെ. ഇവിടെ കലയ്ക്ക് പോറൽ അനുഭവപ്പെടും. പക്ഷേ 'ന്റുപ്പൂപ്പാക്കൊരാനേണ്ടാർന്നി' ൽ അത്തരമൊരു അനുഭവം സഹൃദയർക്ക് ഉണ്ടാകുന്നതേയില്ല എന്നതാണ് സത്യം. അന്ധവും അയുക്തികവുമായ ആചാരങ്ങളിൽ വഴിമുട്ടിക്കിടന്ന്, കെട്ടുനാറി, പുഴുനുരയ്ക്കാൻ തുടങ്ങിയ ജീവിതത്തെ അതിവിദഗ്ദ്ധമായി, സുന്ദരമായി, പുതിയ ചാലുകളിലേക്ക്, ആരോഗ്യദായകമായ ചാലുകളിലേക്ക് നയിക്കുകയാണ് ബഷീർ ചെയ്യുന്നത്. അതുവരെ ഇരുട്ടിൽ കിടന്നിരുന്ന ഏതാനും ആളുകളെ- അവർ

പ്രതിനിധീകരിക്കുന്ന ഒരു ജനവിഭാഗത്തെ- അദ്ദേഹം സ്നേഹത്തോടും കനിവോടും കൂടി, മധുരമായ നർമ്മത്തിന്റെ അകമ്പടിയോടെ വെളിച്ചത്തിലേക്ക്, കൊണ്ടുവരുന്നു.

ഈ കൃത്യനിർവഹണത്തിൽ ബഷീർ എന്ന നോവലിസ്റ്റ് ഒരിക്കലും ബഷീർ എന്ന സമുദായ പരിഷ്ക്കർത്താവിന്റെ മുമ്പിൽ അടിയറവ് പറഞ്ഞിട്ടില്ല. അദ്ദേഹത്തിന്റെ വാക്കുകൾ- ഞാൻ അവയെ 'ഔചിത്യരഹിതമായ തത്വപ്രസംഗങ്ങൾ' എന്നൊന്നും ഒരിക്കലും വിശേഷിപ്പിക്കില്ല- കഥാഗാത്രത്തോട് പൂർണമായും ഇഴുകിച്ചേരുന്നതാണ്; മുഴച്ചുനിൽക്കുന്നവയല്ല. അവ ഒരിക്കലും കഥയിൽനിന്ന് എളുപ്പത്തിൽ ഇഴപിരിച്ചെടുക്കാവുന്ന ശുഷ്കതന്തുക്കളാകുന്നില്ല. അവ എപ്പോഴും കഥാഗാത്രത്തിന്റെ, മാറ്റിനിർത്താനോ വേർപെടുത്താനോ കഴിയാത്ത ജൈവഭാഗങ്ങളായിത്തന്നെ വർത്തിക്കുന്നു.

കണ്വാശ്രമത്തിലെ ശകുന്തളയെ അനുസ്മരിപ്പിക്കുന്ന മാംസത്തിന്റെയോ അല്ലെങ്കിൽ ആത്മാവിന്റേതന്നെയോ ദാഹത്തെക്കുറിച്ച് നേരിട്ടോ പരോക്ഷമായിപ്പോലുമോ യാതൊരറിവുമില്ലാത്ത തീർത്തും നിഷ്കളങ്കയായ ഒരു ഗ്രാമീണയുവതിയാണല്ലോ കുഞ്ഞുപാത്തുമ്മ. ഈ കുഞ്ഞുപാത്തുമ്മയെയാണ് നാഗരികനായ നിസാർ അഹമ്മദ് കെട്ടുന്നത്. ആദ്യമായി നിസാർ അഹമ്മദിനെ കണ്ടുമുട്ടിയതിന് ശേഷം കുരുവിയെ രക്ഷിക്കാനുള്ള വെപ്രാളത്തിനിടയിൽ പാവം കുഞ്ഞുപാത്തുമ്മ ഉരുണ്ട് പെരണ്ട് തോട്ടിലേക്ക് വീഴുന്നതും വീഴ്ചയിൽ ചില്ലറ മുറിവുകൾ പറ്റുന്നതും അപ്പോൾ നിസ്സാർ അഹമ്മദ് അവിടെയെത്തി തന്റെ കൈലേസ് ചീന്തി അവളുടെ മുറിവ് കെട്ടുന്നതും അവളുടെ കൈ പിടിച്ച് കരയ്ക്ക് കയറ്റുന്നതുമൊക്കെ ഈ പുസ്തകത്തിലെയെന്നല്ല ഇതഃപര്യന്തമുള്ള മലയാള നോവൽ സാഹിത്യത്തിലെതന്നെ അതിസുന്ദരമായ ഭാഗങ്ങളാണല്ലോ- കുഞ്ഞുപാത്തുമ്മയിൽ പരിവർത്തനങ്ങൾ വരുന്നുണ്ട്. പക്ഷേ, അതെന്താണെന്ന് അവൾക്ക് തന്നെ നിശ്ചയമില്ല. അവൾ വെറുതെ വളരെ നേരം ലോകത്തെ നോക്കിയിരിക്കും; ആരോടും ഒന്നും പറയില്ല. ചിലപ്പോൾ ചിരിക്കും. രാത്രി തലയിണയിൽ പതുക്കെ നുള്ളി 'നൊന്തോ?' എന്ന് ചോദിക്കും... കുഞ്ഞുപാത്തുമ്മയോട് അവൾക്ക് എന്താണ് വന്നുപെട്ടതെന്ന് അവളുടെ അച്ഛനമ്മമാർ ചോദിക്കുമ്പോൾ അവൾ ഒന്നും ഒളിച്ചുവയ്ക്കുന്നില്ല. പക്ഷേ 'ന്റെ കരളില് വേതന' എന്നു മാത്രമേ അവൾക്ക് പറയുവാൻ കഴിയുന്നുള്ളു. അതിലപ്പുറം അവൾക്ക് ഒന്നും അറിയില്ല. അവളാണെങ്കിൽ കളവ് പറയാനോ ഒളിച്ചുവെക്കാനോ ഒന്നും കഴിയാത്തവളുമാണ്. 'കള്ള സാച്ചി പറേങ്കയ്യേല' എന്ന് സ്വന്തം

അമ്മയോട് സങ്കടത്തോടെ പറയുന്നവളാണല്ലോ കുഞ്ഞുപാത്തുമ്മ.

കുഞ്ഞുപാത്തുമ്മയും നിസാർ അഹമ്മദും തമ്മിലുള്ള പ്രേമം വികസ്വരമാകുന്നത് ഒരു പനിനീർപ്പൂവ് പതുക്കെ വിടർന്നുവരുന്നത് പോലെ സുന്ദരമായാണ്. ഇവിടെ വേണമെങ്കിൽ ചിലേടങ്ങളിലെങ്കിലും നോവലിസ്റ്റിന് ഇത്തിരി കട്ടികൂടിയ ചായം ഉപയോഗിക്കാമായിരുന്നു. ഒരു ചെറിയ 'ടച്ചെ'ങ്കിലും. സംഗതി പ്രേമത്തിന്റെ വികാസമാണല്ലോ. പക്ഷേ ബഷീർ അതിന് തുനിയുന്നില്ല. കുഞ്ഞുപാത്തുമ്മയുടെ നൈർമ്മല്യത്തിന് എല്ലാത്തരത്തിലും ഇണങ്ങുന്ന ഒരു നായകനായാണ് നിസാർ അഹമ്മദിനെ ബഷീർ വരച്ചുകാണിക്കുന്നത്. അഭിജാതനായ ആ യുവാവ് ഒരിക്കലും സഭ്യതയുടെ സീമ വിട്ടുപോകുന്നില്ല.

ഈ ഗ്രന്ഥം വായിച്ച് സന്തോഷിച്ച ഒരെഴുത്തുകാരി മനോഹരമായ ഒരു ലേഖനത്തിൽ ഇതിനെ ഒരു രത്നകംബളത്തോടുപമിച്ചത് ഞാനോർക്കുന്നു. പക്ഷേ ഞാനിഷ്ടപ്പെടുക ഇത് അതിമനോഹരമായ ഒരു വാട്ടർ കളറാണ് എന്ന് പറയാനാണ്. രത്നകംബളം വിലകൂടിയതു തന്നെ. പക്ഷേ അതിൽ Harsh tones ഉണ്ടാകാതിരിക്കില്ല. ഉപ്പൂപ്പായിൽ ഒരിടത്തും Harsh tones ഇല്ലല്ലോ.

ഇനി നാം പാത്തുമ്മായുടെ ആടിലേക്ക് വരിക.

ബഷീറിന്റെ എല്ലാ സൃഷ്ടികളിലും ഏറിയോ കുറഞ്ഞോ ആത്മകഥയുടെ ഭാഗങ്ങൾ കാണാൻ കഴിയും. പക്ഷേ, പാത്തുമ്മായുടെ ആട് പൂർണ്ണമായും ബഷീറിന്റെ ആത്മകഥയാണ്. അല്ലെങ്കിൽ ഒരു പ്രത്യേക കാലയളവിലുള്ള ബഷീറിന്റെ ആത്മകഥ. നോവൽരൂപത്തിൽ എഴുതപ്പെട്ട ആത്മകഥ. ഒരു വലിയ യാത്രയുടെ - മഹാപ്രസ്ഥാനത്തിന്റെ - പരിസമാപ്തിയെയും അതിനുശേഷമുള്ള ശാന്തിപർവ്വത്തെയും പാത്തുമ്മായുടെ ആട് നമ്മെ ഓർമ്മിപ്പിക്കുന്നു. മഹാപ്രസ്ഥാനം എന്നൊക്കെ വെറുതെ ആലങ്കാരികഭംഗിക്കുവേണ്ടി പറയുന്നതല്ല. ഈ പ്രസ്ഥാനം യാത്ര, വൈക്കം മുഹമ്മദ്ബഷീർ എന്ന വ്യക്തിയുടെ മാത്രമല്ല നോവലിസ്റ്റിന്റെ കൂടിയാണ് താനും.

പുസ്തകത്തിന്റെ ആരംഭത്തിൽ ബഷീർ പറയുന്നുണ്ട്. 'അനേക കാലത്തെ അലഞ്ഞുതിരിഞ്ഞുള്ള ഏകാന്തജീവിതത്തിന് ശേഷം മൂക്കത്ത് ശുണ്ഠിയുമായി ഞാൻ വൈക്കം പട്ടണത്തിനടുത്ത് തലയോലപ്പറമ്പിലുള്ള എന്റെ വീട്ടിൽ താമസിക്കാൻ ചെന്നു... പത്തുപതിനഞ്ചു കൊല്ലമായി ഞാൻ എന്റെ വീട്ടിൽ അങ്ങനെ താമസിച്ചിട്ടില്ല. വല്ലപ്പോഴുമൊക്കെ ചില രാത്രികൾ കഴിച്ചുകൂട്ടിയതായ ഓർമ്മയേ ഉള്ളൂ'.

ജീവിതത്തിന്റെ ആദ്യഭാഗം മുഴുവൻ ബഷീറിന് ചെറുതും വലുതു

മായ യാത്രകളായിരുന്നുവല്ലോ- കൊല്ലങ്ങളോളം തന്നെ നീണ്ടുനിൽക്കുന്ന യാത്രകൾ, ഇതിനൊക്കെ ഒരു വിരാമമിട്ട് ഇത്തിരി സ്വസ്ഥമായി ജീവിക്കണം എന്ന് വിചാരിച്ചാണ് അദ്ദേഹം വീട്ടിലേക്ക് തിരിച്ചെത്തുന്നത്. പക്ഷേ, എന്തായിരുന്നു വീട്ടിലെ അനുഭവം? ബഷീർ തന്നെ പറയുന്നു:

'ങ്ഹൂം! അങ്ങനെ ഞാൻ വീട്ടിൽ താമസമാക്കി. നിശ്ശബ്ദത; ശാന്തത; പിന്നെ പരിപൂർണ്ണവിശ്രമവുമാണ് എനിക്കാവശ്യം. ആരോഗ്യം വീണ്ടെടുക്കണം. മനസ്സിന് വിഷമമുണ്ടാക്കുന്ന ശല്യങ്ങളോ ഒച്ചകളോ ഒന്നും ഉണ്ടാകരുത്. പക്ഷേ ഞാൻ ശല്യങ്ങളുടെയും ബഹളങ്ങളുടെയും ഒച്ചകളുടെയും നടുവിലായി. ഒത്ത നടുവിൽ!'

ചെറിയ രണ്ടുമുറികളും ഒരടുക്കളയും രണ്ട് വരാന്തകളുമുള്ള ആ ഓലപ്പുരയിൽ ജീവിക്കാൻ വിധിക്കപ്പെട്ടവരായി ബഷീറിന് പുറമെ വേറെ യാരൊക്കെയാണ് ഉണ്ടായിരുന്നത്? ഉമ്മ; ബഷീറിന് നേരെ താഴെയുള്ള രണ്ട് സഹോദരന്മാരും അവരുടെ ഭാര്യമാരും മക്കളും; ഒരനുജത്തിയും അവളുടെ ഭർത്താവും മക്കളും; പിന്നെ ഏറ്റവും ഇളയ അനുജനും.

ഇതിനൊക്കെ പുറമെ ഇത്തിരി അകലെ താമസിക്കുന്ന ബഷീറിന്റെ അനിയത്തി പാത്തുമ്മ നിത്യവും കാലത്ത് വീട്ടിലെത്തും.

പാത്തുമ്മയുടെ വരവ് ബഷീർ സുന്ദരമായി വർണ്ണിക്കുന്നുണ്ട്:

'തന്റെ കൊച്ചുമകൾ ഖദീജയുമായി പാത്തുമ്മ നേരെ ചൊവ്വേ വീട്ടിലേക്ക് വരും. വരുന്നത് ഒരു സ്റ്റൈലിലാണ്. വാലുപോലെ പിറകിൽ ഖദീജ. സ്വപ്നത്തിലെന്നവണ്ണമാണ് പാത്തുമ്മയുടെ നടപ്പ്. വീട്ടിലെത്തിയാൽ വിധം മാറും. പാത്തുമ്മയുടെ ഒച്ച പൊന്തും. അതിനാവശ്യമുണ്ടല്ലോ അവളാണ് ഉമ്മയുടെ മൂത്തമകൾ. അതുകൊണ്ട് വീട്ടിൽ ലേശം അധികാരമൊക്കെ കൂടുതലുണ്ടാകുമല്ലോ.'

പക്ഷേ ബഷീറിന്റെ വീട്ടിൽ കുടിവയ്ക്കുന്നവരുടെ എണ്ണം ഇവരെക്കൊണ്ട് തികയുന്നില്ല. ഇവർക്ക് പുറമെ 'എവിടന്നോ വന്ന് കുടിയേറി ഉമ്മയുടെ അഭയാർത്ഥികളായി പാർക്കുന്ന കുറെ പൂച്ചകൾ. അവരെ പേടിച്ച് മച്ചുമ്പുറത്ത് സദാ ഓടി നടക്കുന്ന കാക്കത്തൊള്ളായിരം എലികൾ. പുരപ്പുറത്ത് ഇരുന്ന് കരഞ്ഞ് ബഹളം കൂട്ടുന്ന കുറെ ഏറെ കാക്കകൾ. ഇതിനെല്ലാറ്റിനും പുറമെ എന്റെ ഉമ്മയുടെ സ്വന്തം വകയും വീട് ഭരിക്കുന്നവരുമായ പത്ത്നൂറ് കോഴികൾ. അവരുടെ എണ്ണമില്ലാത്ത കുഞ്ഞുങ്ങൾ. ഇവരെ റാഞ്ചിക്കൊണ്ടുപോയി തിന്നുജീവിക്കുന്ന എറിയനും പരുന്തും വൃക്ഷങ്ങളിൽ.'

തീരുന്നില്ല; ഇവർക്കൊക്കെ പുറമേയാണല്ലോ കഥയിലെ നായകൻ–

അല്ല നായിക- തന്നെയായ പാത്തുമ്മയുടെ ആട്! കഥ ആരംഭിച്ച് ഇത്തിരി കഴിയുമ്പോൾ ഈ വലിയ ബഹളത്തിൽ മറ്റൊരതിഥികൂടി എത്തിച്ചേരുന്നുണ്ട്. പാത്തുമ്മയുടെ ആട് പ്രസവിച്ചിട്ടുണ്ടാകുന്ന കുട്ടി!

ഈ പെരുഞ്ചന്തയുടെ നടുവിലാണ് ശാന്തി തേടി ബഷീർ വന്നിരിക്കുന്നത്.

ഈ ഗൃഹാന്തരീക്ഷത്തിലെ കൊച്ചുകൊച്ചു സംഭവങ്ങൾ- വ്യക്തികൾ തമ്മിൽ ചെറിയ കാര്യങ്ങൾക്കുണ്ടാകുന്ന സ്പർദ്ധകൾ, സ്നേഹങ്ങൾ ചേരിപ്പോരുകൾ, ഇവയുടെയൊക്കെ ഒടുവിലുണ്ടാകുന്ന സമാധാനപൂർവ്വമായ ഒത്തുതീരലുകൾ- ഇതൊക്കെയാണ് പാത്തുമ്മായുടെ ആടിലെ കഥാവസ്തുക്കൾ. ഋഷിതുല്യമായ നിസ്സംഗതയോടെ എല്ലാം കണ്ടും അനുഭവിച്ചുംകൊണ്ട് ബഷീർ ഈ ബഹളങ്ങൾക്ക് മധ്യേ ജീവിക്കുന്നു. ഒന്ന് രണ്ട് സന്ദർഭങ്ങളിൽ അദ്ദേഹത്തിന് ശുണ്ഠി വരുന്നുണ്ടെങ്കിലും ഒരു തവണ അദ്ദേഹം ഒരു ഗ്ലാസ് എറിഞ്ഞുടയ്ക്കുന്നുമുണ്ട്. സത്യത്തിൽ നമുക്കറിയാം. ആ ശുണ്ഠി ഒരു അഭിനയം മാത്രമാണെന്ന്. ശു ണ്ഠി നിമിഷാർദ്ധത്തിൽ തന്നെ മറഞ്ഞുപോകുന്നുമുണ്ടല്ലോ.

ബഷീറിന്റെ ഉമ്മയടക്കം എല്ലാവർക്കും വേണ്ടത് പണമാണ്. പെങ്ങന്മാർ അവരുടെ കുട്ടികൾക്ക് പണ്ടം പണിയിച്ച് കൊടുക്കാനാണ് ആവശ്യപ്പെടുന്നത്. ബഷീർ കയ്യിലുള്ളതെന്തും അവർക്കൊക്കെ കൊടുക്കുന്നുമുണ്ട്. ഒന്നുമില്ലാത്തപ്പോൾ 'ചന്തയിൽകൊണ്ടുപോയി വിറ്റ് കാശെടുത്തോ' എന്നുപറഞ്ഞ് തനിക്ക് അപ്പോൾ മാത്രം തപാലിൽ വന്ന പുസ്തകങ്ങൾ കൊടുക്കുന്നുമുണ്ട്.

ബഷീറിനോട് വീട്ടിലുള്ള എല്ലാവർക്കും സ്നേഹവും ബഹുമാനവും ആണ്. പക്ഷേ ആബാലവൃദ്ധം ബഷീറിനെ ചൂഷണം ചെയ്യുകയാണ്! ചിലപ്പോൾ പരസ്പരം മത്സരിച്ച് കൊണ്ടുതന്നെ ചൂഷണം ചെയ്യുന്നു. ഞാനെന്തിന് ജനങ്ങളെ മാത്രം പറയുന്നു? ആ 'അജസുന്ദരിയും' ചൂഷണം ചെയ്യുന്നില്ലേ? ബഷീറിന്റെ സമ്മതത്തോടും അല്ലാതെ തന്നെയും അദ്ദേഹത്തിന്റെ ഭക്ഷണസാധനങ്ങൾ പാത്തുമ്മയുടെ എന്ത്തിന്നാലും വിശപ്പ് തീരാത്ത ആ ആട് അനുഭവിക്കുന്നുണ്ടല്ലോ! ഭക്ഷണസാധനങ്ങൾ, അധികവും പഴമാണ് - ഇല്ലെങ്കിൽ ആട് ബഷീറിന്റെ തീപ്പെട്ടി, വസ്ത്രങ്ങൾ, പുസ്തകങ്ങൾ എന്നിവകൊണ്ടാണ് തൃപ്തിപ്പെടുന്നത്! ബഷീർ പറയുന്നു:

പെട്ടിപ്പുറത്ത് ബാല്യകാലസഖി, ശബ്ദങ്ങൾ എന്നീ രണ്ട് പുസ്തകങ്ങളുടെ പുതിയ പതിപ്പിന്റെ ഓരോ കോപ്പി ഇരിപ്പുണ്ടായിരുന്നു. അതിൽ ബാല്യകാലസഖിയാണ് ഇപ്പോൾ അത് സാപ്പിടുന്നത്. മുൻകാ

ലുകൊണ്ട് ചവുട്ടിയിട്ട് രണ്ടും മൂന്നും പേജുകളായി നക്കിനക്കി വായി ലാക്കി സ്റ്റൈലായി ചവച്ചുതിന്നുകയാണ്. തിന്നട്ടെ! നല്ല ആടുതന്നെ. ശബ്ദങ്ങൾ ഇരിപ്പുണ്ടല്ലോ. ഘോരഘോരമായ വിമർശന പീരങ്കി ഉണ്ട കൾ ഏറ്റ ചെറുപുസ്തമാണ്. എങ്കിലും സംഗതി ഭീകരം. ആ പുസ്തകം തിന്നാൻ ഈ ആട് ധൈര്യപ്പെടുമോ!

യാതൊരു സങ്കോചവുമില്ല. 'ബാല്യകാലസഖി' അകത്തായി ഉടനെ 'ശബ്ദങ്ങൾ' തുടങ്ങി. രണ്ടുമിനുട്ട് കൊണ്ട് മുഴുവൻ സാപ്പിട്ടു. എന്നിട്ട് ആട് എന്റെ പുതപ്പ് തിന്നാൻ തുടങ്ങി. ഉടനെ ഞാൻ ചാടിയിറങ്ങി; ഓടി ച്ചെന്നു.

'ഹേ അജസുന്ദരീ! ഭവതി ആ പുതപ്പ് തിന്നരുത്. അതിന് നൂറുരൂപ വിലയുണ്ട്. അതിന്റെ കോപ്പി എന്റെ പക്കൽ വേറെയില്ല. എന്റെ പുസ്ത കങ്ങൾ ഇനി വേറെയുമുണ്ട്. ഭവതിക്ക് അതെല്ലാം വരുത്തി സൗജന്യ മായി തരാം.'

ഇത്രയൊക്കെ ആയിട്ടും ആ വീട്ടിൽ പാത്തുമ്മായുടെ ആടിനെ ഏറ്റവും സ്നേഹിക്കുന്നത് ബഷീറാണ്. പാത്തുമ്മായുടെ ആട് പ്രസവി ക്കാൻ പോകുമ്പോഴും പ്രസവിച്ച് കഴിഞ്ഞപ്പോഴും ബഷീർ അനുഭവി ക്കുന്ന വിഷമങ്ങളും കാട്ടുന്ന വെപ്രാളങ്ങളും പ്രസിദ്ധമാണല്ലോ. അതു പോലെ തന്നെ നവാഗതനായ ആട്ടിൻകുട്ടിയുടെ മേൽ ചൊരിയുന്ന സ്നേഹവാത്സല്യങ്ങളും.

ബഷീറിന്റ നർമ്മം പ്രസിദ്ധമാണല്ലോ. എഴുത്തിലും വാക്കിലുമൊ ക്കെയുള്ള നർമ്മം. ഒരിക്കൽ എന്തുതിന്നിട്ടും തൃപ്തിയാകാത്ത ആടിന് ബഷീർ തന്റെ കയ്യിൽ അവശേഷിച്ചിട്ടുള്ള അഞ്ചുരൂപായുടെ നോട്ടാണ് കൊടുക്കുന്നത്. അതുകൊണ്ടെങ്കിലും തൃപ്തി വരട്ടെ!

ഈ നർമം ഒരുപക്ഷേ ഏറ്റവും കുറവ് ബാല്യകാലസഖിയിലായി രിക്കാം. കുറവ് എന്നേ ഞാൻ പറയുന്നുള്ളു.ഇല്ലാതില്ല. 'ഇമ്മിണി ബല്യ ഒന്ന്' എന്ന പ്രസിദ്ധമായ പ്രയോഗം ബാല്യകാലസഖിയിലാണല്ലോ. 'ഉപ്പൂപ്പാ' യിൽ നർമ്മം ഏറെയുണ്ട്. ബാല്യകാലസഖിയേക്കാൾ എത്ര യോ അധികം. പാത്തുമ്മായുടെ ആടാകട്ടെ ബഷീറിന്റെ മധുരമായ നർമ്മബോധത്തിന്റെ ഏറ്റവും വലിയ ഉദാഹരണം തന്നെയായിത്തീരു ന്നു. ഇവിടെ വാക്കുകളിലും വരികളിലും വരികൾക്കിടയിലും ബഷീ റിന്റെ നർമ്മം അതിന്റെ എല്ലാവിധ വസന്തകാന്തിയോടും കൂടി പൂത്തു ലഞ്ഞുനിൽക്കുന്നു.

പാത്തുമ്മായുടെ ആട് തലയോലപ്പറമ്പിലെ ഒരു കൊച്ചുവീട്ടിൽ നട ക്കുന്ന സംഭവങ്ങളുടെ വിവരണം മാത്രമല്ല, ചൂഷണത്തിൽ ഊന്നി

നിൽക്കുന്നതും സ്നേഹത്തിന്റെയും വിശ്വാസത്തിന്റെയും ശബ്ദം നേർത്ത് നേർത്ത് വരുന്നതുമായ നമ്മുടെ കാലഘട്ടത്തിന്റെ സത്യസന്ധവും ഉദാരവുമായ കമന്ററി കൂടിയാണ് അത്.

ഈ പ്രസംഗം അവസാനിപ്പിക്കുന്നതിന് മുമ്പായി വളരെ പ്രസക്തമായ ഒരു കാര്യംകൂടി നിങ്ങളെ ഓർമ്മിപ്പിച്ചുകൊള്ളട്ടെ. ബഷീറിന്റെ പാത്തുമ്മായുടെ ആട് പെറ്റുവീണത് സൗകര്യങ്ങളുള്ള ഒരു വീട്ടിലോ ഹോട്ടലിലോ എ.സി മുറിയിലോ ഒന്നുമായിരുന്നില്ല. തൃശ്ശൂരിലെ ഒരു ഭ്രാന്താശുപത്രിയിലാണത് സംഭവിക്കുന്നത്! കടുത്ത ഭ്രാന്തിന് വിധേയനായി ആശുപത്രിയിൽ കിടക്കുമ്പോൾ അവിടെവെച്ചുതന്നെ അദ്ദേഹം ഈ പുസ്തകമെഴുതുന്നു. സാധാരണയായി, താനെഴുതുന്ന പുസ്തകങ്ങൾ എത്രയോ തവണ മാറ്റിയെഴുതുന്ന സമ്പ്രദായം ബഷീറിനുണ്ടെന്ന് നമുക്കറിയാം. അഞ്ചുകൊല്ലങ്ങളോളം ഈ പുസ്തകത്തിന്റെ കൈയെഴുത്തുപ്രതി അദ്ദേഹത്തിന്റെ കൂടെയുണ്ടായിരുന്നു. പക്ഷേ ഒടുവിൽ പ്രസ്സിലേക്കയച്ചപ്പോൾ കൈയെഴുത്തുപ്രതിയിൽനിന്ന് ഒരു വാക്കുപോലും ബഷീർ മാറ്റുകയുണ്ടായില്ല. അത് അങ്ങനെതന്നെ, അതിന്റെ ആദ്യത്തെ രൂപത്തിൽതന്നെ അച്ചടിക്കുകയാണുണ്ടായത്. ബഷീർ കൃതികളിൽ ഈ യോഗം പാത്തുമ്മായുടെ ആടിന് മാത്രമേയുണ്ടായിട്ടുള്ളു എന്ന് നാമോർക്കുക.

ജീവിതത്തിന്റെ ഏതെങ്കിലുമൊരു ഘട്ടത്തിൽ ഭ്രാന്തിന് അടിമപ്പെട്ടുപോയ പ്രശസ്തരായ കലാകാരന്മാരെ- എഴുത്തുകാരെക്കുറിച്ചും അവരുടെ മഹത്തായ കൃതികളെക്കുറിച്ചുമൊക്കെ നാം കേട്ടിട്ടുണ്ട്. പക്ഷേ ഒരു കൃതി പൂർണ്ണമായും ഭ്രാന്താശുപത്രിയിൽ വെച്ച് രചിക്കപ്പെടുക എന്നത് വളരെ വിരളമായിരിക്കും. ഞാൻ അങ്ങനെയൊന്ന് കേട്ടിട്ടേയില്ല. ഈ ബഹുമതി പാത്തുമ്മായുടെ ആടിന് മാത്രമുള്ളതാണ്.

തികച്ചും 'നോർമ'ലായ ഒരു മനുഷ്യന് ഒരിക്കലും മഹാനായ ഒരു കലാകാരനാകാൻ കഴിയില്ല എന്ന് എനിക്ക് പലപ്പോഴും തോന്നാറുണ്ട്. മഹത്തായ കൃതികൾ രൂപം കൊള്ളുന്നത് ഭ്രാന്തമായ മനസ്സുകളിൽനിന്നായിരിക്കും. അല്ലെങ്കിൽ ഭ്രാന്തുകൊണ്ട് വിമലീകരിക്കപ്പെട്ട മനസ്സുകളിൽനിന്ന് ഈ നിയമത്തിന്റെ ജീവിച്ചിരിക്കുന്ന ഏറ്റവും വലിയ ഉദാഹരണം വൈക്കം മുഹമ്മദ് ബഷീർ എന്ന വ്യക്തിയും എഴുത്തുകാരനും തന്നെ.

ബഷീറിന്റെ മഹാപ്രസ്ഥാനത്തിലെ ശാന്തിപർവ്വമാണ് ഈ മനോഹരമായ കൃതി. യാത്ര അവസാനിച്ച ഇടം. യാത്രികൻ വിശ്രമിച്ച്, പിന്നിട്ട വഴിയിലേക്ക് നോക്കി ആശ്വാസം കൊണ്ട ഇടം! പാത്തുമ്മായുടെ ആടിന്

ശേഷവും മഹത്തായ കൃതികൾ ബഷീർ എഴുതിയിട്ടുണ്ട്. പക്ഷേ, ഞാൻ പറയും. അദ്ദേഹം തന്റെ കഴിവിന്റെ ഉച്ചകോടിയിലെത്തുന്നത് ഈ പുസ്തകത്തിലാണ് എന്ന്. മഹാനായ ഈ യാത്രികൻ സ്വയം ദർശിച്ചറിഞ്ഞതും അതിനുശേഷം നമുക്കെല്ലാവർക്കും സ്നേഹത്തോടെ വിവരിച്ചുതന്നതുമായ 'മാനസസരസ്സാ'ണ് ഈ കൃതിയെന്ന് പറയട്ടെ...

(കേരളസർവകലാശാലയുടെ സി.വി.രാമൻപിള്ള മെമ്മോറിയൽ ലക്ചറായി മൂന്നുദിവസം തിരുവനന്തപുരം സെനറ്റ് ഹാളിൽ ചെയ്ത പ്രസംഗം)

നിത്യഭാസുരമായ ഏടുകളിൽ

ഏതാനും കൊല്ലങ്ങൾക്കുമുമ്പ് ഒരു അർദ്ധരാത്രിയിൽ എനിക്ക് ഒരു ടെലിഫോൺ വന്നു. മനോരമയിൽനിന്നാണ് വിളിക്കുന്നത് എന്നായിരുന്നു വിളിച്ച ആൾ പറഞ്ഞത്. 'നമ്മുടെ ഒ.വി. വിജയൻ കഴിഞ്ഞുപോയി' എന്നായിരുന്നു അയാൾ പറഞ്ഞത്. അയാളുടെ ശബ്ദം ഇടറുന്നുണ്ടായിരുന്നു. കൂടുതൽ എന്തെങ്കിലും ചോദിച്ച് അറിയുന്നതിന് മുമ്പായി അയാൾ ഫോൺ താഴെ വെച്ചു.

അന്നുരാത്രി പിന്നീട് എനിക്കുറങ്ങാൻ കഴിഞ്ഞില്ല. വിജയൻ എന്റെ വളരെ അടുത്ത സുഹൃത്തൊന്നും ആയിരുന്നില്ല. എങ്കിലും സ്നേഹവും ബഹുമാനവും നിറഞ്ഞ സമീപനമായിരുന്നു എനിക്ക് എന്നും അദ്ദേഹത്തിന്റെ നേരെ ഉണ്ടായിരുന്നത്. എന്റെ കാലത്തെ ഏറ്റവും വലിയ മലയാള എഴുത്തുകാരൻ വിജയൻ ആണെന്ന് ഞാൻ വിശ്വസിക്കുന്നു. അത് ഉറക്കെ വിളിച്ചുപറയാൻ ഞാൻ മടികാട്ടിയിരുന്നുമില്ല.

രാവിലത്തെ പത്രം, ടി.വി, റേഡിയോ ഇവയിലൊന്നും വിജയന്റെ മരണവാർത്ത ഉണ്ടായിരുന്നില്ല. ഞാൻ പിന്നീട് മനോരമയിലേക്ക് വിളിച്ചുചോദിച്ചു. അപ്പോൾ അവർ പറഞ്ഞത് അവർക്കും രാത്രി ഇങ്ങനെ ഒരു ഫോൺകോൾ വന്നിരുന്നു എന്നായിരുന്നു. പക്ഷേ, ഇതിൽ വിശ്വാസം വരാതെ അവർ ഹൈദരാബാദിലേക്ക് വിളിച്ചപ്പോൾ മരിച്ചു എന്നുപറഞ്ഞ ഒ.വി.വിജയൻ തന്നെയായിരുന്നു ഫോൺ എടുത്തത് എന്നും അവർ പറഞ്ഞു.

സത്യം പറയട്ടെ. ഇതുകേട്ടപ്പോൾ ഞാൻ ഞെട്ടുകയൊന്നും ഉണ്ടായില്ല. എങ്കിലും സങ്കടപ്പെടാതിരുന്നില്ല. എന്തിനാണ് നമ്മുടെ ആൾക്കാർ, -സാഹിത്യകാരന്മാർ തന്നെ - ഇത്തരം പ്രവൃത്തികളിൽ ഏർപ്പെടുന്നത്?

ബഷീറിന്റെ വിഷയത്തിലും ഇതുപോലൊരു സംഭവം ഉണ്ടായിട്ടുണ്ട്. എല്ലാ പത്ര ഓഫീസുകളിലും ബഷീറിന്റെ മരണവാർത്ത വിളിച്ച് അറിയിച്ച ശേഷം അവർ ബഷീറിനെത്തന്നെ വിളിച്ച് അദ്ദേഹത്തിന്റെ മരണവാർത്ത അറിയിച്ചു!

ഈ സംഭവത്തെക്കുറിച്ച് ഏറെ ദുഃഖത്തോടെ ബഷീർ ഒരു ലേഖനം എഴുതിയിട്ടുമുണ്ട്.

ഏതെങ്കിലും പ്രശസ്തനായ ഒരു എഴുത്തുകാരൻ മരിക്കുകയോ രോഗഗ്രസ്തനാവുകയോ ചെയ്താൽ ഞങ്ങളുടെ വഴി തെളിയുമെന്ന് വിശ്വസിക്കുന്ന ഒട്ടേറെ പീറ എഴുത്തുകാർ ഉള്ള നാടാണ് നമ്മുടേത്. അതുകൊണ്ട് ഇത്തരം കാര്യങ്ങളൊന്നും നാം അത്ര കാര്യമായി എടുക്കേണ്ടതില്ല.

അല്ലെങ്കിൽ നല്ല ഒരു എഴുത്തുകാരന് മരണമുണ്ടോ? അദ്ദേഹം തന്റെ സൃഷ്ടികളിലൂടെ കാലത്തെ എന്നന്നേയ്ക്കുമായി കീഴടക്കി അമരനായി വാഴില്ലേ?

വാഴും; തീർച്ചയായും വാഴും.

അങ്ങനെ വാഴാൻ വിധിക്കപ്പെട്ട രണ്ട് ഗദ്യകാരന്മാരേ മലയാളത്തിൽ ഈ കാലഘട്ടത്തിൽ ഉണ്ടായിട്ടുള്ളൂ അത് ബഷീറും ഒ.വി. വിജയനുമാണ്.

നിദ്രയുടെ താഴ്‌വരയിൽ

അമ്പതുകൊല്ലങ്ങൾക്ക് മുമ്പ് വിജയൻ ഒരു കഥ എഴുതി.'നിദ്രയുടെ താഴ്‌വരയിൽ'. പാലക്കാട് വിക്ടോറിയ കോളേജിലെ വിദ്യാർത്ഥിയായ മയൂരനാഥന്റെ പ്രേമനൈരാശ്യവും ആത്മഹത്യയുമാണ് കഥയുടെ വിഷയം. എന്നെ ഏറെ സ്പർശിച്ച ഒരു കഥയാണത്. മലയാളത്തിലെ ഏറ്റവും മികച്ച ഏതാനും ചില കഥകൾ തിരഞ്ഞെടുക്കാൻ എന്നോട് പറഞ്ഞാൽ തീർച്ചയായും ഈ കഥ ആദ്യംതന്നെ ഞാൻ തെരഞ്ഞെടുക്കും.

വിജയനും ഏറെ ഇഷ്ടപ്പെട്ട കഥയാണ് 'നിദ്രയുടെ താഴ്‌വരയിൽ'. ഇഷ്ടപ്പെട്ടത് എന്നുമാത്രം പറഞ്ഞാൽ പോരാ, വിജയന്റെ ജീവിതത്തെ ഒരു പുതിയ വഴിയിലേക്ക് തിരിച്ചുവിട്ട കഥകൂടിയായിരുന്നു അത്.

ഈ കഥയേയും അതു തന്റെ ജീവിതത്തിലുണ്ടാക്കിയ പരിവർത്തനങ്ങളെയും കുറിച്ച് വിജയൻ എന്നോട് സവിസ്തരം സംസാരിക്കുക ഉണ്ടായിട്ടുണ്ട്.

ഇനി ഞാൻ പറയാൻ പോകുന്നത് മുഴുവനും അതിന്റെ അടിസ്ഥാനത്തിലാണ്.

'നിദ്രയുടെ താഴ്‌വരയിൽ' വിജയൻ മാതൃഭൂമി ആഴ്ചപ്പതിപ്പിലേയ്ക്കാണ് ആദ്യം അയച്ചത്. എൻ.വി. കൃഷ്ണവാരിയർ ആയിരുന്നു അന്നത്തെ പത്രാധിപർ. വിജയൻ ഒരു കഥ അയച്ചുകൊടുത്താൽ അത് മൂന്നാമത്തെ ആഴ്ച അച്ചടിച്ചുവരും. പക്ഷേ ഈ കഥ അയച്ചുകൊടുക്കുമ്പോൾ എൻ.വി. ഒരു വിദേശ പര്യടനത്തിന് പോയിക്കഴിഞ്ഞിരുന്നു.

എൻ.വിയുടെ അഭാവത്തിൽ കാര്യങ്ങൾ നോക്കി നടത്തിയിരുന്നത് പ്രശസ്തനായ ഒരു കഥാകൃത്തുകൂടിയായ സഹപത്രാധിപരായിരുന്നു. കഥ കിട്ടിയ ഉടനെ, കഥ വളരെ നന്നായിട്ടുണ്ടെന്നും ഉടനെ അത് പ്രസിദ്ധീകരിക്കുന്നുണ്ടെന്നും വിജയനെ അറിയിച്ചു. പക്ഷേ മാസങ്ങൾ കഴിഞ്ഞിട്ടും കഥ പുറത്തുവന്നില്ല. ഒടുവിൽ എൻ. വി. കൃഷ്ണവാരിയർ വിദേശപര്യടനം കഴിഞ്ഞ് കോഴിക്കോട് തിരിച്ചെത്തിയപ്പോഴേയ്ക്ക് കഥ പ്രസിദ്ധീകരിക്കാൻ കഴിയാത്തതിൽ ഖേദിക്കുന്നു എന്ന സ്ലിപ്പോടുകൂടി ആ കഥ വിജയന്റെ അടുക്കലെത്തി.

വിജയനെ മാനസികമായി വളരെയേറെ തകർത്ത ഒരു സംഭവമായിരുന്നു അത്. പിന്നീട് ഒരു കൊല്ലത്തേക്ക് വിജയൻ മലയാളത്തിൽ ഒന്നും എഴുതിയിട്ടില്ല. ഡൽഹിയിൽ ചെന്ന് അവിടെ ശങ്കേഴ്സ് വീക്കിലിയിൽ ഒരു ജോലിക്കാരനായി ചേരുകയും ചെയ്തു.

1989 ജനുവരിയിൽ ഡൽഹിയിൽ വെച്ചാണ് ഈ സംഭവങ്ങളെക്കുറിച്ച് വിജയൻ എന്നോട് പറഞ്ഞത്.

വിജയൻ പിന്നീട് ഇത്രയും കൂടി പറഞ്ഞു: 'എന്റെ ജീവിതവിജയങ്ങൾക്കൊക്കെ ഞാൻ നന്ദി പറയേണ്ടത് ആ സഹപത്രാധിപരോടാണ്. അദ്ദേഹം അങ്ങനെ ചെയ്തിരുന്നില്ലെങ്കിൽ ഞാൻ കേരളം വിട്ടുപോകുകയോ ഇംഗ്ലീഷിലെഴുതാൻ തുടങ്ങുകയോ ചെയ്യുമായിരുന്നില്ലല്ലോ?'

വിജയന്റെ ഏറ്റവും പ്രശസ്തമായ പുസ്തകം 'ഖസാക്കിന്റെ ഇതിഹാസം' തന്നെ. ഇതിഹാസത്തിന്റെ സവിശേഷതകളെക്കുറിച്ച് ഞാൻ ഒന്നും ഉപന്യസിക്കാൻ ഉദ്ദേശിക്കുന്നില്ല.

പക്ഷേ,ഒരു കാര്യം ഇവിടെ പറഞ്ഞേ തീരൂ.

ഇരുപതാംനൂറ്റാണ്ടിലെ നോവൽ - കഥ സാഹിത്യത്തെ രണ്ടായിത്തിരിക്കുന്ന ഒരു അതിർത്തിരേഖയാണ് 'ഖസാക്കിന്റെ ഇതിഹാസം.' ഖസാക്കിന്റെ ഇതിഹാസത്തിന് മുമ്പുള്ളതും പിമ്പുള്ളതുമായി മലയാളസാഹിത്യത്തെ നമുക്ക് വിഭജിക്കാം.

ഈ പുസ്തകം പ്രസിദ്ധപ്പെടുത്തിയിട്ട് മുപ്പത്തഞ്ച് കൊല്ലങ്ങളോളമായി. എന്നിട്ടും ഇപ്പോഴും ഈ പുസ്തകത്തെപ്പറ്റി സാഹിത്യവിദ്യാർഥികൾ ചർച്ച ചെയ്തുകൊണ്ടിരിക്കുന്നു. പുസ്തകത്തിന് പുതിയ പതിപ്പുകൾ വന്നുകൊണ്ടേയിരിക്കുന്നു.

ഖസാക്കിന്റെ ഇതിഹാസത്തിന് മേൽ താറടിക്കാൻ ഇവിടെ ആദ്യം മുതൽ ശ്രമങ്ങളുണ്ടായിട്ടുണ്ട്. ഇതിലേറ്റവും പ്രധാനം 'ബൻഗർവാടി' എന്ന മറാത്തി പുസ്തകത്തോടുള്ള ആധമർണ്യം ചൂണ്ടിക്കാണിച്ച് മാതൃഭൂമി ആഴ്ചപ്പതിപ്പിൽ വന്ന ലേഖനപരമ്പരയാണ്. മണൽകൊണ്ട് അണ

കെട്ടുക എന്നൊരു ചൊല്ല് നമ്മുടെ ഇടയിൽ ഉണ്ടല്ലോ. അത്തരത്തിൽ ഒരു പാഴ്വേല!

വിജയനെപ്പോലെ ഇത്രമാത്രം അനുകരിക്കപ്പെട്ട മറ്റൊരു ഗ്രന്ഥകാരൻ മലയാളത്തിൽ ഇല്ല. കവിതയിൽ ചങ്ങമ്പുഴയ്ക്ക് ഉണ്ടായ യോഗമാണ് ഗദ്യത്തിൽ വിജയന് ഉണ്ടായത്. പക്ഷേ, അനുകർത്താക്കളൊന്നും ഒ.വി. വിജയൻ ആയില്ല. ജനിമൃതി, ആർത്തവരക്തം, മൃത്യുബോധം, അസ്തിത്വ ദുഃഖം എന്നൊക്കെപ്പറഞ്ഞ് കുറേക്കാലം അവരൊക്കെ ഇവിടെ ശബ്ദഘോഷമുണ്ടാക്കി. പിന്നീട് വിസ്മൃതിയിൽ വിലയം പ്രാപിക്കുകയും ചെയ്തു.

ഇന്ദിരാഗോസ്വാമിക്ക് ജ്ഞാനപീഠം കിട്ടിയ വർഷം വിജയന് ആയിരുന്നു അത് കിട്ടേണ്ടതെന്നും പീഠക്കമ്മിറ്റിയിലെ മലയാളിയായ ഒരംഗം അർഥഗർഭമായ മൗനം ദീക്ഷിച്ചതുകൊണ്ടാണ് അത് കിട്ടാതെ പോയതെന്നും കേട്ടിട്ടുണ്ട്. പക്ഷേ, ഇതിനെക്കുറിച്ച് നേരിട്ട് അറിവില്ലാത്തതിനാൽ എനിക്കൊന്നും പറയാൻ കഴിയില്ല.

മൃദുഭാഷിയും സ്നേഹസമ്പന്നനുമായ എന്റെ ഒരു സുഹൃത്ത് കാലത്തിന്റെ നിത്യഭാസുരമായ ഏടുകളിലേയ്ക്ക് കയറിപ്പോയിരിക്കുന്നു. അവിടെ നിന്ന് അദ്ദേഹത്തെ എടുത്തുമാറ്റാൻ ആർക്കും കഴിയില്ല.

സ്വാതന്ത്ര്യത്തിന്റെ അഗ്നിനാളം സ്നേഹത്തിന്റെയും

സാധാരണ പെൺകുട്ടികൾ വിവാഹജീവിതത്തെക്കുറിച്ച് സ്വപ്നം കാണാൻപോലും തുടങ്ങാത്ത പ്രായത്തിലാണ് മാധവിക്കുട്ടി ഒരു ചെറുപ്പക്കാരനെ പ്രേമിച്ചത്. ജാതി, മതം ദേശം തുടങ്ങിയ ഘടകങ്ങളൊക്കെ അനുകൂലമായിരുന്നിട്ടും പണക്കാരനല്ലാത്തതിനാലായിരിക്കും സ്വന്തം അച്ഛൻ തന്നെ ഈ ബന്ധത്തെ കശക്കി എറിഞ്ഞുകളഞ്ഞത്. ഇതിന്റെ വേദന ജീവിതാന്ത്യംവരെയും അവരെ വേട്ടയാടിയിരുന്നു.

സാഹിത്യത്തിലും ജീവിതത്തിലും മാധവിക്കുട്ടി ഒരു റബലായിരുന്നു. എന്നും അവർ താനിഷ്ടപ്പെടുന്നതുപോലെ മാത്രം എഴുതി, ജീവിച്ചു. സമൂഹം എന്തുപറയും എന്നത് അവർക്കൊരിക്കലും പ്രശ്നമായിരുന്നില്ല. സ്വന്തം മനഃസാക്ഷിയോട് മാത്രമായിരുന്നു അവരുടെ ബാധ്യത.

മാധവിക്കുട്ടി ഒരു കവിയായിരുന്നു - അടിമുതൽ മുടിവരെ. സ്നേഹമായിരുന്നു അവരുടെ മതം. എല്ലാ മതങ്ങളുടെയും അതിരുകൾക്കപ്പുറത്തായിരുന്നു അവർ.

അല്ലെങ്കിൽ.....

കബീറിന്റെ മതമെന്തായിരുന്നു?

ഷിർദിയിലെ ബാബയുടെ മതം എന്തായിരുന്നു?

ഇങ്ങനെയൊക്കെയായിട്ടും വിഡ്ഢികളായ നമ്മൾ നമ്മുടെ പഴകി ദ്രവിച്ച മുഴക്കോലുകൾകൊണ്ട് ഇപ്പോഴും അവരെ അളന്നുതിട്ടപ്പെടുത്തുവാൻ ശ്രമിക്കുന്നു.

ഹാ കഷ്ടം എന്നല്ലാതെ മറ്റെന്തുപറയാൻ!

ജീവിതത്തിൽ ഏറെ മുറിവുകൾ അനുഭവിച്ച ഒരു സ്ത്രീയായിരുന്നു മാധവിക്കുട്ടി. എന്നിട്ടും അവർ ജീവിതത്തെ സ്നേഹിക്കുകയും ജീവിതത്തെ ഒരു ആഘോഷമാക്കിമാറ്റുകയും ചെയ്തു.

മാധവിക്കുട്ടിക്ക് ഒരു കളങ്കവുമുണ്ടായിരുന്നില്ല. കളങ്കം മുഴുവൻ നമു

ക്കായിരുന്നു. അല്ലെങ്കിൽ, അഗ്നിനാളത്തിന് എന്ത് കളങ്കം? എല്ലാ കള ങ്കങ്ങളും അവിടെ ദഹിച്ച് ഇല്ലാതാവുകയല്ലേ ചെയ്യുക.

പുന്നയൂർക്കുളത്തുനിന്നാരംഭിച്ച യാത്ര തിരുവനന്തപുരത്തെ പാളയം ജുമാമസ്ജിദിലെ ഖബർസ്ഥാനിൽ അവസാനിച്ചിരിക്കുന്നു.

എല്ലാം കാണുകയും അറിയുകയും ചെയ്യുന്ന അല്ലാഹു അവരുടെ ആത്മാവിന് മഗ്ഫിറത്ത് നൽകട്ടെ!

(വാരാദ്യമാധ്യമം 2009 ജൂൺ 7)

ഒരേയൊരു അപ്പൻ

അപ്പനെക്കുറിച്ച് എന്തെങ്കിലും എഴുതുമ്പോൾ സ്വാഭാവികമായും അതിൽ ഞാനും കടന്നുവരും. എം.പി.ശങ്കുണ്ണി നായരെക്കുറിച്ച് എഴുതിയപ്പോൾ സംഭവിച്ചതുപോലെ. സുമനസ്സുകൾ ക്ഷമിക്കട്ടെ!

വിമർശനം എന്താണെന്ന് ആധുനികകാലത്ത് മലയാളികൾക്കു മനസ്സിലാക്കിത്തന്നത് കെ.പി.അപ്പനായിരുന്നു. പക്ഷേ അദ്ദേഹം ഒരു സാഹിത്യസമ്മേളനത്തിലും ചെന്ന് തന്റെ സാന്നിദ്ധ്യമറിയിക്കാനായി 'സാഗരഗർജനം' ചെയ്തില്ല. ഒരു അവാർഡിന്റെ പിറകെയും പോയില്ല. വായനയും ചിന്തയും എഴുത്തുമായി കൊല്ലത്തുള്ള വീട്ടിൽ ഒതുങ്ങിക്കൂടി.

മലയാളത്തിൽ ഏറ്റവും കുറച്ചുമാത്രം കഥകളെഴുതിയിട്ടുള്ള എഴുത്തുകാരനാണ് ഞാൻ. പക്ഷേ ഈ കാരണത്താൽ ഞാൻ ചെറിയ ഒരു കഥാകൃത്താണ് എന്ന് എനിക്ക് ഒരിക്കലും തോന്നിയിരുന്നില്ല. എഴുതിയ കഥകളുടെ എണ്ണം വച്ചുകൊണ്ടല്ല ഒരു കഥാകൃത്തിന്റെ യോഗ്യത അളക്കേണ്ടത് എന്ന വിശ്വാസം എനിക്ക് ആദ്യംമുതൽക്കേ ഉണ്ടായിരുന്നു. ആ വിശ്വാസത്തിന് ഇപ്പോഴും ഒരുലച്ചിലും സംഭവിച്ചിട്ടില്ല.

എന്തിനാണ് ഇപ്പോൾ ഇതുപറയുന്നത് എന്നുചോദിച്ചാൽ കാരണമുണ്ട്. ജീവിച്ചകാലം മുഴുവൻ- എഴുതാൻ തുടങ്ങിയകാലം മുതൽക്കുതന്നെ- സാഹിത്യ നഭസ്സിൽ പ്രഭ പരത്തിക്കൊണ്ടുനിന്ന മധ്യാഹ്നസൂര്യനായിരുന്നു അപ്പൻ. ഈ സൂര്യന് വൃദ്ധി മാത്രമേ ഉണ്ടായിരുന്നുള്ളൂ; ക്ഷയമുണ്ടായിരുന്നില്ല. ഇതിനെക്കുറിച്ചൊക്കെ ഏറ്റവുമധികം ബോധവാനായിരുന്നു ഞാൻ. എഴുത്തുകാർ- പ്രത്യേകിച്ച് കഥകളും നോവലുകളുമെഴുതുന്നവർ- അപ്പന്റെ ദൃഷ്ടി തങ്ങളുടെ രചനകളിൽ പതിയേണമേ എന്ന് പ്രാർഥിക്കുന്നവരായിരുന്നു. അനുകൂലമായി ഒന്നും പറഞ്ഞില്ലെങ്കിലും വേണ്ട. ഒന്ന് പേരെടുത്തുപറഞ്ഞ് വിമർശിച്ചാലെങ്കിലും മതി എന്ന് ആഗ്രഹിക്കുന്നവരായിരുന്നു അവർ.

അപ്പൻ പഠിപ്പിച്ച വിദ്യാർഥികളൊക്കെ അപ്പന്റെ ആരാധകരായിരു

ന്നു. അവരുടെ ആരാധനാഭാവത്തിന് ജാതിയുടെയോ മതത്തിന്റെയോ രാഷ്ട്രീയത്തിന്റെയോ പരിഗണനകളുണ്ടായിരുന്നില്ല. ഈ ശിഷ്യഗണത്തിൽപ്പെട്ട ചില സുഹൃത്തുക്കൾ എനിക്ക് കൊല്ലത്തുണ്ടായിരുന്നു. അപ്പനോടുള്ള എന്റെ ആദരവ് അറിയുന്ന ഇവർ ഞാൻ കൊല്ലത്ത് പോകുമ്പോഴൊക്കെ അദ്ദേഹത്തെ ചെന്നുകാണാൻ നിർബന്ധിക്കാറുണ്ടായിരുന്നു. പക്ഷേ, ഞാനൊരിക്കലും പോയില്ല. അദ്ദേഹത്തിന്റെ അബോധമണ്ഡലത്തിലെങ്കിലും എന്റെ എഴുത്തിനെക്കുറിച്ചുള്ള ഒരനുകൂലഭാവം ഉണ്ടാക്കാനാണ് ഞാൻ അദ്ദേഹത്തെ ചെന്നുകണ്ടത് എന്ന് അദ്ദേഹം ചിന്തിക്കാൻ ഇടവരരുതല്ലോ.

ആയിടയ്ക്കാണ് ഞാൻ 'ഗൗരി' എന്ന കഥ എഴുതിയത്. എന്റെ എല്ലാ കഥകളും എനിക്ക് പ്രധാനം തന്നെയാണെങ്കിലും 'ഗൗരി'ക്ക് ഒരു സവിശേഷപ്രാധാന്യം എന്നെ സംബന്ധിച്ചിടത്തോളം ഉണ്ടായിരുന്നു.ഒരു പ്രത്യേകകാലയളവിൽ മലയാളത്തിൽ വന്ന ഏറ്റവും മികച്ച കഥയ്ക്കുള്ള പുരസ്കാരം യു.എ.ഇയിലെ സ്റ്റേജ് ഓഫ് അൽഐൻ 'ഗൗരി'ക്ക് നൽകിയതായിരുന്നില്ല ഈ സവിശേഷപ്രാധാന്യത്തിന്റെ കാരണം. 'ഗൗരി' എന്നെ സംബന്ധിച്ചിടത്തോളം ഒരു കഥ മാത്രമായിരുന്നില്ല. എന്റെ ആത്മാവിന്റെ അംശം തന്നെയായിരുന്നു.

'ഗൗരി'വെളിച്ചം കണ്ടത് 'കലാകൗമുദി ' യിലായിരുന്നു. കഥ വന്ന് ഏതാനും കൊല്ലങ്ങൾകഴിഞ്ഞപ്പോൾ കലാകൗമുദിയുടെ പത്രാധിപർ എൻ.ആർ.എസ്.ബാബു എന്നെ വിളിച്ചുപറഞ്ഞു: 'ഗൗരി'യെക്കുറിച്ച് അപ്പൻ ഒരു ലേഖനം എഴുതുന്നുണ്ട്. എഴുതാൻ തുടങ്ങിയിട്ട് ഏതാണ്ട് ഒരുകൊല്ലമായി. കുറച്ചുകുറച്ചായിട്ടായിരുന്നു എഴുത്ത്. എഴുത്തുകൾക്കിടയിൽ ദീർഘമായ ധ്യാനം. അങ്ങനെ ഇപ്പോൾ ഏതാണ്ട് പൂർത്തിയാകാറായിരിക്കുകയാണ്. ചില ഭാഗങ്ങളൊക്കെ എന്നെ വായിച്ചുകേൾപ്പിച്ചു. ഗംഭീരമാണ്. ഇത് പൂർത്തിയാകാൻ നമുക്ക് കാത്തിരിക്കുക...'

ഞാൻ ആകാംക്ഷയോടെ കാത്തിരുന്നു.

എന്തായിരിക്കും അപ്പൻ 'ഗൗരി'യിൽ കണ്ടെത്തിയിരിക്കുന്നത്?

ഒടുവിൽ അപ്പന്റെ ലേഖനം വന്നു.

'പ്രണയത്തിന്റെ അധരസിന്ദൂരം കൊണ്ടെഴുതിയ കഥ.'

ഈ ലേഖനം വന്നതിന്ശേഷവും ഞാൻ കൊല്ലത്തുപോയിരുന്നു. അപ്പോഴും അപ്പനെ കാണാൻ പോയില്ല. ഭാഷയിലെ കഥാവിമർശനശാഖയിൽ ഒരു നാഴികക്കല്ലായിത്തീർന്ന ഈ ലേഖനത്തിന്റെ കർത്താവിനെ കാണാനുള്ള ആഗ്രഹമില്ലാഞ്ഞിട്ടായിരുന്നില്ല.

മനസ്സ് അപ്പോഴും പറഞ്ഞു: വേണ്ട.

അദ്ദേഹമെന്താണ് വിചാരിക്കുക?

കഥയെക്കുറിച്ച് നല്ലത് പറഞ്ഞതുകൊണ്ടാണ് കാണാൻ വന്നത് എന്നോ മറ്റോ വിചാരിക്കാനിടവന്നാൽ....

വേണ്ട..

പക്ഷേ, അപ്പന്റെ അടുത്ത ശിഷ്യനും എന്റെ സുഹൃത്തുമായ നാസ്സർ എന്നെ പറ്റിച്ചുകളഞ്ഞു.നാസ്സർ ഏർപ്പാടുചെയ്ത ഒരു പരിപാടിയിൽ പങ്കെടുക്കാനായി കൊല്ലത്തുചെന്നപ്പോൾ ഉച്ചഭക്ഷണം അപ്പന്റെ വീട്ടിലാക്കി. പോകാതിരിക്കാൻ പറ്റില്ലല്ലോ.

അതിനുശേഷം ഇന്നുവരെ കൊല്ലത്ത് പോയപ്പോഴൊക്കെ അപ്പന്റെ വീട്ടിൽ ചെന്നിട്ടുണ്ട്. ഭക്ഷണവും കഴിച്ചിട്ടുണ്ട്.

'പ്രണയത്തിന്റെ അധരസിന്ദൂരം കൊണ്ടെഴുതിയ കഥ' എന്ന അപ്പന്റെ ലേഖനം ഡി.സി ബുക്സ് പ്രസിദ്ധീകരിക്കുന്ന 'ഗൗരി'യുടെ പതിപ്പുകളിൽ കാണാം. സ്വന്തമായി ഒരു മുഖവുരയോ മറ്റാരെക്കൊണ്ടെങ്കിലും ഒരവതാരികയോ അകമ്പടിയായിട്ടില്ലാതെ പുസ്തകമിറക്കുന്ന ഞാൻ എങ്ങനെ ഗൗരിയിൽ മാത്രമായി ഇങ്ങനെയൊരു മാറ്റം വരുത്തി!

ഇതിന്റെ പിന്നിലും ഒരു കഥയുണ്ട്.

അന്തരിച്ച ഡി.സി. കിഴക്കെമുറിയാണ് ഇതിന് കാരണക്കാരൻ. ഈ ലേഖനം നമുക്ക് ഗൗരിയുടെ പുതിയ പതിപ്പിൽ എടുത്തുചേർക്കാം എന്ന് അദ്ദേഹം പറഞ്ഞപ്പോൾ ഞാൻ പറഞ്ഞു:

'എനിക്ക് സന്തോഷമാണ്. പക്ഷേ ഞാൻ ചോദിക്കില്ല.'

അപ്പോൾ ഡി.സി പറഞ്ഞു:

'ഒക്കെ എനിക്ക് വിട്ടുതരൂ. അപ്പനുമായി ഞാൻ സംസാരിച്ചു കൊള്ളാം'

ഇപ്പോൾ 'ഗൗരി'യുടെ പതിപ്പുകളിലൊക്കെ ഈ ലേഖനവുമുണ്ട്.

ആശാന്റെ ഏറ്റവും വലിയ ആരാധകനാണ് ഞാൻ; അതുപോലെ സി.വി.രാമൻപിള്ളയുടേയും. അപ്പനും ഏറ്റവുമധികം ഇഷ്ടപ്പെടുന്നത് മലയാളത്തിലെ ഈ രണ്ട് എഴുത്തുകാരെയാണല്ലോ.

'ദുരവസ്ഥ' എഴുതിയപ്പോൾ ബാധിച്ച 'അറ'മാണ് ആശാന്റെ മൃത്യുവിന് കാരണമെന്ന് വിശ്വസിക്കുന്നവരുണ്ട്. ഇങ്ങനെ നോക്കുമ്പോൾ ഒടുവിലൊടുവിലായി അപ്പനെഴുതിയ ലേഖനങ്ങളിൽനിന്ന് അദ്ദേഹത്തിനും 'അറം'പറ്റിയിട്ടുണ്ടാവുമോ?

മഹാരോഗങ്ങളും സാഹിത്യകൃതികളും തമ്മിലുള്ള ബന്ധമായിരുന്നല്ലോ അദ്ദേഹത്തിന്റെ ഇഷ്ടവിഷയം.

ഹൃദയശസ്ത്രക്രിയയ്ക്ക് വിധേയനായി അപ്പൻ മദിരാശിയിൽ ഏറെ നാൾ കിടന്നു. ഒടുവിൽ ക്യാൻസറിന് അടിപ്പെട്ട് ഇവിടെ കേരളത്തിലും.

ക്യാൻസറിനുള്ള ചികിത്സ നടന്നുകൊണ്ടിരുന്നപ്പോൾ ഞാൻ അദ്ദേഹത്തെ ചെന്നുകണ്ടിരുന്നു. അന്നും അദ്ദേഹം സുസ്മേരവദനനായിരുന്നു. പതിവുപോലെ പല തമാശകളും പറഞ്ഞു.

പക്ഷേ, ഞാൻ അസ്വസ്ഥനായിരുന്നു.

പ്രതീക്ഷിച്ച അന്ത്യം ഇപ്പോൾ സംഭവിച്ചുകഴിഞ്ഞു.

എങ്കിലും നമുക്ക് ഉറപ്പിച്ചുപറയാം.

നമുക്ക് ഉറപ്പിച്ചുപറയാം-

മലയാളവിമർശനത്തിന് ഒരു അപ്പനേയുള്ളു-

ഒരേയൊരു അപ്പൻ!

(മലയാളമനോരമ 2008 ഡിസംബർ 16)

മഹാനടൻ

അഭിനയം ഒരു കലാസങ്കേതമാണ്. കലയാകട്ടെ ആസ്വാദകഹൃദയങ്ങളെ സന്തോഷിപ്പിക്കാനുള്ളതും. സിനിമയിലാകട്ടെ ശാസ്ത്രവും കലയും സംവേദിച്ച് കലയ്ക്ക് പുതിയ മാനങ്ങൾ നൽകുന്നു. പ്രേക്ഷകർക്ക് വ്യത്യാസമില്ലാതെ ഒരേ കലാപ്രകടനം പലവട്ടം ആസ്വദിക്കാനുള്ള അവസരമാണ് അഭ്രപാളികളിൽ പിറക്കുന്നത്. അതുകൊണ്ടുതന്നെ ആ വർണ്ണലോകത്തിൽ താരങ്ങളുടെ താരാധിപത്യവും ജനിക്കുന്നു. അത്തരം ഒരു വേദിയിൽ താരമാകാതെ തന്റെ കഥാപാത്രങ്ങളോട് നൂറുശതമാനം നീതി പുലർത്തിക്കൊണ്ട് ഇരുപത്തിയഞ്ചുവർഷം പിന്നിട്ട നടനാണ് മുരളി.

എനിക്ക് താല്പര്യമുള്ള നടന്മാരുടെ പ്രകടനത്തെ ഒരു വിമർശനബുദ്ധിയോടെയാണ് ഞാൻ വീക്ഷിക്കാറ്. അവരുടെ പാകപ്പിഴകൾ എന്നെ ഒരിക്കലും സന്തോഷിപ്പിക്കാറില്ല. മറിച്ച് ദുഃഖിപ്പിക്കാറുണ്ടു താനും. പക്ഷേ എനിക്കെന്നും സന്തോഷം മാത്രം പകർന്നുനൽകിയിട്ടുള്ള നടനാണ് മുരളി.

മുരളിയെ നേരിട്ട് പരിചയപ്പെടുന്നതിനും മുമ്പേതന്നെ സിനിമകളിലൂടെയും മറ്റും മുരളിയുടെ വ്യക്തിത്വത്തിന്റെ ഒരു സാങ്കൽപികചിത്രം ഞാൻ മെനഞ്ഞെടുത്തിരുന്നു. തിരുവനന്തപുരത്ത്നിന്നും മസ്ക്കറ്റിലേക്കുള്ള ഒരു വിമാനയാത്രയിൽ വളരെ യാദൃച്ഛികമായാണ് ഞങ്ങൾ പരിചയപ്പെട്ടത്. എന്റെ സങ്കല്പങ്ങളിലെ മുരളിയെത്തന്നെയാണ് ഞാൻ പരിചയപ്പെട്ടതും.

വ്യക്തിബന്ധങ്ങൾ കാത്തുസൂക്ഷിക്കുന്നതിൽ മുരളി കാണിക്കുന്ന സൂക്ഷ്മത പ്രത്യേകം എടുത്തുപറയേണ്ടതാണ്. ആ വിമാനത്തിൽ വെച്ച് തുടങ്ങിയ സൗഹൃദം വളരെ നല്ല രീതിയിലാണ് മുരളി കാത്തുസൂക്ഷിക്കുന്നത്. ഒരാളെ പ്രീതിപ്പെടുത്താനായി പല സുഹൃത്തുക്കളെയും തള്ളിപ്പറയുന്ന സ്വാർഥന്മാരുടെ ലോകമാണിത്. പക്ഷേ അത്തരം പ്രലോഭനങ്ങളെ വകവെക്കാതെ അവകൊണ്ടുണ്ടാകുന്ന നേട്ടങ്ങളെ തൃണവൽക്ക

രിച്ച് തന്റെ കടമകളെയും സൗഹൃദത്തെയും മുരളി ഊട്ടിയുറപ്പിക്കുന്നു.

മുരളിയുടെ സാഹിത്യ-നാടകലോകങ്ങളുമായുള്ള ബന്ധമാണ് ആ നടന്റെ അടിത്തറ. പ്രാചീനവും ആധുനികവും പൗരസ്ത്യവും പാശ്ചാത്യവും ആയ വിവിധ സാഹിത്യമണ്ഡലങ്ങളുടെ പദ്ധതികളും ചിന്താധാരകളും വ്യക്തമായി പഠിച്ചയാളാണ് മുരളി. അഭിനയസംബന്ധിയായ ഏതാനും പുസ്തകങ്ങളും ഭാഷാപോഷിണിയിൽ അച്ചടിച്ചുവന്ന ലേഖനവും രചിച്ചതിലൂടെ ആസ്വാദകൻ എന്ന പോലെ സ്രഷ്ടാവ് എന്ന തലവും തനിക്ക് ചേരും എന്ന് മുരളി കാണിച്ചുതരുന്നു. ഗദ്യസാഹിത്യത്തിലുള്ളതിനേക്കാൾ പദ്യസാഹിത്യവുമായാണ് മുരളിക്ക് ആഴത്തിലുള്ള ബന്ധം. തന്റെ സർഗശേഷി ശരിയായി വിനിയോഗിച്ച് സാഹിത്യലോകത്ത് സ്വന്തമായൊരു ഇടം നേടാനും മുരളിക്ക് ബുദ്ധിമുട്ടുണ്ടായില്ല.

നാടകത്തിൽനിന്ന് വരുന്നവർ പൊതുവെ തിയേറ്ററിക്കൽ ആകാറുണ്ട്. എന്നാൽ ആ പ്രതിസന്ധി അനായാസം തരണം ചെയ്ത ആളാണ് മുരളി. കൂടാതെ നാടകത്തിന്റെ നല്ല വശങ്ങൾ എല്ലാം അയാൾ സ്വായത്തമാക്കുകയും ചെയ്തിരിക്കുന്നു. നാടകവും സാഹിത്യവുമായുള്ള അടുത്ത ബന്ധംതന്നെ മുരളിക്ക് സവിശേഷമായ ഒരു ഇമേജ് നൽകുന്നു. കൂടാതെ ഇവയുടെയെല്ലാം ഒരു സംയുക്തരൂപമാണല്ലോ സിനിമ. അതുകൊണ്ടുതന്നെ മറ്റ് നടന്മാരിൽനിന്നും മുരളിക്ക് അഭിനയം അനായാസമായിത്തീരുന്നു.

'നെയ്ത്തുകാരൻ' എന്ന സിനിമയുടെ ജീവതേജസ്സ് മുരളിയാണ്. മേൽത്തട്ടിലെ പ്രസ്ഥാനവളർച്ചകൾ മാത്രംകണ്ട് ശീലിച്ച മലയാള സിനിമാപ്രേക്ഷകർക്ക് വ്യത്യസ്തമായൊരു അനുഭവമായിരുന്നു ആ സിനിമ. പിന്നണിയിൽ പ്രവർത്തിച്ച് പ്രസ്ഥാനത്തിന് ഊർജം പകർന്ന തൊഴിലാളികളുടെ വക്താവായ അപ്പമേസ്ത്രി മുരളിക്ക് ദേശിയഅവാർഡ് വാങ്ങിക്കൊടുത്തതിൽ എനിക്ക് അതിയായ സന്തോഷമുണ്ട്. അർഹതപ്പെട്ട പലർക്കും കൊടുക്കാതെ, അഭിനയത്തിന് ഒരു മാനദണ്ഡമല്ല അവാർഡ് എന്ന് തോന്നിപ്പിക്കുന്ന കാലഘട്ടമാണിത്. ആ ഒരു അവസ്ഥയിൽ മുരളിയെപ്പോലെ ഒരാൾക്ക്, വിശേഷിച്ചും ബി.ജെ.പി സർക്കാർ അധികാരത്തിലിരിക്കുന്ന അവസരത്തിൽ ലഭിച്ച പുരസ്കാരത്തിന് പ്രസക്തിയേറെയാണ്.

വ്യത്യസ്തനായ ഒരു രാഷ്ട്രീയ പ്രവർത്തകനാണ് മുരളി. ഒരു ഇടതുപക്ഷസഹയാത്രികനാണ് താനെന്ന് അറിഞ്ഞാൽ സിനിമാലോകത്തുണ്ടായേക്കാവുന്ന നഷ്ടങ്ങളെ അദ്ദേഹം വകവെച്ചില്ല. അതോടൊപ്പം തന്നെ തന്റെ വിശ്വാസങ്ങളെ രാഷ്ട്രീയത്തിനായി ബലി കഴിക്കാനോ

മറച്ചുവെക്കാനോ അദ്ദേഹം തയ്യാറായതുമില്ല. താൻ അമ്പലത്തിൽ പോയത് ഭാര്യയ്ക്ക് വേണ്ടിയാണെന്ന് പറഞ്ഞ് തലയൂരുന്നവരാണ് അധികവും. എന്നാൽ മുരളി ഒന്നിലും ഭാര്യയെ കൊണ്ടുവരാറില്ല. ഇത് എന്റെ വിശ്വാസമാണ്. ഞാനിങ്ങനെ ജീവിക്കും. എന്നുപറയാനുള്ള ധൈര്യം മുരളിക്കുണ്ട്. എന്നാൽ മുരളി ഇലക്ഷനിൽ മത്സരിച്ചതിനോട് വ്യക്തിപരമായി എനിക്ക് താല്പര്യമില്ല. മുരളി നേരിട്ട് പാർലമെന്റിൽ പോയതുകൊണ്ട് ഉണ്ടായേക്കാവുന്നതിനേക്കാൾ സേവനങ്ങൾ പാർലമെന്റിനുപുറത്ത്നിന്നുകൊണ്ട് മുരളിക്ക് ചെയ്യാനാകും എന്നതുതന്നെ കാരണം.

ഒരു മഹാനായ നടൻ ഒരു മഹത്തായ വ്യക്തിത്വത്തിന് ഉടമയായിരിക്കണമെന്നില്ല. അതുപോലെ ഒരു മഹാനായ വ്യക്തി ഒരു മഹാനടനായിരിക്കണമെന്നുമില്ല. എന്നാൽ ഒരു മഹാനടന്റെയും ഒരു മഹത്തായ വ്യക്തിത്വത്തിന്റെയും മേളനമായിരുന്നു മുരളി.

(ഭാഷാപോഷിണി സെപ്തംബർ 2009)

ഓംകാർ നാഥ് ഠാക്കൂർ

ബോംബെ നഗരത്തിലെ അതിപ്രശസ്തമായ ഒരു സംഗീതശാലയുടെ കവാടം. ഹിന്ദുസ്ഥാനി സംഗീതലോകത്തിലെ രാജാക്കന്മാരുടെയും രാജാവായ പണ്ഡിറ്റ് ഓംകാർനാഥ് ഠാക്കൂറിന്റെ കച്ചേരിയാണ് പരിപാടിയിലെ പ്രധാന ഇനം. നഗരത്തിലെ പ്രധാനികളെല്ലാം അവിടെ സന്നിഹിതരായിട്ടുണ്ട്. ഓംകാർനാഥ്ജിയുടെ സംഗീതത്തിന്റെ ആരാധകർ മാത്രമല്ല സംഗീതത്തിന്റെ യാതൊരു ഗന്ധവുമില്ലാത്ത ബോംബെയിലെ കുബേരന്മാരായ കച്ചവടക്കാരും പ്രഭുക്കന്മാരുമൊക്കെ ആ കൂട്ടത്തിലുണ്ടായിരുന്നു. അവിടെ പോയില്ലെങ്കിൽ തങ്ങളുടെ 'സ്റ്റാറ്റസ് സിംബലി' ന് മങ്ങലേൽക്കുമെന്ന് അറിയുന്നവരായിരുന്നു അവരൊക്കെ.

പ്രധാനകവാടത്തിന്നരികെ വലിയ ആശയോടെ രണ്ട് കുട്ടികൾ നിൽക്കുന്നുണ്ടായിരുന്നു. ടിക്കറ്റെടുത്ത് കച്ചേരി കേൾക്കാനുള്ള നിവൃത്തിയില്ലാത്തവരായിരുന്നു അവർ. ദരിദ്രരായിരുന്നുവെങ്കിലും അവർ തങ്ങളുടെ കഴിവിനനുസരിച്ച് സംഗീതം അഭ്യസിക്കുന്നുണ്ടായിരുന്നു. ഓംകാർനാഥ് ഠാക്കൂർ ആരാണ്? അദ്ദേഹത്തിന് ഹിന്ദുസ്ഥാനി സംഗീതത്തിലുള്ള സ്ഥാനം എന്താണ് എന്നൊക്കെ അവർക്ക് നന്നായറിയാമായിരുന്നു. ഓംകാർ നാഥ് ജിയെ അടുത്തുനിന്നൊന്ന് കാണണം. ഓഡിറ്റോറിയത്തിന്റെ അകത്തുകടക്കാൻ കഴിഞ്ഞില്ലെങ്കിലും വെളിയിൽനിന്നെങ്കിലും ആ ശബ്ദം കേൾക്കാൻ തരപ്പെടണം എന്നൊക്കെയായിരുന്നു കുട്ടികളുടെ മനസ്സിലുണ്ടായിരുന്നത്.

ഓഡിറ്റോറിയത്തിലേക്ക് കടക്കുമ്പോൾ വാതിലിനരികിൽ നിൽക്കുന്ന ആ കുട്ടികളുടെ ദൈന്യരൂപം ഠാക്കൂറിന്റെ കണ്ണിൽപെട്ടു. മണിക്കൂറുകളോളം നീണ്ടുനിന്ന കച്ചേരിയുടെ ഒടുവിൽ ഠാക്കൂർ വെളിയിൽ വരുമ്പോഴും വാതിലിന്നരികിൽത്തന്നെ നിൽക്കുകയായിരുന്നു കുട്ടികൾ. അവരെ അരികിലേക്ക് വിളിച്ച് എന്തിനാണ് അവർ അവിടെയിങ്ങനെ നിൽക്കുന്നത് എന്ന് അന്വേഷിക്കാതിരിക്കാൻ അദ്ദേഹത്തിന് കഴിഞ്ഞില്ല.

നല്ല പരിഭ്രമത്തിലായിരുന്നെങ്കിലും കുട്ടികൾ അവരുടെ മനസ്സിലുണ്ടായിരുന്നത് മുഴുവൻ തുറന്നുപറഞ്ഞു.

ഓർക്കാപ്പുറത്ത് അടിയേറ്റ പോലെ ഒരുനിമിഷം തരിച്ചുനിന്നതിന് ശേഷം ഓംകാർനാഥ് ഠാക്കൂർ കുട്ടികളോട് ചോദിച്ചു:

'നാളെ രാവിലെ ഏഴുമണിക്ക് ഞാൻ താമസിക്കുന്ന ഹോട്ടലിലേക്ക് വരാൻ നിങ്ങൾക്ക് കഴിയുമോ?'

കുട്ടികൾക്ക് ആദ്യം അത് വിശ്വസിക്കാൻ കഴിഞ്ഞില്ല.

എന്ത്? ലോകപ്രശസ്തനായ ഈ സംഗീതവിദ്വാൻ, മഹാത്മാഗാന്ധി മുതൽ പൃത്ഥ്വീരാജ്കപൂർ വരെയുള്ളവരുടെ സുഹൃത്ത്. രാജകൊട്ടാരങ്ങളിലെ അതിഥി. ഇദ്ദേഹം ഒന്നുമല്ലാത്ത തങ്ങളെ തന്റെ ഹോട്ടലിലേക്ക് ക്ഷണിക്കുന്നുവെന്നോ?

പക്ഷേ അത് ഒരു ക്ഷണം തന്നെയായിരുന്നു. കുട്ടികൾ പിറ്റേന്ന് പറഞ്ഞ സമയത്ത് തന്നെ ഹോട്ടലിലെത്തി. അവരെയും കാത്ത് ഓംകാർനാഥ് ഠാക്കുർ മുറിയിലുണ്ടായിരുന്നു.

വിഭവസമൃദ്ധമായ ഒരു പ്രാതലിന് ശേഷം അദ്ദേഹം കുട്ടികളോടായി പറഞ്ഞു.

'ഇനി ഞാൻ നിങ്ങൾക്കുവേണ്ടി ചില പാട്ടുകൾ പാടാം. തുടക്കം ഇന്നലത്തെ കച്ചേരിയിൽനിന്നുതന്നെയാകട്ടെ.'

വലിയ ഒരു സദസ്സിൽ പാടുന്നതുപോലെ തന്നെയായിരുന്നു ഓംകാർനാഥ് പാടിയത്. ആ ഗാംഭീര്യശബ്ദത്തിന്റെ മാന്ത്രികവലയത്തിൽപ്പെട്ട കുട്ടികൾ ചിത്രത്തിലെന്നതുപോലെ നിർന്നിമേഷരായിരുന്നു.

ഓംകാർനാഥ് ഠാക്കുറിനെക്കുറിച്ച് ഇങ്ങിനെ ഒട്ടേറെ കഥകൾഉണ്ട്. തന്റെ ലോകപര്യടനങ്ങളിൽ ഗുണകാംക്ഷികൾ എത്ര നിർബന്ധിച്ചിട്ടും അദ്ദേഹം ബ്രിട്ടീഷ് ചക്രവർത്തിയുടെ മുമ്പിൽ പാടിയില്ല. ഇറ്റലിയിലെ സർവ്വാധികാരിയായ മുസ്സോളനിക്കുവേണ്ടി പാടുകയും ചെയ്തു. അദ്ദേഹത്തിന്റെ സംഗീതം മുസ്സോളനിയുടെ ഉറക്കമില്ലായ്മ എന്ന രോഗത്തിന് ഒരു ദിവ്യഔഷധമായി ഭവിച്ചു എന്നും പറയപ്പെടുന്നുണ്ട്.

ഓംകാർനാഥ് ഠാക്കൂറിന്റെ ബാല്യം ദാരിദ്ര്യത്തിന്റെ കയ്പ് നിറഞ്ഞതായിരുന്നു. അച്ഛൻ ഭൗതികമായ എല്ലാ ആസക്തികളും വെടിഞ്ഞ് വീട്ടിൽനിന്ന് അകലെ ഒരു കുടിൽ കെട്ടി ഒരു യോഗിയെപ്പോലെ നാളുകൾ കഴിച്ചു. അമ്മ തന്റെ കുട്ടികളെ പുലർത്താനായി പണക്കാരുടെ അടുക്കളയിൽ വേലക്കാരിയായി. ഠാക്കൂറും അടുക്കളപ്പണിക്കാരനായിരുന്നു. ഒരു മില്ലിലും ജോലി ചെയ്തിരുന്നു. ഈ തിരക്കുകൾക്കിടയിലും നിത്യവും അകലെയുള്ള കുടിലിൽ ചെന്ന് അച്ഛന് വേണ്ട സൗകര്യ

ങ്ങൾ ചെയ്തുകൊടുക്കുവാൻ അദ്ദേഹം സമയം കണ്ടെത്തിയിരുന്നു. അച്ഛനോട് അദ്ദേഹത്തിന് ഏറെ ബഹുമാനവും സ്നേഹവും ഉണ്ടായിരുന്നു. എങ്കിലും അമ്മയായിരുന്നു അദ്ദേഹത്തിന്റെ ഇഷ്ടദേവത.

ചെറുപ്പത്തിൽ എഴുത്തും വായനയും ശീലിക്കാൻ ഇത്തിരി വൈകിയെങ്കിലും ഈ വിഷയത്തിൽ അദ്ദേഹത്തിന്റെ ഗുരു ഒരു ജൈനസന്യാസിയായിരുന്നു- പിൽക്കാലത്ത് സ്വപരിശ്രമത്താൽ ഹിന്ദി, മറാത്തി, ഇംഗ്ലീഷ്, സംസ്കൃതം, ബംഗാളി, പഞ്ചാബി, ഉറുദു, നേപ്പാളി എന്നീ ഭാഷകളിൽ അദ്ദേഹം പ്രാവീണ്യം നേടി.

ദയാലുവായ ഒരു സേട്ടുവിന്റെ ഇടപെടലിലൂടെയാണ് ഓംകാർനാഥിന്റെ സംഗീതജീവിതം ആരംഭിക്കുന്നത്. ബാലനായ ഓംകാർനാഥിന് സംഗീതത്തിലുള്ള താല്പര്യം കണ്ടറിഞ്ഞ സേട്ട് അയാളെ അന്നത്തെ ഹിന്ദുസ്ഥാനി സംഗീതത്തിലെ ഏറ്റവും വലിയ ആചാര്യനായ പണ്ഡിറ്റ് വിഷ്ണു ദിഗംബറിന്റെ കീഴിൽ പഠിക്കാനായി ബോംബെയിലേക്കയച്ചു. അവിടെ ആറ് കൊല്ലക്കാലം ഗുരുകുലവാസമായിരുന്നു. പിൽക്കാലത്ത് ലോകമറിയുന്ന ഓംകാർനാഥ് എന്ന ഗായകനെയും സംഗീതജ്ഞനെയും വാർത്തെടുത്തത് ഈ ആറുകൊല്ലത്തെ ഗുരുകുലജീവിതമായിരുന്നു.

1916 ൽ പണ്ഡിറ്റ് വിഷ്ണു ദിഗംബർ ലാഹോറിൽ ഗന്ധർവ്വ മഹാവിദ്യാലയം എന്ന പേരിൽ പിൽക്കാലത്ത് പ്രസിദ്ധമായ ഒരു സംഗീത കോളേജ് ആരംഭിച്ചപ്പോൾ അവിടുത്തെ പ്രിൻസിപ്പാളായി അയച്ചത് അന്ന് കേവലം 20 വയസ്സ് മാത്രം പ്രായമായ ഓംകാർനാഥിനെയായിരുന്നു.

ഓംകാർനാഥ് ഠാക്കൂറിന്റെ പ്രഭാവകാലത്ത് അദ്ദേഹം മാത്രമായിരുന്നു ഇന്ത്യൻ സംഗീതലോകത്തിലെ ചക്രവർത്തി. അദ്ദേഹം കേവലം ഒരു ഗായകൻ മാത്രമായിരുന്നില്ല: അഗാധജ്ഞാനമുള്ള ഒരു സംഗീത പണ്ഡിതൻ കൂടിയായിരുന്നു. ഈ പാണ്ഡിത്യത്തിന്റെ നിത്യ സ്മാരകങ്ങളാണ് അദ്ദേഹത്തിൽനിന്ന് നമുക്ക് ലഭിച്ചിട്ടുള്ള സംഗീതസംബന്ധിയായ ഒട്ടേറെ ഗ്രന്ഥങ്ങൾ.

ഓംകാർനാഥ് ഠാക്കൂറിന്റെ താല്പര്യങ്ങൾ സംഗീതത്തിൽ മാത്രം ഒതുങ്ങിനിന്നില്ല. ഗാമയിൽ നിന്ന് ഗുസ്തി ശീലിച്ച അദ്ദേഹം ഒരു മികച്ച കായികാഭ്യാസിയായിരുന്നു. ശാരീരം മാത്രമല്ല ശരീരവും അരോഗദൃഢമാക്കി സൂക്ഷിക്കേണ്ടതിന്റെ ആവശ്യകതയെക്കുറിച്ച് അദ്ദേഹം ശിഷ്യരെ ബോധവാന്മാരാക്കി.

സ്വാതന്ത്ര്യസമരത്തിലും ഓംകാർനാഥ് ഠാക്കൂർ ഭാഗഭാക്കായിരുന്നു. കോൺഗ്രസ്സിന്റെ ഒന്നിലധികം കമ്മറ്റികളിൽ അദ്ദേഹം ഭാരവാഹിയാ

യിരുന്നു. അക്കാലത്തെ എ.ഐ.സി.സി യോഗങ്ങൾ ആരംഭിച്ചിരുന്നത് ഠാക്കൂറിന്റെ 'വന്ദേമാതര'ത്തോടുകൂടിയായിരുന്നു.

ഓംകാർനാഥിനെ മഹാത്മാഗാന്ധി ഏറെ ബഹുമാനിച്ചിരുന്നു. ഗാന്ധിജി പലപ്പോഴും പറയാറുണ്ടായിരുന്നു:

'നൂറ് പ്രസംഗങ്ങൾ കൊണ്ട് ഞാൻ നേടുന്ന കാര്യങ്ങൾ ഓംകാർനാഥ്ജി തന്റെ ഒരൊറ്റ പാട്ട്കൊണ്ട് സാധിക്കുന്നു..'

കാഴ്ചയിലും ശബ്ദത്തിലും ഗംഭീരനായിരുന്നെങ്കിലും ഓംകാർനാഥ് ഠാക്കൂർ ലോലഹൃദയനായിരുന്നു. ലഘുവും സത്യസന്ധവും അത്യന്തം സുതാര്യവുമായ ഒരു ജീവിതമായിരുന്നു അദ്ദേഹത്തിന്റേത്. വളരെ നേരത്തെ തന്നെ ഭാര്യമരിച്ചുപോയെങ്കിലും അദ്ദേഹം പിന്നീട് വിവാഹം ചെയ്യുകയുണ്ടായില്ല. ഭാര്യയ്ക്ക് ഏറ്റവും പ്രിയപ്പെട്ട 'നീലാംബരി' രാഗം അദ്ദേഹം പിന്നീട് കച്ചേരികളിൽ ആലപിക്കുകയും ചെയ്തിരുന്നില്ല. അദ്ദേഹത്തിന് അത് കഴിഞ്ഞിരുന്നില്ല എന്നുപറയുന്നതാവും കൂടുതൽ ശരി.

1967 ഡിസംബറിലാണ് പണ്ഡിറ്റ് ഓംകാർനാഥ് ഠാക്കൂർ ദിവംഗതനായത്. ഇതിന് ഏതാനും കൊല്ലങ്ങൾക്ക് മുമ്പുണ്ടായ പക്ഷാഘാതം മൂലം അദ്ദേഹത്തിന് കച്ചേരികളിൽനിന്ന് വിട്ടുനിൽക്കേണ്ടിവന്നിരുന്നു.

ഠാക്കൂറിന്റെ കച്ചേരികൾ കേൾക്കാനുള്ള ഭാഗ്യം എനിക്കുണ്ടായിരുന്നില്ല. എങ്കിലും അദ്ദേഹത്തിന്റെ ധാരാളം എൽ.പി. റിക്കാർഡുകൾ സ്വന്തമാക്കാൻ എനിക്ക് കഴിഞ്ഞു. 'ദേശി തോഡി'യിലുള്ള അദ്ദേഹത്തിന്റെ 'മാ നഹി മഖൻ ഖായോ' എന്ന പ്രശസ്തഗാനം ഇപ്പോഴും എന്റെ ചെവിയിൽ മുഴങ്ങുന്നുണ്ട്.

പ്രശസ്ത ഹിന്ദുസ്ഥാനി വയലിനിസ്റ്റ് എൻ. രാജം (നമ്മുടെ ടി.എൻ. കൃഷ്ണന്റെ അനുജത്തി) ഓംകാർനാഥ് ഠാക്കൂറിന്റെ വത്സലശിഷ്യയാണ്. ശിഷ്യൻ എന്നുപറയാൻ കഴിയില്ലെങ്കിലും എം.എസ്.ഗോപാലകൃഷ്ണന്റെ വാദനത്തിലും ഓംകാർനാഥിന്റെ 'ഇൻഫ്ളുവൻസി' ന്റെ സ്ഫുരണങ്ങൾ കാണാൻ കഴിയും.

ഹിന്ദുസ്ഥാനി സംഗീതം ഇവിടെയുള്ള കാലത്തോളം പണ്ഡിറ്റ് ഓംകാർനാഥ് ഠാക്കൂറും ഇവിടെയുണ്ടാകും എന്നത് തീർച്ചയാണ്.

(പടയാളി സമയം മാസിക ഓണപ്പതിപ്പ്-2006)

അഭിമന്യുവിന്

എന്റെ പ്രിയപ്പെട്ട കുട്ടീ, നിന്നെ ഞാൻ ഇതുവരെ കണ്ടിട്ടില്ല.

എന്നിട്ടും,

നീ നിന്റെ നിഷ്കളങ്കമായ സ്നേഹത്താൽ എന്നെ പിടിച്ചുകെട്ടിക്കളഞ്ഞല്ലോ!

നിന്റെ പുഞ്ചിരി!

ദൈവമേ, ഒരു കുട്ടിയുടെ - ചെറുപ്പക്കാരന്റെ - പുഞ്ചിരി ഇത്രമാത്രം മനോഹരമാകുമെന്ന് എനിക്ക് ഇപ്പോഴല്ലേ മനസ്സിലായത്!

നിന്നെക്കുറിച്ച് എല്ലാം ഞാനറിയുന്നു:

നീ നിസ്വനായിരുന്നു. എന്നിട്ടും നീ എല്ലാവരേയും സഹായിച്ചു, സ്നേഹിച്ചു!

നിന്റെ പക്കൽ ഒന്നുമുണ്ടായിരുന്നില്ല - ശുദ്ധമായ സ്നേഹമൊഴിച്ച്. എന്നിട്ടും നീ ആ സ്നേഹം എല്ലാവർക്കും വാരിക്കൊടുത്തു. നീയുമായി പെരുമാറിയവരെ മാത്രമല്ല, നിന്നെക്കുറിച്ച് കേട്ടറിവുള്ളവരെക്കൂടി നീ നിന്റെ സ്നേഹത്തിന്റെ നനുത്ത നൂലുകളാൽ വരിഞ്ഞുകെട്ടി - നിന്റെ കൂടെ പ്രവർത്തിച്ചവരെ, പഠിച്ചവരെ, പഠിപ്പിച്ചവരെ, എല്ലാവരെയും!

പ്രിയപ്പെട്ടവനേ!

ഞങ്ങളെല്ലാവരും ഉറങ്ങിക്കിടന്നപ്പോൾ നീ ഉറങ്ങാതെ ജോലി ചെയ്യുകയായിരുന്നു. നീ ഹോട്ടലിലെ എച്ചിൽപ്പാത്രങ്ങൾ കഴുകി, രാത്രി ഏറെനേരം പട്ടണത്തിലെ ചുമരുകളിൽ സിനിമാ പോസ്റ്ററുകൾ ഒട്ടിച്ചുനടന്നു. ഇതിൽനിന്നൊക്കെ കിട്ടുന്ന കാശുകൊണ്ടുവേണമായിരുന്നു നിനക്ക് ജീവിക്കാനും പഠിക്കാനും!

ഞങ്ങൾക്ക് കുറ്റബോധമുണ്ട്...

"നാൻ പെറ്റ മകനേ!"

ഈ നിലവിളി ദിഗന്തങ്ങളിൽ ഇപ്പോഴും മുഴങ്ങിക്കൊണ്ടിരിക്കുന്നു.

പ്രിയപ്പെട്ടവനേ,

നീ മരിച്ചിട്ടില്ല - നീ അമരനാണ്.

നീ യാത്ര ആരംഭിച്ചിട്ടേയുള്ളൂ.
നിന്റെ കൂടെ ഞങ്ങളെല്ലാവരുമുണ്ട്.
പക്ഷേ,
ഇത്തിരിനേരം നീ ഞങ്ങൾക്കുവേണ്ടി കാത്തുനിൽക്കണം...
ഒഴിച്ചുകൂടാത്ത ചില ജോലികൾ ഇവിടെ ഞങ്ങൾക്കുണ്ട്.
ചില കണക്കുതീർക്കലുകൾ.
അതിനുശേഷമാകാം ഒന്നിച്ചുള്ള യാത്ര!

ഗോവിന്ദ സ്മൃതി

മംഗളോദയത്തെക്കുറിച്ച് ചിലത് പറഞ്ഞുകൊള്ളട്ടെ: മലയാളത്തിലെ സാഹിത്യമാസികകളുടെ ചരിത്രത്തിൽ മംഗളോദയം പോലൊരു പ്രസിദ്ധീകരണം അതിന് മുൻപോ ശേഷമോ ഉണ്ടായിട്ടില്ല. ബാലപംക്തിയോ സിനിമാ, സ്പോർട്സ്, മഹിളാപംക്തികളോ ഒന്നുമില്ലാതെ മലയാളത്തിലെ ഏറ്റവും പ്രശസ്തരായ സാഹിത്യകാരന്മാരുടെ ലേഖനങ്ങളും നിരൂപണങ്ങളും കഥകളും കവിതകളും പുസ്തകാഭിപ്രായങ്ങളും മാത്രമായി എല്ലാ മാസവും പുറത്തുവരുന്ന ഒരു പ്രസിദ്ധീകരണം. കവറിൽ എപ്പോഴും തൂലികയും കത്രികയും പ്രതീകാത്മകമായി ആലേഖനം ചെയ്യപ്പെട്ടിട്ടുണ്ടാവും. കവറിന്റെ വലതുഭാഗത്തെ കീഴ്ക്കോണിൽ എപ്പോഴും 'ഈ ലക്കത്തിലെ പ്രധാന ലേഖകന്മാർ' എന്ന തലക്കെട്ടിന് കീഴെ നാലോ അഞ്ചോ പ്രധാന ലേഖകന്മാരുടെ പേരുകൾ, എന്നും കേസരി എ. ബാലകൃഷ്ണപിള്ള ആദ്യം, പിന്നീട് ജോസഫ് മുണ്ടശ്ശേരി, കുട്ടികൃഷ്ണമാരാര്...

ഇങ്ങനെയൊക്കെയുള്ള ഒരു പ്രസിദ്ധീകരണത്തിനാണ് ഒരു ഹൈസ്കൂൾ വിദ്യാർത്ഥിയും. അതുവരെ മൂന്ന് കഥകൾ മാത്രമെഴുതിയിട്ടുള്ളവനുമായ ഞാൻ എന്റെ നാലാമത്തെ കഥ ഒരു സങ്കോചവുമില്ലാതെ അയച്ചുകൊടുക്കുന്നത്. ഒരുതരം സ്വയംമതിപ്പ്, അഹംബോധം -അഹങ്കാരമല്ല- അന്നേ എന്നിലുണ്ടായിരുന്നു എന്നതാണ് സത്യം.

മംഗളോദയത്തിനയച്ച സ്ക്രിപ്റ്റിന്റെ കൂടെ പ്രസിദ്ധീകരിച്ചില്ലെങ്കിൽ മടക്കിയയയ്ക്കാനായി സ്റ്റാമ്പൊട്ടിച്ച ഒരു കവറും വെച്ചിരുന്നു. ഇതിന്നടുത്ത വർഷം ഒരുമാസത്തെ വെക്കേഷനും കഴിഞ്ഞ് നാലുകൊല്ലത്തെ കോളേജ് പഠനത്തിനായി ഞാൻ മംഗലാപുരത്തേക്ക് പോയി.

1948 കഴിഞ്ഞ് 49 ആയി. മംഗളോദയത്തിൽ നിന്ന് ഒരു വിവരവും വന്നില്ല. ഞാൻ 'ഭർത്താവ്' എം. ഗോവിന്ദന്റെ മദിരാശിപത്രികയ്ക്ക് അയച്ചു. ഗോവിന്ദനെ എനിക്ക് നേരിട്ടോ കത്തുമുഖേനയോ പരിചയമുണ്ടായിരുന്നില്ല. പക്ഷേ, എം. ഗോവിന്ദൻ ആരാണ് എന്ന് എനിക്ക് നല്ലതുപോലെ അറിയാമായിരുന്നു.

മദിരാശിപത്രിക മദ്രാസ് ഗവൺമെന്റിന്റെ ഔദ്യോഗികപ്രസിദ്ധീകരണമായിരുന്നു. സെക്രട്ടേറിയറ്റിൽ ഉദ്യോഗസ്ഥനായ എം. ഗോവിന്ദനായിരുന്നു പത്രാധിപർ. ഗവൺമെന്റിനെ സംബന്ധിക്കുന്ന വാർത്തകൾക്ക് പുറമേ ഓരോ ലക്കത്തിലും ഗോവിന്ദൻ സാഹിത്യ സംബന്ധിയായ ലേഖനങ്ങളും കഥകളും കവിതകളുമൊക്കെ കൊടുക്കാറുണ്ടായിരുന്നു. എന്റെ കഥ കൈപ്പറ്റിയ ഉടനെതന്നെ ഗോവിന്ദൻ എനിക്കെഴുതി: " കഥ കിട്ടി. വളരെ നന്നായിട്ടുണ്ട്. ഈ കഥ ഞാൻ, പത്രിക ഉടൻ പ്രസിദ്ധീകരിക്കുന്ന ഒരു വിശേഷാൽ പ്രതിയിലേക്ക് മാറ്റിവെച്ചിരിക്കുന്നു. ഇനിയും എഴുതുക."

കഥ യഥാകാലം ഏറെ പ്രാധാന്യത്തോടെ തന്നെ മദിരാശിപത്രികയിൽ പ്രസിദ്ധീകരിക്കപ്പെട്ടു. ഏതാണ്ട് അപ്പോൾതന്നെ മംഗളോദയത്തിലും 'ഭർത്താവ്' പ്രസിദ്ധീകൃതമായി.

എന്റെ കഥ പ്രസിദ്ധീകരിച്ചതിലുമപ്പുറം മംഗളോദയം പത്രാധിപസമിതി പുറംകവറിൽ ഈ ലക്കത്തിലെ പ്രധാന ലേഖകന്മാരുടെ കൂട്ടത്തിൽ ഒരു പുതുക്കക്കാരനെക്കൂടി ചേർത്തിരുന്നു. ടി. പത്മനാഭൻ!

70 കൊല്ലങ്ങൾക്കുമുൻപ് മംഗളോദയത്തിന്റെ ആ പുറം കവർ കണ്ടപ്പോൾ എന്നിലുണ്ടായ അമ്പരപ്പും ആനന്ദവും ആവേശവും അതേക്കുറിച്ചൊക്കെ ഓർക്കുമ്പോൾ ഈ 89-ാം വയസ്സിലും ഞാൻ അനുഭവിക്കുന്നു.

ഏതാണ്ട് ഈ സമയത്തുതന്നെയാണ് മലയാളിസഹൃദയരുടെ ഇടയിൽ ഒരു പുതിയ ഭാവുകത്വം ഉളവാക്കാൻ വേണ്ടി ഗോവിന്ദനും അദ്ദേഹത്തിന്റെ സുഹൃത്തുക്കളും കൂടി 'നവസാഹിതി' എന്നപേരിൽ ഒരു പ്രസ്ഥാനമാരംഭിച്ചത്. സ്വാഭാവികമായും ഞാനും ഇതിലുണ്ടായിരുന്നു. ഈ പ്രസ്ഥാനത്തിന്റെ ആഭിമുഖ്യത്തിൽ നവസാഹിതി എന്ന പേരിൽ മാസികയും മദ്രാസിൽ നിന്ന് പ്രസിദ്ധീകരിക്കപ്പെട്ടു.

നവസാഹിതിയുടെ രണ്ടാംലക്കത്തിൽ എന്റെ ഒരു കഥയുണ്ടായിരുന്നു- കാട്ടിലെ കഥ. ഒരു കഥാകൃത്തെന്ന നിലയിൽ എന്നെക്കുറിച്ചുള്ള എന്റെ മതിപ്പ് ഒന്നുകൂടി ബലവത്താക്കാൻ ഈ കഥ വന്നതിനുശേഷമുള്ള ഒരനുഭവം ഉതകുകയുണ്ടായി.

അത് ഇങ്ങനെ: 1950 - ലോ 51- ലോ ഇന്റർ കൊളീജിയേറ്റ് ഡിബേറ്റിൽ എന്റെ കോളേജിനെ പ്രതിനിധാനം ചെയ്ത് ഞാൻ തൃശ്ശൂരിൽ പോവുകയുണ്ടായി- പോകുമ്പോഴേ മനസ്സിൽ ഒരാഗ്രഹമുണ്ടായിരുന്നു -പറവൂരിൽ ചെന്ന് കേസരി ബാലകൃഷ്ണപിള്ളയെ കാണണം. ബാലകൃഷ്ണപിള്ളയുടെ ലേഖനങ്ങളും സീതാരാമൻ എഴുതിയ അദ്ദേഹത്തിന്റെ ജീവചരിത്രവും ഞാൻ വായിച്ചിരുന്നു.

പറവൂരിലെ 'മാടവനവളപ്പിൽ' ഞാൻ എത്തുമ്പോൾ അദ്ദേഹം ഉമ്മ റത്തെ ചാരുകസേരയിൽ കിടന്ന് വായിക്കുകയായിരുന്നു. അടുത്തുള്ള സ്റ്റൂളിലും നിലത്തുമൊക്കെ പുസ്തകങ്ങളായിരുന്നു. ശാന്തസുന്ദരമായ ആ മുഖം പ്രത്യേകിച്ചും നീണ്ട ആ വെള്ള താടി- പോയ കാലത്തെ ഏതോ ഒരു മഹർഷിയെ ഓർമിപ്പിച്ചു. മംഗലാപുരം ഗവൺമെന്റ് കോളേജിലെ വിദ്യാർത്ഥിയാണ് ഞാനെന്ന് പറഞ്ഞപ്പോൾ കൂടുത ലൊന്നും ചോദിക്കാതെ സ്നേഹപൂർവം അദ്ദേഹം പറഞ്ഞു: "ഇരിക്ക്, ഇരിക്ക്."

അന്നത്തെ സംഭാഷണത്തിൽ അദ്ദേഹം ചരിത്രം, സാഹിത്യം തുട ങ്ങിയ വിഷയങ്ങളും സ്പർശിച്ചു. ഞാൻ ഒരു കേൾവിക്കാരൻ മാത്രമാ യിരുന്നു. കേവലം ഒരു വിദ്യാർത്ഥിമാത്രമായ എന്നോട് ഒരു സമനോ ടെന്ന പോലെയാണ് അദ്ദേഹം പെരുമാറിയത്.

സംഭാഷണത്തിന്റെ ഒരു ഘട്ടത്തിൽ വിഷയം എങ്ങനെയോ ചെറു കഥയിലേക്ക് മാറി. തന്റെ സങ്കല്പത്തിലുള്ള ചെറുകഥകളെക്കുറിച്ച് പ്രതിപാദിക്കവേ അദ്ദേഹം പറഞ്ഞു: "എങ്ങനെയാണ് ചെറുകഥകളെ ഴുതേണ്ടത് എന്ന് മനസ്സിലാക്കുവാനായി ചെറുപ്പക്കാർ ഇവിടെ വരാറു ണ്ട്- ഞാൻ അവരോട് പറയും- ഇത് പഠിപ്പിക്കാൻ കഴിയുന്ന ഒരു കാര്യ മല്ല. നിങ്ങൾക്ക് ഭാഷാസ്വാധീനമുണ്ടെങ്കിൽ, നിരീക്ഷണവ്യഗ്രമായ ഒരു മനസ്സുണ്ടെങ്കിൽ- ലോകസാഹിത്യത്തിലെ പ്രശസ്തമായ കഥകൾ നിങ്ങൾ വീണ്ടും വീണ്ടും വായിക്കുക. മലയാളത്തിലെ പ്രശസ്തമായ കഥകളും വായിക്കുക. ഇതിനുശേഷവും ഒരു കഥയെഴുതണമെന്ന് നിങ്ങൾക്ക് തോന്നുന്നുണ്ടെങ്കിൽ-അപ്പോൾമാത്രം-എഴുതുക... ഈയിടെ ഒരു ചെറുപ്പക്കാരൻ ഇവിടെ വന്നു. അയാൾക്ക് ഞാൻ ഈ മാസിക കൊടുത്തിട്ടു പറഞ്ഞു: "ഇതിൽ ഒരു കഥയുണ്ട്- കാട്ടിലെ കഥ എന്ന പേരിൽ. ഇത് നല്ലതുപോലെ വായിച്ചിട്ട് വരൂ, പിന്നീടാകാം നമുക്ക്..."

ഞാൻ അപ്പോൾ പെട്ടെന്ന് പറഞ്ഞു:

"സർ, ആ കഥയെഴുതിയത് ഞാനാണ്."

അദ്ദേഹം സംഭാഷണം നിർത്തി തെല്ലുനേരം എന്നെ സൂക്ഷിച്ചു നോക്കി.

ആ മുഖം നിറയെ സന്തോഷവും സ്നേഹവും കരുണയുമായിരു ന്നു. പിന്നീട് അദ്ദേഹം പറഞ്ഞു: "ഈ അനുഭവത്തെക്കുറിച്ച് നിങ്ങൾ ഒരു ലേഖനമെഴുതണം. വയസ്സന്മാരെ ചൊടിപ്പിക്കുക എന്നതാണ് ഇതിന്റെ ഉദ്ദേശ്യം. പണ്ട് ഞാൻ ചങ്ങമ്പുഴയെക്കൊണ്ട് ഇങ്ങനെ ചെയ്യി ച്ചിട്ടുണ്ട്."

ഈ നിർദ്ദേശമനുസരിച്ചാണ് ഞാൻ 'ബാലകൃഷ്ണപിള്ളയുടെ

കൂടെ' എന്ന ലേഖനമെഴുതിയത്.

ഇനി 1952- ലേക്ക്. മംഗലാപുരത്തെ പഠിത്തം കഴിഞ്ഞ് 52-ൽ ഞാൻ നിയമപഠനത്തിനായി മദ്രാസിലേക്ക് പോയി.പോയദിവസം തന്നെ ഞാൻ '77B ഹാരിസ് റോഡി'ലേക്ക് ചെന്നു. ഗോവിന്ദനെ ഞാൻ ആദ്യ മായി കാണുകയായിരുന്നു. ആ ബന്ധം എന്റെ മദ്രാസ് വാസക്കാലത്തും അതിനുശേഷവും അഭംഗുരമായി തുടർന്നു.

'തൃക്കണ്ണാപുര' ത്തെ തറവാട്ട് ശ്മശാനത്തിൽ അദ്ദേഹത്തിന്റെ ഭൗതികശരീരം കത്തിയമരുമ്പോഴും അരികിൽ ഞാനുണ്ടായിരുന്നു.

ആദ്യമൊക്കെ ഞാൻ വിചാരിച്ചത് ഞാനാണ് അദ്ദേഹത്തിന്റെ ഏറ്റവും അടുത്ത ആളെന്നായിരുന്നു- പിന്നീട് വളരെ വേഗത്തിൽ എനിക്ക് എന്റെ തെറ്റ് മനസ്സിലായി- പരിചയപ്പെട്ടവർക്കൊക്കെ അദ്ദേഹം ഏറ്റവും അടുത്ത ആളായിരുന്നു.

ചെറുപ്പക്കാരായിരുന്നു അദ്ദേഹത്തിന്റെ ഏറ്റവും അടുത്ത കൂട്ടുകാർ. അവരുടെ ഇടയിലൂടെ പുതിയ കാലത്തെ ഒരു സോക്രട്ടീസിനെപ്പോലെ അദ്ദേഹം സഞ്ചരിച്ചു. നിർത്താതെ സംസാരിക്കുകയും ചെയ്തു. ഇടയ്ക്ക് അദ്ദേഹം പറഞ്ഞു: "നമുക്ക് സ്വല്പം ചിന്തിച്ചാലെന്ത്?"

മറ്റ് ഭാഷകളിലുള്ള വലിയ എഴുത്തുകാർക്ക് അദ്ദേഹം എന്നെ പരി ചയപ്പെടുത്തി. അവരുമായുമൊക്കെ അദ്ദേഹത്തിന് നല്ല പരിചയമുണ്ടാ യിരുന്നു; അവർക്കൊക്കെ അദ്ദേഹത്തെ വലിയ ബഹുമാനവുമായിരു ന്നു.

ഞാൻ അതുവരെ പരിചയപ്പെട്ടിട്ടില്ലാത്ത യൂറോപ്പിലെ വലിയ എഴു ത്തുകാരുടെ ചിന്താലോകത്തിലേക്ക് അദ്ദേഹം എന്നെ കൂട്ടിക്കൊണ്ടു പോയി. അങ്ങനെയാണ് നിക്കോസ് കസാൻസാക്കിസിനെയും സ്റ്റീഫൻ സൈഗ്വിനെയും ഞാൻ മനസ്സിലാക്കിയത്.

അമേരിക്കയിൽ വിറ്റ്മേനെയും ഹെമിങ്‌വേയെയും സ്റ്റെയിൻ ബക്കി നെയും എനിക്ക് നല്ല പരിചയമുണ്ടായിരുന്നു. ഫോക്നറുടെ ചില കൃതി കൾ ഞാൻ വായിച്ചിരുന്നു. അദ്ദേഹം പറഞ്ഞു: "പോര."എന്നിട്ട് ഫോക്ന റുടെ കൂടുതൽ പുസ്തകങ്ങൾ എനിക്ക് തന്നു. എസ്രാ പൗണ്ടിനെയും ജോൺ ഡാസ്പാസോസിനെയും വില്യം സരോയനെയും എനിക്ക് പരി ചയപ്പെടുത്തി....

എന്റെ കല്യാണത്തിന് എനിക്ക് സമ്മാനമായി തന്നത് എല്ലാ അർത്ഥത്തിലും 'കനപ്പെട്ട' രണ്ട് അമൂല്യഗ്രന്ഥങ്ങളായിരുന്നു- ജീൻ ക്രിസ്റ്റോഫെയും എ ഹിസ്റ്ററി ഓഫ് ആർട്ടും.

എല്ലാ കാര്യങ്ങളിലും അദ്ദേഹത്തിന് ഉറച്ച അഭിപ്രായങ്ങളുണ്ടാ യിരുന്നു. പക്ഷേ, ഒരിക്കലും അദ്ദേഹം തന്റെ അഭിപ്രായങ്ങൾ ആരിലും

അടിച്ചേൽപ്പിക്കാൻ ശ്രമിച്ചില്ല.

എം. ഗോവിന്ദൻ കഥാകൃത്തും കവിയുമായിരുന്നു. മികച്ച ഉപന്യാസകാരനായിരുന്നു. നാടകങ്ങളുമെഴുതി. അദ്ദേഹത്തിന്റെ 'റാണിയുടെ പട്ടി', 'സർപ്പം' എന്നീ കഥകൾ ഏറെ പ്രസിദ്ധമാണ്. പക്ഷേ ഇതിനൊക്കെ അപ്പുറം സ്നേഹത്തിന്റെ കാണാച്ചരട് കൊണ്ട് ഒരു ഗ്രാമത്തിലെ മുഴുവൻ ജനങ്ങളെയും കെട്ടിയിട്ട പോസ്റ്റ്മേൻ ചോഴിമൂപ്പനെ നമുക്കെങ്ങനെ മറക്കാൻ കഴിയും...?

ഇങ്ങനെയൊക്കെയാണെങ്കിലും എം. ഗോവിന്ദന്റെ ഏറ്റവും വലിയ സംഭാവന എന്താണെന്ന് ചോദിച്ചാൽ ഞാൻ പറയും സ്വാതന്ത്ര്യബോധത്തോടെ നീണ്ടുനിവർന്ന് ചോദ്യം ചെയ്യാൻ ഒരു സമൂഹത്തെ അദ്ദേഹം പഠിപ്പിച്ചു എന്ന്.

നാട് നന്നാക്കാനുള്ള ശ്രമത്തിൽ എം. ഗോവിന്ദൻ വീട് മറന്നുപോവുകയുണ്ടായി. പക്ഷേ, ആദ്യമൊന്നും അതുകൊണ്ട് ഒരു കുഴപ്പവുമുണ്ടായില്ല. അദ്ദേഹത്തിന്റെ ഭാര്യ കെ.സി. പത്മാവതിയമ്മ നല്ല പ്രാക്ടീസുള്ള ഒരു ലേഡി ഡോക്ടറായിരുന്നു. അവർ വീട്ടുകാര്യങ്ങളും മക്കളായ ബാലയുടെയും മാനവേന്ദ്രന്റെയും വിദ്യാഭ്യാസവുമൊക്കെ നല്ലതുപോലെ ശ്രദ്ധിച്ചു. പക്ഷേ, പിന്നീട് പതുക്കെ, പതുക്കെ അവർ മാനസികമായ ഒരുതരം ഡിപ്രഷന് വിധേയമാവുകയും മരിക്കുകയും ചെയ്തു. ഗോവിന്ദന്റെയും ആരോഗ്യം ക്ഷയിച്ചു.

ഈ ഘട്ടത്തിൽ ഇരുചെവിയറിയാതെ ആ കുടുംബത്തെ രക്ഷിക്കാൻ ഒരു സുഹൃത്തുണ്ടായി. സഹൃദയനും ഉദാരമതിയുമായ എ.പി. കുഞ്ഞിക്കണ്ണൻ. ഇവർ തമ്മിലുള്ള ബന്ധം അത്യന്തം പരിശുദ്ധമായിരുന്നുവെന്ന് അനുഭവസ്ഥനായ എനിക്ക് പറയാൻ കഴിയും. കുഞ്ഞിക്കണ്ണൻ അടിമുടി സോഷ്യലിസ്റ്റ്. ഗോവിന്ദൻ എം.എൻ. റോയിയുടെ അനുചരനായ റാഡിക്കൽ ഹ്യൂമനിസ്റ്റും. തൊണ്ണൂറ് വയസ്സുകഴിഞ്ഞ എ.പി. കുഞ്ഞിക്കണ്ണൻ- ഇദ്ദേഹമാണ് മാഹിയിലെ പ്രശസ്തമായ മലയാളകലാഗ്രാമം സ്ഥാപിച്ചത്- ഇപ്പോഴും നമ്മുടെ കൂടെയുണ്ട്.

ഒരു കാര്യംകൂടി പറഞ്ഞ് ഈ കുറിപ്പ് അവസാനിപ്പിക്കാം. എം. ഗോവിന്ദൻ കുമാരനാശാന്റെ ഏറ്റവും വലിയ ആരാധകനായിരുന്നു. ഇതിന്റെ തെളിവ് ഈ ഒമ്പതാം ക്ലാസ്സുകാരൻ തയ്യാറാക്കിയതും ഇന്ത്യയ്ക്കകത്തും പുറത്തും ഏറെ ശ്ലാഘിക്കപ്പെട്ടതുമായ പോയട്രി ആൻഡ് റിനൈസൻസ് എന്ന മഹദ് ഗ്രന്ഥം.

അന്നപൂർണ്ണാദേവിക്ക് മരണമില്ല

അന്നപൂർണ്ണാദേവിയെക്കുറിച്ച് എന്തെങ്കിലും പറയാൻ ശ്രമിക്കുമ്പോൾ എന്റെ മനസ്സിൽ വരുന്നത് അവരുടെ മഹാനായ പിതാവ് ഉസ്താദ് അലാവുദ്ദീൻഖാനാണ്.

ഇന്ത്യ കണ്ട ഏറ്റവും വലിയ സംഗീതജ്ഞരിൽ ഒരാളാണ് അലാവുദ്ദീൻഖാൻ. ടാൻസന്റേയും സ്വാമി ഹരിദാസിന്റേയും ഒക്കെ പരമ്പരയിലെ ഒടുവിലത്തെ കണ്ണി. തന്റെ ജീവിതകാലത്തെ ഏറ്റവും വലിയ സംഗീതജ്ഞനായ ഉസ്താദ് വസീർഖാന്റെ അരുമശിഷ്യൻ. സംഗീതകലയുടെ ആൾരൂപം. അലാവുദ്ദീൻഖാന് അറിയാത്തതായി സംഗീതത്തിൽ ഒന്നുമുണ്ടായിരുന്നില്ല. വായ്പാട്ടിനു പുറമെ എല്ലാ സംഗീതോപകരണങ്ങളുടെ പ്രയോഗത്തിലും അദ്ദേഹം ഏറെ പ്രഗല്ഭനായിരുന്നു. എങ്കിലും വയലിനിലുള്ള അദ്ദേഹത്തിന്റെ പ്രാഗല്ഭ്യം അത്ഭുതാവഹമായിരുന്നു. ഇങ്ങനെയാണെങ്കിലും സരോദിന്റെ അധിപനായിട്ടാണ് അദ്ദേഹം ഏറെയും അറിയപ്പെടുന്നത്. മഹാനായ ഒരു കലാകാരൻ ഒരു നല്ല മനുഷ്യനാകണമെന്നില്ല. ഈ പൊതുനിയമത്തിന് അപവാദമായിരുന്നു ബാബ. അദ്ദേഹം ജീവിതത്തിൽ ഒരു നാദയോഗിയായിരുന്നു. സംഗീതമല്ലാതെ മറ്റ് ഭൗതിക നേട്ടങ്ങളിൽ യാതൊരു താല്പര്യവുമില്ലാത്ത ഒരു യഥാർത്ഥയോഗി. പ്രശസ്തിക്ക് വേണ്ടി അദ്ദേഹം ഓടി നടന്നില്ല. പ്രശസ്തിയും അംഗീകാരവും വളരെ ചെറുപ്പത്തിലെ അദ്ദേഹത്തെ തേടി വരികയാണ് ചെയ്തത്.

മതത്തിന്റെ ഇടുങ്ങിയ വേലിക്കെട്ടിൽ ഒരിക്കലും ബാബ സ്വയം തളച്ചിടപ്പെട്ടില്ല. ആചാരബദ്ധമായ ഒരു ജീവിതമല്ല അദ്ദേഹം നയിച്ചത്. എല്ലാ മതങ്ങളേയും അദ്ദേഹം ഒരു പോലെ ബഹുമാനിക്കുകയും സ്നേഹിക്കുകയും ചെയ്തു. അങ്ങനെയാണല്ലോ ശ്രീ ശാരദയുടെ ഭക്തനായ അദ്ദേഹം തന്റെ പ്രിയപ്പെട്ട പുത്രിക്കു അന്നപൂർണ്ണ എന്ന പേര്

നൽകിയത്.

അലാവുദ്ദീൻഖാന്റെ താല്പര്യങ്ങൾ സംഗീതത്തിൽ മാത്രം ഒതുങ്ങി നിന്നില്ല. ദേശീയ പ്രസ്ഥാനത്തിന്റെ അലയടികൾ ശക്തമായി വന്ന അക്കാലത്ത് അദ്ദേഹം പലതരത്തിലും പ്രസ്ഥാനത്തെ സഹായിച്ചു. മഹാത്മാഗാന്ധിയുടെ അനുയായിയായ അദ്ദേഹം ഖാദിയാണ് സ്ഥിരമായി ധരിച്ചിരുന്നത്. തന്റെ ഗുരുവിനോടുള്ള ആദരസൂചകമായി അദ്ദേഹം 'ഗാന്ധി' എന്ന പേരിൽ ഒരു നൂതനരാഗം തന്നെ ചിട്ടപ്പെടുത്തുകയുണ്ടായി.

ബാബയുടെ മക്കളിൽ സംഗീതം ജീവിതവ്രതമായി സ്വീകരിച്ചവർ അന്നപൂർണ്ണയും ഉസ്താദ് അലി അക്ബർഖാനുമാണ്. ഒരു സരോദ് വാദകൻ എന്ന നിലയിൽ സംഗീതലോകത്തിന്റെ മുഴുവൻ ആദരവും അലി അക്ബർഖാൻ നേടുകയുണ്ടായി. പക്ഷേ ബാബക്ക് ഏറ്റവും ഇഷ്ടം അന്നപൂർണ്ണയുടെ സംഗീതത്തോടായിരുന്നു. ഒരിക്കൽ മെയ്ഹാർ (Mayhar) രാജാവിന്റെ കൊട്ടാരസദസ്സിൽ അന്നപൂർണ്ണ സൂർബഹാർ വായിക്കുകയുണ്ടായി. രാഗം മാൽകോൺസ് (Malkons) രാഗവിസ്താരത്തിന്റെ മൂർദ്ധന്യാവസ്ഥയിൽ എത്തിയപ്പോൾ കേൾവിക്കാരുടെ കൂട്ടത്തിലുണ്ടായിരുന്ന ബാബയുടെ കണ്ണുകളിൽ നിന്നും നിലക്കാത്ത അശ്രുധാരയുണ്ടായി.

ഇതിലും നന്നായി എങ്ങനെയാണ് മാൽകോൺസ് വായിക്കുക! ഇത്രയധികം കഴിവുകളുണ്ടായിട്ടും അന്നപൂർണ്ണ ജീവിതത്തിലുടനീളം ഒരുതരം ഉൾവലിവ് നടത്തി. വിരക്തിയെന്നോ നിർവ്വേദമെന്നോ എന്ത് വേണമെങ്കിലും പറയാം. വളരെ ചുരുക്കമായേ അവർ വെളിയിൽ പ്രത്യക്ഷപ്പെട്ടുള്ളൂ. പ്രത്യേകിച്ചും കച്ചേരികളിൽ. ബാബയ്ക്ക് ധാരാളം പ്രശസ്ത ശിഷ്യന്മാരുണ്ടായിരുന്നു. മകനായ അലി അക്ബർ ഖാനും പണ്ഡിറ്റ് രവിശങ്കറും നിഖിൽ ബാനർജിയുമൊക്കെ. പക്ഷേ അങ്ങനെ ഒരു ശിഷ്യസമ്പത്ത് അന്നപൂർണ്ണയ്ക്ക് ഉണ്ടായില്ല. അവരുടെ അടച്ച് പൂട്ടപ്പെട്ട ജീവിതത്തിൽ ആർക്കും പ്രവേശം ഉണ്ടായിരുന്നില്ല എന്നതാണ് സത്യം. എങ്കിലും ഒരു പ്രശസ്ത ശിഷ്യൻ അവർക്കുണ്ടായി- തന്റെ നിസ്സാരമായ ബാംസുരി കൊണ്ട് ലോകത്തെ മുഴുവൻ കീഴടക്കിയ പണ്ഡിറ്റ് ഹരിപ്രസാദ് ചൗരസ്യ.

അന്നപൂർണ്ണയുടെ ജീവിതത്തെ ദുഃഖഭൂയിഷ്ഠമാക്കുന്നതിൽ അവരുടെ ഭർത്താവായ പണ്ഡിറ്റ് രവിശങ്കറിന് ചെറുതല്ലാത്ത ഒരു കൈയുണ്ടെന്ന് പറഞ്ഞാൽ തെറ്റാകുമെന്ന് തോന്നുന്നില്ല. ഒരു സിത്താർ വാദകൻ എന്ന നിലക്കുള്ള തന്റെ പ്രശസ്തിയെ കവച്ച് വെക്കുന്നതാണ് ഭാര്യയായ അന്നപൂർണ്ണയുടെ സംഗീതത്തിലുള്ള പ്രാഗത്ഭ്യമെന്ന് വളരെ

വേഗം അദ്ദേഹം മനസ്സിലാക്കി. അതോടെ രവിശങ്കർ അസ്വസ്ഥനുമായി. തന്റെ ഭർത്താവിന്റെ മനഃപ്രയാസം മനസ്സിലാക്കിയിട്ട് കൂടിയാണ് അന്നപൂർണ്ണ പൊതുവേദികളിൽ നിന്ന് ഒഴിഞ്ഞ് മാറിയതെന്ന് വിശ്വസിക്കുന്നവരുണ്ട്. പക്ഷേ ഇതു കൊണ്ടൊന്നും ഫലമുണ്ടായില്ല. ആ ബന്ധം ഒരു മകനുണ്ടായതിന് ശേഷം അറ്റുപോകുക തന്നെ ചെയ്തു.

ഹിമാലയത്തിലെ അൽമോറ (Almora) യിൽ വെച്ച് ഹൈന്ദവാചാരപ്രകാരം തന്റെ പ്രിയ പുത്രിയെ രവിശങ്കറിന് വിവാഹം കഴിച്ച് കൊടുക്കുമ്പോൾ ഇതായിരിക്കും തന്റെ മകളുടെ ഭാവിയെന്ന് ആ അച്ഛൻ ഒരിക്കലും ഓർത്തിരിക്കില്ല.

അന്നപൂർണ്ണയും നിനച്ചിരിക്കില്ല. പക്ഷേ സംഭവിച്ചത് ഇങ്ങനെയൊക്കെയായിരുന്നു.

പണ്ഡിറ്റ് രവിശങ്കർ സുന്ദരനും പ്രശസ്തനുമായിരുന്നു. പക്ഷേ അദ്ദേഹം ഒരു ചെറിയ മനസ്സിന്റെ ഉടമയായിരുന്നു. അന്നപൂർണ്ണ അത്രക്കൊന്നും സുന്ദരിയായിരുന്നില്ല. അവരെ കല്യാണം കഴിക്കുമ്പോൾ തന്നെ അദ്ദേഹത്തിന്റെ ഉള്ളിൽ പ്രേമമോ ഇഷ്ടമോ ഒന്നും ഉണ്ടായിരുന്നില്ല. അലാവുദ്ദീൻ ഖാന്റെ 'നല്ല പുസ്തക' ത്തിൽ കയറിപ്പറ്റാനും അങ്ങനെ അദ്ദേഹത്തിന്റെ പ്രിയശിഷ്യനാകാനും രവിശങ്കർ കണ്ട കുറുക്ക് വഴിയായിരുന്നു, ആ കല്യാണം. രവിശങ്കറിന്റെ ആത്മകഥ ശ്രദ്ധിച്ച് വായിക്കുന്നവർക്ക് ഇത് മനസ്സിലാകും.

അന്നപൂർണ്ണയുടെ സ്വഭാവ വൈശിഷ്ട്യം വെളിവാക്കുന്ന ഒരു സംഭവം കൂടി പറഞ്ഞ് ഈ കുറിപ്പ് അവസാനിപ്പിക്കാം.

ബാബ തന്റെ അന്ത്യകാലത്ത് ഒസ്യത്ത് എഴുതുകയുണ്ടായി. അദ്ദേഹത്തിന് ഒരു ലക്ഷത്തിലധികം രൂപയുടെ ബാങ്ക് അക്കൗണ്ടും കെട്ടിടങ്ങളും നിലങ്ങളും ഉണ്ടായിരുന്നു. ഇതിൽ നിന്ന് നല്ലൊരു ഭാഗം മകൾക്കാണ് അദ്ദേഹം നീക്കിവച്ചത്. പക്ഷേ ഇത്തരം ഭൗതിക വിഷയങ്ങളിൽ യാതൊരു താല്പര്യവും ഇല്ലാത്ത അന്നപൂർണ്ണ ഇതിനോടു യോജിച്ചില്ല. തന്റെ സഹോദരനായ അലി അക്ബറിന് മുഴുവൻ സ്വത്തും കൊടുക്കാനാണ് അവർ അച്ഛനോട് പറഞ്ഞത്. മകളുടെ ഇംഗിതത്തിന് ആ പിതാവിന് വഴങ്ങേണ്ടിയും വന്നു.

കാശിന് വേണ്ടി ആരേയും ഹോമിക്കാൻ മടിക്കാത്ത- സംഗീതജ്ഞരും സാഹിത്യകാരന്മാരുമൊക്കെ ഇതിൽ പെടും- ഏറെ പേരുള്ള ഈ നാട്ടിൽ ഇങ്ങനെയും ചിലരൊക്കെ ഉണ്ടായിരുന്നുവെന്ന് ഓർക്കുന്നത് നന്ന്. അന്നപൂർണ്ണാദേവിക്ക് മരണമില്ല.

പ്രിയപ്പെട്ട എം.കെ.കെ

എറണാകുളം സൌത്ത് റയിൽവെ സ്റ്റേഷന് സമീപത്തെ പഴക്കം ചെന്ന ഒരു ചെറിയ വീട്. ഇതിന്റെ മുകൾനിലയിൽ വാടകയ്ക്ക് താമസിക്കുന്നത് ഒരു മദ്ധ്യവയസ്കനും അയാളുടെ ഭാര്യയുമാണ്. മദ്ധ്യവയസ്കൻ മിക്കപ്പോഴും അയാളുടെ മുറിയിൽ തനിച്ചിരുന്ന്, അയാൾക്കെതിരെ സി.ബി.ഐ. കോടതിയിലുള്ള കേസിൽ ഹാജരാക്കാനുള്ള രേഖകൾ പഠിക്കുകയും വക്കീലിന്ന് നൽകാനുള്ള 'കുറിപ്പുകൾ' തയ്യാറാക്കുകയും ചെയ്യുന്നു. അപ്പോൾ, അയാളുടെ ഭാര്യ ആ മുറിയിൽ നിന്നു കാണാവുന്ന അടുക്കളയിൽ നിലത്ത് പടിഞ്ഞിരുന്ന് റേഷൻ പീടികയിൽനിന്ന് കൊണ്ടുവന്ന അരിയിലെ കല്ലും മണ്ണും പാറ്റി കളയുകയായിരിക്കും.

ഇത് ടി. പത്മനാഭൻ എന്ന കഥാകൃത്ത് ഭാവനയിൽ മെനഞ്ഞെടുത്ത ഒരു ദൃശ്യമല്ല. പലപ്പോഴും നേരിട്ട് കണ്ടിട്ടുള്ളതാണ്. ഇനി ആരാണ് ഈ മദ്ധ്യവയസ്ക്കൻ എന്നും പറയാം. ഒരു കാലത്ത് ജവഹർലാൽ നെഹ്റുവിനും ടി. ടി. കൃഷ്ണമാചാരിക്കും സി. സുബ്രഹ്മണ്യത്തിനും ഏറെ പ്രിയങ്കരനായ, സ്വാതന്ത്ര്യാനന്തര ഇന്ത്യയെ വ്യവസായ യുഗത്തിലേക്ക് ആനയിച്ച ബ്യൂറോക്രാറ്റുകളിൽ ഏറെ പ്രമുഖനായ, 'ഭിലായി'യുടെ ശില്പിയായ, ഇന്ത്യമുഴുവൻ പേർപെറ്റ 'ഫാക്റ്റി' ന്റെ സാരഥിയായ, മഹാകവി വള്ളത്തോളിന്നുശേഷം കഥകളിയുടെ ഏറ്റവും വലിയ പ്രചാരകനായ, സർവ്വോപരി ഞാൻ കണ്ട ഏറ്റവും വലിയ മനുഷ്യസ്നേഹിയായ സാക്ഷാൽ എം.കെ.കെ. നായർ തന്നെ!

എങ്ങിനെയാണ് അദ്ദേഹത്തിന് ഈ പതനം സംഭവിച്ചത്?

എനിക്കറിയാം.

എം.കെ.കെ. യുടെ യശോധാവല്യത്തിൻ അസൂയപൂണ്ട ഒരു ഐ.എ.എസ്. കാരനും അയാളുടെ 'സിൽബന്തി' യും സി.ബി.ഐ യിലെ ഉയർന്ന ഉദ്യോഗസ്ഥനുമായ ഒരു വ്യക്തിയും കൂടി കെട്ടിച്ചമച്ചതായിരുന്നു കോടികളുടെ അഴിമതികേസ്. എന്തൊക്കെയായിരുന്നു ആരോപണങ്ങൾ! വയനാട്ടിൽ സമ്പാദിച്ച എസ്റ്റേറ്റുകൾ അവയിൽ ചിലത് മാത്രം!

നീണ്ടുനിന്ന സി.ബി.ഐ. കേസിനൊടുവിൽ എം.കെ.കെ. നായർ വിജയശ്രീലാളിതനായി പുറത്തുവന്നു. കോടതിവിധിയിൽ അദ്ദേഹം രാജ്യത്തിനുവേണ്ടി ചെയ്ത സേവനങ്ങളെ പ്രകീർത്തിക്കുന്ന ഭാഗങ്ങളുമുണ്ടായിരുന്നു. പക്ഷെ വിധി വരുമ്പോഴേക്കും അദ്ദേഹം ക്ഷീണിതനും രോഗിയുമായിക്കഴിഞ്ഞിരുന്നു.

കേസിൽ ജയിച്ചതിനുശേഷവും അദ്ദേഹത്തിന് കിട്ടേണ്ടുന്ന ശമ്പളകുടിശ്ശിക ഇന്ത്യാഗവൺമെന്റ് പിടിച്ചുവെച്ചു! ഇതിന് മുൻകൈയെടുത്ത ഒരു കാബിനറ്റ് മന്ത്രി പിൽക്കാലത്ത് സാമ്പത്തിക അഴിമതിക്കേസിൽ തിഹാർ ജയിലിൽ കിടക്കുകയുണ്ടായി. ആ കേസ് ഇപ്പോഴും തീർന്നിട്ടുമില്ല.

വിധിയുടെ- കോടതിവിധിയല്ല- ഒരു തമാശയെന്നല്ലാതെ മറ്റെന്തു പറയാൻ!

അമൂല്യമായ ഒരു നിധിപോലെ എം.കെ.കെ. എന്നും കാത്തുസൂക്ഷിച്ചിരുന്ന ഒരു ഫോട്ടോയുണ്ട്; പുതിയ കാലത്തെ തീർത്ഥാടനകേന്ദ്രങ്ങൾ എന്നു പറഞ്ഞുകൊണ്ട് ജവഹർലാൽ നെഹ്റു ഉരുക്ക് നിർമ്മാണം ആരംഭിച്ച ദിവസം ഭിലായ് സ്റ്റീൽ പ്ലാന്റ് രാഷ്ട്രത്തിന് സമർപ്പിക്കുന്നത്. അദ്ദേഹത്തിന്റെ അടുത്തായി അഭിമാനപൂർവ്വം നിൽക്കുന്ന എം.കെ. കെ. യും.

ഭിലായിയിലെ തന്റെ നിയോഗം വിജയകരമായി പൂർത്തിയാക്കിയ ശേഷം എം.കെ.കെ. വന്നത് ആലുവ ഉദ്യോഗ മണ്ഡലിലെ 'ഫാക്ടി'ലേക്കായിരുന്നു. ശേഷസായി സഹോദരന്മാരുടെ സംരംഭകത്വത്തിൽ സർ സി.പി. തുടക്കം കുറിച്ച ഫാക്ട് അത്ര വലിയ ഒരു വളം നിർമ്മാണശാലയൊന്നുമായിരുന്നില്ല. പക്ഷെ എം.കെ.കെ. സാരഥ്യമേറ്റെടുത്തതിനു ശേഷമുള്ള ഫാക്ടിന്റെ വളർച്ച അത്ഭുതാവഹമായിരുന്നു. പുതിയ ഫാക്ടറികൾ ഡിസൈൻ ചെയ്തുകൊടുക്കാനും നിർമ്മിച്ചുകൊടുക്കാനുമായ 'ഫെഡോ', 'ഫ്യൂ' (FEDO, FEW) എന്നീ രണ്ടു ഡിവിഷനുകൾകൂടി സ്ഥാപിക്കപ്പെട്ടു. മുപ്പത്തിയഞ്ച് കിലോമീറ്റർ അകലെ, കൊച്ചിൻ റിഫൈനറിയുടെ തൊട്ടരികിൽ, 1500 ഏക്കർ സ്ഥലത്ത് മറ്റൊരു വ്യവസായനഗരിയും സ്ഥാപിച്ചു - ഫാക്ട് കൊച്ചിൻ ഡിവിഷൻ എന്ന പേരിൽ. കൊച്ചിൻ ഡിവിഷന്റെ ടൗൺഷിപ്പ് രൂപകല്പന ചെയ്യുന്നതിൽ പ്രശസ്ത ചിത്രകാരനും വാസ്തുശില്പിയുമായ എം.പി. ദേവന്റെ സേവനം എം.കെ.കെ. പ്രയോജനപ്പെടുത്തുകയുണ്ടായി.

ജീവനക്കാർക്കൊക്കെ വീടുകൾ; സൗജന്യമായി വെള്ളവും വൈദ്യുതിയും, മികച്ച ആശുപത്രികൾ, വിദ്യാലയങ്ങൾ, സിനിമാശാലകൾ, പതിനായിരത്തോളം ജീവനക്കാരുണ്ടായിരുന്ന കമ്പനി മികച്ച ലാഭവും ഉണ്ടാക്കിയിരുന്നു. പക്ഷേ ലാഭത്തിലപ്പുറം തൊഴിലാളികളുടെ സർവ്വ

തോന്മുഖമായ അഭിവൃദ്ധിയായിരുന്നു എന്നും എം.കെ.കെ യുടെ ലക്ഷ്യം.

ഉദ്യോഗമണ്ഡലിലെ ഫാക്ട് ടൗൺഷിപ്പ് എം.കെ.കെ. വരുന്നതിനു മുമ്പേ രൂപം കൊണ്ടതായിരുന്നു. അതുകൊണ്ടുതന്നെ അവിടെ അധികമൊന്നും ചെയ്യുവാൻ അദ്ദേഹത്തിനുണ്ടായിരുന്നില്ല. എന്നാൽ കുറെയൊക്കെ ചെയ്തിട്ടുണ്ട് താനും. പക്ഷെ ഇതുപോലെയായിരുന്നില്ല അമ്പലമേട്ടിലെ ഫാക്ട് ടൗൺഷിപ്പ്. അവിടത്തെ 150 ഏക്കർ വിസ്തൃതിയുള്ള തടാകം; തടാകത്തിന്റെ മദ്ധ്യത്തിൽ 50 ഏക്കറിൽ പരന്നു കിടക്കുന്ന മനോഹരമായ ദ്വീപ്; ദ്വീപിലെ വിശാലമായ ഗസ്റ്റ് ഹൗസ്; ദ്വീപിലേക്ക് പ്രവേശിക്കാനുള്ള 'എർത്തൻ ബണ്ട്'; ബണ്ടിന്റെ ഇരുവശങ്ങളിലുമായി പൂത്തുലഞ്ഞു നിൽക്കുന്ന നീർമരുത് വൃക്ഷങ്ങൾ; ഗസ്റ്റ് ഹൗസിന്റെ മുമ്പിലെ അതിവിശാലമായ പുൽത്തകിടി- ഇതൊക്കെ പൂർണ്ണമായും എം.കെ.കെ. യുടെ ഭാവനയിൽ നിന്ന് ഉരുത്തിരിഞ്ഞവയായിരുന്നു. ഇതുപോലെ മനോഹരമായ ഒരു വ്യവസായ നഗരി ഇന്ത്യയിൽ വേറെ എവിടെയും ഉണ്ടാകില്ല എന്ന് ഇവിടം സന്ദർശിച്ചിട്ടുള്ള വിശിഷ്ട വ്യക്തികൾ പറയുന്നത് ഞാൻ കേട്ടിട്ടുണ്ട്.

എം.കെ.കെ. യുടെ കാലത്ത് ഫാക്ടിലെ അന്തരീക്ഷത്തിൽ മുഴങ്ങിയിരുന്നത് പ്ലാന്റുകളിലെ കൂറ്റൻ യന്ത്രങ്ങളുടെ ശബ്ദം മാത്രമായിരുന്നില്ല; അവിടെ കഥകളിയുടെയും നൃത്തത്തിന്റെയും സാഹിത്യസംവാദങ്ങളുടെയും മധുരസ്പന്ദനങ്ങൾ കൂടിയുണ്ടായിരുന്നു.

1965 ൽ ഉദ്യോഗമണ്ഡലിൽ അഖിലേന്ത്യാ സാഹിത്യസമ്മേളനം നടത്തപ്പെട്ടു. ഇതിന്റെ സാരഥിയും എം.കെ.കെ. നായർ തന്നെയായിരുന്നു. ഇന്ത്യയിലെ പ്രശസ്തരായ സാഹിത്യനായകന്മാരും ചിത്രകാരന്മാരും ശില്പികളും സിനിമാസംവിധായകരും പങ്കെടുത്ത സമ്മേളനം വലിയ വിജയമായിരുന്നു. സമ്മേളനദിവസങ്ങളിലൊന്നിൽ ഒരു 'സെഷനി'ൽ പൊടുന്നനെ കയറിവന്ന എം.കെ.കെ. ഏറെ അഭിമാനത്തോടെ സദസ്യരെ അറിയിച്ചു.

"മഹാകവി ജി. ശങ്കരക്കുറുപ്പിന് ആദ്യത്തെ ജ്ഞാനപീഠ പുരസ്കാരം ലഭിച്ചിരിക്കുന്നു എന്ന വാർത്ത നിങ്ങളെ ഏറെ സന്തോഷത്തോടെ അറിയിച്ചുകൊള്ളട്ടെ!" സദസ്സിൽ നിന്ന് അപ്പോഴുയർന്ന ഹർഷാരവം ഇപ്പോഴും എന്റെ കാതുകളിൽ മുഴങ്ങുന്നുണ്ട്.

ഫാക്ടിൽ എം.കെ.കെ. യുടെ കീഴിൽ ഒരു ജോലിക്കാരനായി ചേരുന്നതിന് എത്രയോ മുമ്പു തന്നെ എനിക്കദ്ദേഹത്തെ അടുത്തറിയാമായിരുന്നു. ഒന്നിച്ചു നടത്തിയ ദീർഘയാത്രകൾ; കഥകളിക്കാഴ്ചകൾ; സംഭാഷണങ്ങൾ. ഉദ്യോഗമണ്ഡൽ ഗസ്റ്റ് ഹൗസിലായിരുന്നു എന്റെ മധുവിധു. അദ്ദേഹം ആതിഥേയൻ; ഞാനും ഭാര്യയും അതിഥികളും. താമസം

ഗസ്റ്റ്ഹൗസിലായിരുന്നുവെങ്കിലും ഭക്ഷണം അടുത്തുതന്നെയുള്ള എം. കെ.കെ. യുടെ വീട്ടിലായിരുന്നു.

പിൽക്കാലത്ത് എന്നെങ്കിലും അദ്ദേഹത്തിന്റെ കീഴിൽ ജോലി ചെയ്യാനിടവരുമെന്ന് അന്നൊന്നും സ്വപ്നേപി വിചാരിച്ചിരുന്നില്ല!

എറണാകുളം മെഡിക്കൽ ട്രസ്റ്റ് ഹോസ്പിറ്റലിൽ അവസാനകാലത്ത് ഒരു രോഗിയായി കിടന്ന അദ്ദേഹത്തെ കാണാൻ നിത്യവും ഞാൻ പോയിരുന്നു. മരിച്ചപ്പോൾ തിരുവനന്തപുരത്ത് ശാസ്തമംഗലത്തും പോയി. പോകുമ്പോൾ എന്റെ കൂടെയുണ്ടായിരുന്ന ജനറൽ മാനേജർ അബ്രഹാം തോമസിനോട് ഞാൻ പറഞ്ഞു: "അവിടെയിപ്പോൾ ജനപ്രളയമായിരിക്കും. കാർ പാർക്ക് ചെയ്യാൻ റോഡിൽ പോലും സ്ഥലം കിട്ടിയെന്നുവരില്ല.!"

പക്ഷെ, അവിടെയെത്തിയപ്പോൾ എല്ലാ ഊഹങ്ങളും തെറ്റി.!

തിരക്കേയുണ്ടായിരുന്നില്ല-!

എം.കെ.കെ. നായർ ജീവിച്ചിരുന്നപ്പോഴും മരിച്ചപ്പോഴും അദ്ദേഹത്തിന്റെ സംഭാവനകളെ ഏറെ ആദരവോടെ വിലയിരുത്തിയ ഒരു മാദ്ധ്യമസ്ഥാപനമാണ് 'മലയാളമനോരമ'. അദ്ദേഹത്തിന്റെ വേർപാടിന്റെ വിവരമറിഞ്ഞയുടനെ എഡിറ്റോറിയൽ ഡയറക്ടറായ ശ്രീ തോമസ് ജേക്കബ് എന്നോട് ഒരു ചരമക്കുറിപ്പ് ആവശ്യപ്പെട്ടു. പക്ഷെ അങ്ങിനെയൊന്നെഴുതാനുള്ള മാനസികാവസ്ഥയിലായിരുന്നില്ല ഞാൻ. അതുകൊണ്ട് ഞാൻ ഒഴിഞ്ഞുമാറി. എത്ര നിർബന്ധിച്ചിട്ടും എഴുതില്ല എന്നുകണ്ടപ്പോൾ, അറ്റകൈക്ക് തോമസ്ജേക്കബ് പറഞ്ഞു:

"പത്മനാഭൻ എഴുതുന്നില്ലെങ്കിൽ ഞങ്ങൾ ചരമക്കുറിപ്പ് പ്രസിദ്ധീകരിക്കുന്നേയില്ല-"

അപ്പോൾ എനിക്ക് സമ്മതിക്കാതിരിക്കാൻ കഴിഞ്ഞില്ല. അങ്ങിനെയാണ് ഞാൻ മനോരമയിൽ അദ്ദേഹത്തിന്റെ ചരമക്കുറിപ്പ് എഴുതിയത്. എന്റെ വേദനകളും ഓർമ്മകളും പകർത്തിയ കുറിപ്പിന് ഞാൻ തലക്കെട്ടിട്ടിരുന്നില്ല. തോമസ് ജേക്കബ്ബിനോട് ഞാൻ പറഞ്ഞു: "അത് നിങ്ങൾ ചെയ്തോളൂ."

"പ്രിയപ്പെട്ട എം.കെ.കെ." - എന്ന പേരിൽ മനോരമ എഡിറ്റോറിയൽ പേജിൽ വന്ന ആ കുറിപ്പിന്റെ തലക്കെട്ട് ശ്രീ തോമസ് ജേക്കബ്ബിന് അവകാശപ്പെട്ടതാണ്.

ഈ കുറിപ്പ് വന്ന് ദിവസങ്ങൾക്കുള്ളിൽ തന്നെ മനോരമയിൽ നിന്ന് ഒരു ചെക്ക് ലഭിച്ചു. അന്നത്തെ നിലയ്ക്ക് സാമാന്യം വലിയ ഒരു തുക തന്നെയായിരുന്നു. പക്ഷെ ഞാനത് മടക്കി അയച്ചു.

എം.കെ.കെ.യുടെ ചരമക്കുറിപ്പെഴുതി പ്രതിഫലം വാങ്ങുകയോ-!

എല്ലാ അർത്ഥത്തിലും വലിയ ഒരു മനുഷ്യനായിരുന്നു അദ്ദേഹം.

അദ്ദേഹത്തിന്റെ ജന്മശതാബ്ദി വേളയിൽ പള്ളിക്കുന്നിലെ എന്റെ ഈ വീട്ടിലിരുന്ന് പലതും ഞാൻ ഓർത്തുപോകുന്നു. പള്ളിക്കുന്നിൽ വന്നിട്ടാണല്ലോ അദ്ദേഹം കഥകളി കാണാൻ എന്നെ പറശ്ശിനിമടപ്പുരയിൽ കൊണ്ടുപോയിട്ടുള്ളത്. എല്ലാവരെയും സ്നേഹിക്കുകയും സഹായിക്കുകയും ചെയ്ത അദ്ദേഹത്തോട് നാം നന്ദികേടല്ലേ കാട്ടിയിട്ടുള്ളൂ-! അല്ലെങ്കിൽ എന്തിനാണ് അതൊക്കെ പറയുന്നത്? അദ്ദേഹം ഒരിക്കലും ഇതൊന്നുമോർത്ത് വ്യാകുലപ്പെട്ടിട്ടില്ലല്ലോ! തന്റെ പുതിയ ആത്മകഥയ്ക്ക് 'ആരോടും പരിഭവമില്ലാതെ' എന്നല്ലേ അദ്ദേഹം പേരിട്ടത്-?

അനുഭവങ്ങൾ, കുറിപ്പുകൾ, അഭിമുഖം

യാത്രകൾ നൽകിയ കഥകൾ

1953 ൽ, എന്റെ ഇരുപത്തിരണ്ടാമത്തെ വയസ്സിലാണ് ഞാൻ കാശ്മീരിൽ പോയത്. അന്ന് പത്താൻകോട്ടുവരെ മാത്രമേ തീവണ്ടിയുണ്ടായിരുന്നുള്ളു. അവിടെനിന്ന് ജമ്മുവിലേക്കും ജമ്മുവിൽനിന്ന് ശ്രീനഗറിലേക്കും റോഡ് വഴി വേണം പോകാൻ.

പൊറ്റെക്കാട്ടിന്റെ യാത്രാവിവരണങ്ങൾ വായിച്ചിട്ടുള്ള എന്റെ മനസ്സിൽ കാശ്മീർ ഒരു തരം ലഹരിയായിരുന്നു. ആ ഭൂഭാഗത്തിന്റെ സൗന്ദര്യം എന്റെ സ്ഥിരമായ സ്വപ്നമായിരുന്നു. അങ്ങനെയിരിക്കെയാണ് 53 ൽ ഷേയ്ക് അബ്ദുള്ള തടവിലായതും അവിടെ കലാപം പൊട്ടിപ്പുറപ്പെട്ടതും. അപ്പോൾ ഞാൻ വിചാരിച്ചു: 'കാശ്മീരിൽ പോകുന്നുണ്ടെങ്കിൽ അത് ഇപ്പോഴായിരിക്കണം.'

മദ്രാസിൽ നിയമം പഠിച്ചുകൊണ്ടിരുന്ന ഒരു വിദ്യാർഥിയായിരുന്ന എന്റെ കയ്യിൽ അധികമൊന്നും കാശുണ്ടായിരുന്നില്ല. അതുകൊണ്ട് കൗമുദി വാരികയുടെ പത്രാധിപരായ കെ. ബാലകൃഷ്ണന് എഴുതി:

'എനിക്ക് കാശ്മീരിൽ പോകണമെന്നുണ്ട്. ഒരു 300 ക. അയച്ചുതരാൻ പറ്റുമോ? കുറച്ചുകാശ് എന്റെ കയ്യിലുണ്ട്. പക്ഷേ അതുകൊണ്ട്മാത്രം പറ്റില്ല. കാശ്മീർ ഇപ്പോൾ ഏറെ പ്രാധാന്യമുള്ള സ്ഥലമാണല്ലോ. പോയാൽ അവിടെനിന്ന് ഞാൻ നിങ്ങൾക്ക് ഏതാനും 'ഡെസ്പാച്ചുകൾ' അയച്ചുതരികയും ചെയ്യാം.'

മടക്കത്തപാലിൽതന്നെ എനിക്ക് ബാലന്റെ മറുപടി കിട്ടി.

'കാശ്മീരിൽപോവുക എന്നതാണ് ഇപ്പോഴത്തെ പ്രധാനകാര്യം. 300 രൂപയുടെ ചെക്ക് ഇതൊടൊപ്പം ഉണ്ട്. പക്ഷേ ഇതുമതിയോ? ചോദിക്കാൻ മടിക്കേണ്ട. പിന്നെ ഡെസ്പാച്ചിന്റെ കാര്യം... തന്റെ 'ഡെസ്പാച്ചസൊന്നും' എനിക്കുവേണ്ട.....'

ബാലനുമായുള്ള എന്റെ രണ്ടാമത്തെ ഇടപാടായിരുന്നു ഇത്. ആദ്യത്തേതും മദ്രാസിൽവെച്ചുതന്നെയാണുണ്ടായത്. കൗമുദിയുടെ ഓണപ്പതിപ്പിലേക്ക് കഥ ആവശ്യപ്പെട്ടുകൊണ്ട് ബാലൻ എനിക്കെഴുതി. ഞങ്ങൾ

തമ്മിൽ ബന്ധം തുടങ്ങിയത് ഇങ്ങിനെയായിരുന്നു.

മലയാളപത്രലോകത്തിൽ കെ. ബാലകൃഷ്ണനുള്ള സ്ഥാനം നല്ല പോലെ അറിയാമായിരുന്നിട്ടും ആളുകളെ പ്രകോപിപ്പിക്കാനുള്ള സഹജവാസന എന്നെക്കൊണ്ട് ഇങ്ങനെ ഒരുമറുപടി എഴുതിച്ചു: 'കത്ത് കിട്ടി. നന്ദി. എന്റെ കഥയുടെ പ്രതിഫലം 100 രൂപയാണ്. അത് മുൻകൂട്ടി അയച്ചുതന്നാൽ കഥ അയച്ചുതരാം..'

എന്നെപ്പോലുള്ള പുതുക്കക്കാരന് മാത്രമല്ല, വലിയവർക്കും അന്ന് 100 ക. ഒരു വലിയ പ്രതിഫലത്തുക തന്നെയായിരുന്നു. എന്നിട്ടും ഞാൻ അങ്ങനെ എഴുതി.

കെ.ബാലകൃഷ്ണൻ വളരെ വലിയ ഒരു പത്രാധിപരാണ്. എന്റെ എഴുത്ത് അദ്ദേഹത്തെ എന്തെന്നില്ലാതെ പ്രകോപിപ്പിക്കും. എന്നിട്ട് ദേഷ്യത്തോടെ എനിക്ക്...'

ഇങ്ങനെയൊക്കെയാണ് ഞാൻ വിചാരിച്ചത്. പക്ഷേ സംഭവിച്ചത് അങ്ങനെയൊന്നുമായിരുന്നില്ല.

ബാലൻ എനിക്കുള്ള മറുപടിയിൽ എഴുതി: 'കഥയുടെ പ്രതിഫലം 100 ക.യാണെന്ന് അറിഞ്ഞ് സന്തോഷിക്കുന്നു. 100 ക.യുടെ ചെക്ക് ഇതോടൊപ്പമുണ്ട്.. കഥയുടെ റേറ്റ് വർദ്ധിക്കുമ്പോൾ എന്നെ അറിയിക്കുമല്ലോ.'

ജീവിതത്തിൽ ആദ്യമായി ഞാൻ കൊച്ചായത് അപ്പോഴായിരുന്നു. പിന്നീട് 53 ൽ തന്റെ 'ഡെസ്പാച്ചു'കളൊന്നും എനിക്കുവേണ്ട എന്നെഴുതിയപ്പോഴും.

പിൽക്കാലത്ത് ഞങ്ങൾ തമ്മിലുള്ള സ്ഥിരമായ സ്നേഹബന്ധത്തിന്റെ തുടക്കമായിരുന്നു ഇതെന്നും പറഞ്ഞുകൊള്ളട്ടെ.

ചങ്ങാതിമാരിൽനിന്ന് സ്വൂട്ടും കമ്പിളിക്കുപ്പായങ്ങളുമൊക്കെ സംഘടിപ്പിച്ച് ഞാൻ യാത്ര തുടങ്ങി. അന്ന് മദ്രാസിൽ നിന്ന് പത്താൻകോട്ടേക്ക് 32 ക. മാത്രമായിരുന്നു വണ്ടിക്കൂലി. പത്താൻകോട്ടിൽ നിന്ന് ജമ്മുവിലേക്കുള്ള ബസ്കൂലിയും വളരെ കുറവ്. ജമ്മുവിൽ ഒരു ചെറിയ ഹോട്ടലിൽ തങ്ങി പിറ്റേന്ന് കാലത്ത് ശ്രീനഗറിലേക്ക് പുറപ്പെട്ടു. ശ്രീനഗറിലേക്ക് ഒറ്റയടിക്ക് പോകാൻ കഴിയുമായിരുന്നില്ല. രാത്രി ബനിഹാൻ ചുരത്തിൽ തങ്ങണം. എന്നിട്ട് പിറ്റേന്ന് കാലത്ത് ചുരത്തിലുള്ള തുരങ്കം വഴി കാശ്മീർ താഴ്വരയിലേക്ക് കടക്കുകയാണ് വേണ്ടത്.

ജമ്മുവിൽ നിന്ന് ബനിഹാനിലേക്കുള്ള യാത്രയിൽ നടന്ന സംഭവങ്ങളാണ് 'മഖൻസിങ്ങിന്റെ മരണം' എന്ന എന്റെ കഥയിൽ വിവരിച്ചിട്ടുള്ളത്. ഡ്രൈവറുടെ പേര് മഖൻസിങ്ങ് എന്നുതന്നെയായിരുന്നു. കിളി രാംലാലും. വൃദ്ധയേയും അവരുടെ പുത്രവധുവേയും പറ്റി പറഞ്ഞതും

മുഴുവൻ സത്യമാണ്. അതുപോലെ മാധോപ്പൂരിൽനിന്ന് ചെക്കിംഗ് ഇൻസ്പെക്ടർ കയറിയതും പിന്നീടുണ്ടായ സംഭാഷണങ്ങളുമൊക്കെ.

ഈ കഥയിൽ ഞാൻ എന്റേതായി കൂട്ടിച്ചേർത്തത് ഇത്രമാത്രമാണ്: പഴയദുഃഖകരമായ ഓർമ്മകളുടെ ചുഴിയിൽപെട്ട മഖൻസിങ്ങ് രാവിലെ വണ്ടി സ്റ്റാർട്ടാക്കാൻ കഴിയാതെ താഴെവീണത്.

മഖൻസിങ്ങ് മരിച്ചു എന്ന് ഞാൻ എഴുതിയിട്ടില്ല.

എന്റെ കഥകളിൽ ഏറെ പ്രഖ്യാതമായ ഒന്നാണ് 'മഖൻസിങ്ങിന്റെ മരണം.' തെറ്റായോ ശരിയായോ ഈ കഥയെ 'ഇന്ത്യൻ പശ്ചാത്തല'ത്തിലെഴുതിയ ആദ്യത്തെ മലയാളകഥയെന്ന് എം.ഗോവിന്ദൻ വിശേഷിപ്പിച്ചതും ഞാനോർക്കുന്നു.

വളരെ ചെറുപ്പം മുതൽക്കേ ഞാൻ യാത്രകൾ ഏറെ ഇഷ്ടപ്പെട്ടിരുന്നു. ഹൈസ്കൂൾ വിദ്യാഭ്യാസം കഴിയുന്നതിന് മുമ്പായി കേരളം ഏതാണ്ട് മുഴുവനും കാണാൻ കഴിഞ്ഞു. ഇത് 'വിദ്യാർത്ഥികോൺഗ്രസിന്റെ' പ്രവർത്തനങ്ങളുമായി ബന്ധപ്പെട്ടായിരുന്നു. കോളേജ് വിദ്യാഭ്യാസകാലത്ത് കാശ്മീർതൊട്ട് കന്യാകുമാരി വരെ യാത്രചെയ്തു. ഇതിനുശേഷം യൂറോപ്പ്, ഇംഗ്ലണ്ട്, അമേരിക്ക, കാനഡ, നേപ്പാൾ, ഗൾഫ് രാജ്യങ്ങൾ എന്നിവിടങ്ങളിലും പോയി. ചിലപ്പോഴൊക്കെ എനിക്ക് തോന്നാറുണ്ട്; ഞാൻ ഇന്ത്യയെക്കാൾ കൂടുതലായി കണ്ടത് അമേരിക്കയെ അല്ലേ എന്ന്.

ഒരുനാടിനെയും അവിടുത്തെ ആൾക്കാരെയും നല്ലതുപോലെ മനസ്സിലാക്കണമെങ്കിൽ റോഡ്മാർഗ്ഗമോ റെയിൽമാർഗ്ഗമോ യാത്ര ചെയ്യണം. എന്റെ യാത്രകൾ ഏറിയകൂറും ഇങ്ങനെയായിരുന്നു. ആകാശത്തിലൂടെ പോയതുകൊണ്ട് വലിയ പ്രയോജനമൊന്നുമില്ല.

കഥയെഴുതാനുള്ള 'വഹ'കൾ പലപ്പോഴും യാത്രകളിൽ നിന്ന് ലഭിച്ചുവെന്ന് വരും. പക്ഷേ ഇതിനുവേണ്ടി ഞാൻ യാത്ര ചെയ്യാറില്ല. 'സ്നേഹത്തിൻ ഫലം സ്നേഹം, ജ്ഞാനത്തിൻ ഫലം ജ്ഞാനം' എന്ന് കവി പാടിയതുപോലെ എന്നെ സംബന്ധിച്ചിടത്തോളം യാത്ര യാത്രയ്ക്കുവേണ്ടി മാത്രം.

എന്നാലും എന്റെ യാത്രകളുടെ ഉപോൽപ്പന്നങ്ങളായ ചില പ്രശസ്ത കഥകളെ എനിക്ക് മറക്കാൻ കഴിയുമോ.?

'ഗൗരി' ഒരുദാഹരണം. 'ഗൗരി'യിലെ പ്രധാനഭാഗങ്ങൾ നടന്നത് നാട്ടിലാണ്. പ്രത്യേകിച്ചും അതിലെ ഉപകഥയിലെ സംഭവങ്ങൾ മുഴുവനും. എങ്കിലും നേപ്പാളിലൂടെയുള്ള എന്റെ യാത്ര ഉണ്ടായിരുന്നില്ലെങ്കിൽ ആ കഥ ഞാൻ എഴുതുമായിരുന്നോ?

സംശയമാണ്.

കാഠ്മണ്ടുവിലെ പ്രശസ്തമായ പശുപതിക്ഷേത്രത്തിന്റെ പിറകിലൂടെയാണ് 'ഭാഗ്മതി' നദി ഒഴുകുന്നത്. നനഞ്ഞ ഒരു സന്ധ്യയിൽ, എരിഞ്ഞടങ്ങുന്ന ഒട്ടേറെ ചിതകളെ സാക്ഷിയാക്കിക്കൊണ്ട് ഞാൻ നദിക്കരയിൽ ഏറെനേരം ചിന്താധീനനായിനിന്നു. അകലെയുള്ള പർവ്വതങ്ങളിൽനിന്ന് മണ്ണും ചെളിയും കുത്തിയെടുത്ത്, ഉന്മാദിനിയെപ്പോലെ അലറിപ്പാഞ്ഞുവരുന്ന ഭാഗ്മതി അപ്പോൾ തെല്ല് ശാന്തമായിരുന്നു. ആ സന്ധ്യയിലാണ് എന്റെ മനസ്സിൽ 'ഗൗരി' തെളിഞ്ഞുവന്നത്. 'പൊവാറ റയിലെ തടാകമധ്യത്തിലെ കൊച്ചുദ്വീപിലുള്ള 'കുടിലി'ൽ വെച്ച് കഥ പൂർത്തിയാകയും ചെയ്തു.

'പ്രണയത്തിന്റെ അധരസിന്ദൂരം' കൊണ്ടെഴുതിയതെന്ന് പിൽക്കാലത്ത് കെ.പി.അപ്പൻ വിശേഷിപ്പിച്ച ഈ കഥ എന്റെ ജീവിതത്തിന്റെ ഒരു ഭാഗം തന്നെയാണ്.

'ഗൗരി'യെക്കുറിച്ച് പറയുമ്പോൾ പറയേണ്ടുന്ന മറ്റൊരു കാര്യം കൂടിയുണ്ട്. 1996 ൽ മലയാളത്തിൽനിന്ന് ഈ കഥയ്ക്കാണ് കേന്ദ്രസാഹിത്യഅക്കാദമിയുടെ പുരസ്കാരം ലഭിച്ചത്. 54 മുതൽക്കേ അക്കാദമി ഇന്ത്യൻ ഭാഷകളിലെ മികച്ച കൃതികൾക്ക് ഓരോ കൊല്ലവും പുരസ്കാരങ്ങൾ നൽകുന്നുണ്ട്. അങ്ങനെ മലയാളത്തിനും ലഭിക്കുന്നു. പക്ഷേ 42 കൊല്ലം കാത്തിരിക്കേണ്ടിവന്നു ഒരു മലയാള കഥാസമാഹാരത്തിന് അക്കാദമിയുടെ അംഗീകാരം ലഭിക്കാൻ!

ഇതുവളരെ വിചിത്രമായ ഒരു കാര്യമല്ലേ? ഈ നീണ്ട കാലയളവിൽ അക്കാദമിയുടെ അവാർഡിന് അർഹമായ ഒരു കഥാസമാഹാരം മലയാളത്തിലുണ്ടായിട്ടില്ല എന്നുപറഞ്ഞാൽ എങ്ങനെ വിശ്വസിക്കാൻ കഴിയും? ഇന്ത്യൻഭാഷകളിലെ ഏറ്റവും മികച്ച കഥകളുണ്ടാകുന്നത് മലയാളത്തിലും ബംഗാളിയിലുമാണെന്ന് സ്ഥിരമായി പറയുന്ന പണ്ഡിതന്മാരുള്ളതും ഈ മലയാളനാട്ടിലാണ്. ഇത്തരക്കാരിൽ പലരും പുരസ്കാരനിർണ്ണയത്തിന്റെ സമിതികളിൽ അംഗങ്ങളായിരിക്കാറുമുണ്ട്...

എന്നിട്ടും!

അല്ലെങ്കിൽ ഇതിനെക്കുറിച്ചൊക്കെ രോഷം കൊണ്ടിട്ട് എന്തുപ്രയോജനം!

'ഗൗരി'യെക്കുറിച്ച് പറയുമ്പോൾ എന്റെ ഓർമ്മയിൽ വരുന്ന വേറെ രണ്ട് കഥകളുണ്ട്. 'കാലഭൈരവനും', 'കടലും'

രണ്ടും ഒരു കാശിയാത്രയുടെ തിരുശേഷിപ്പുകളാണ്. 'കടലിലെ അമ്മ യഥാർത്ഥജീവിതത്തിലെ 'ഗൗരി' തന്നെയാണെങ്കിൽ 'കാലഭൈ

രവനി'ൽ ഇത് അത്ര സ്പഷ്ടമല്ല. പക്ഷേ സാന്നിദ്ധ്യം സൂക്ഷ്മദൃക്കുകൾക്ക് മനസ്സിലാകാതിരിക്കില്ല.

ഒരു വിദേശയാത്രയിൽ എനിക്കുണ്ടായ അനുഭവങ്ങളാണ് 'ഉമ്മർഭായി' എന്ന കഥയായി രൂപാന്തരപ്പെട്ടത്. വിദേശയാത്രകളിലെ അനുഭവങ്ങളുടെ സ്ഫുരണങ്ങൾ എന്റെ ചില കഥകളിലുണ്ടായിട്ടുണ്ട്. പക്ഷേ ഒരു കഥ പൂർണ്ണമായും ഒരു പ്രത്യേക അനുഭവത്തെ ആധാരമാക്കി എഴുതിയത് 'ഉമ്മർഭായി 'യിൽ മാത്രമാണ്.

നമ്മുടെ ജീവിതത്തിൽ നമുക്കുണ്ടാകുന്ന അനുഭവങ്ങൾ എല്ലാം തന്നെ ദുഃഖപൂർണ്ണമല്ല. സന്തോഷം നൽകുന്ന അനുഭവങ്ങളും നമുക്കുണ്ടാകാറുണ്ട്. കണ്ടുമുട്ടുന്ന എല്ലാവരും വില്ലൻമാരല്ല. നല്ലവരായ ശമരിയക്കാരും ഇവിടെയുണ്ട്. ഇവിടെ ഇരുട്ടുമാത്രമല്ല, പ്രകാശവുമുണ്ട്. ഒരു വാതിൽ നമ്മുടെ മുമ്പിൽ അടയുമ്പോൾ മറ്റൊന്ന് എവിടെയോ നമുക്കു വേണ്ടി തുറക്കപ്പെടുന്നുണ്ട്. ഇത് എന്റെ ദൃഢമായ വിശ്വാസമാണ്. ഇതു കൊണ്ടുതന്നെയാണ് ഞാൻ എന്റെ കഥകളിൽ ദുഷ്ടപാത്രങ്ങളുടെ ചെയ്തികളെക്കുറിച്ച് ഏറെയൊന്നും പ്രതിപാദിക്കാത്തതും.

എന്റെ ഈ വിശ്വാസപ്രമാണം ഒരു മുഖക്കുറിപ്പായി ആദ്യകാലത്തെ സമാഹാരത്തിൽ ഞാൻ ചേർത്തിട്ടുണ്ട്.

'മൂടുക, ഹൃദന്തമേ, മുഗ്ധഭാവനകൊണ്ടീ-
മൂകവേദനകളെ, മുഴുവൻ മുത്താകട്ടെ!

ശങ്കരക്കുറുപ്പിന്റെ ഈ വരികൾ ഇപ്പോഴും എന്റെ വഴിയിൽ പ്രകാശം ചൊരിയുന്നു.

ഒരു കാളരാത്രിയുടെ അനുഭവങ്ങളെക്കുറിച്ച് സൂചിപ്പിച്ചുകൊണ്ടാണ് ഞാൻ 'ഉമ്മർഭായി 'ആരംഭിക്കുന്നത്. പക്ഷേ അനുഭവങ്ങൾ എന്തായിരുന്നുവെന്ന് കഥയിൽ വ്യക്തമാക്കുന്നതേയില്ല.

1995 ൽ അബുദാബിയിലെ മലയാളി സമാജത്തിന്റെ പുരസ്കാരം സ്വീകരിക്കാനായി ഞാൻ ചെന്നതായിരുന്നു. ഒരു വലിയ ഫ്ളാറ്റ് എന്റെ താമസത്തിനായി ഒഴിച്ചുതന്ന ഭാരവാഹികൾ എന്റെ സുഖസൗകര്യങ്ങൾ ശ്രദ്ധിക്കാനായി രണ്ട് പരിചാരകരെ ഏർപ്പാടാക്കുകയും ചെയ്തിരുന്നു. ഭക്ഷണത്തിന്റെ മുഴുവൻ ഉത്തരവാദിത്വവും പ്രശസ്തമായ മുഗൾ റസ്റ്റോറന്റിന്റെ ഉടമ ഗഫൂർഭായിക്കായിരുന്നു. ഒന്നാന്തരം സഹൃദയനും പൊതുകാര്യപ്രസക്തനുമായ ഗഫൂർഭായി പിന്നീടുള്ള എന്റെ അബുദാബി സന്ദർശനങ്ങളിലൊക്കെ എനിക്ക് വലിയ ഒരു തുണയായിരുന്നു എന്നു കൂടി പറഞ്ഞുകൊള്ളട്ടെ.

അബുദാബിയിൽ മലയാളികൾക്ക് മലയാളി സമാജത്തിന് പുറമേ

മറ്റൊരു സംഘടന കൂടിയുണ്ട്. വളരെ പ്രകടമായ രാഷ്ട്രീയചായ്‌വുള്ള ഈ സംഘടന എനിക്ക് ഒരു സ്വീകരണം ഒരുക്കുകയുണ്ടായി. ഈ ചടങ്ങിലുണ്ടായ ദുരനുഭവങ്ങളാണ് ഒരു കാളരാത്രിയുടെ ഓർമ്മയായി എന്നെ വേദനിപ്പിച്ചത്. പക്ഷേ ഈ വേദനയെ പൂർണമായും തുടച്ചുമാറ്റി ഗഫൂർഭായിയുടെയും മുഹമ്മദിന്റെയും ഗംഗാധരന്റെയും സൈനുദ്ദീന്റെയും സ്നേഹം നിറഞ്ഞ പെരുമാറ്റങ്ങൾ.

എന്റെ യാത്രകളെയും യാത്രകളിലുണ്ടായ അനുഭവങ്ങൾ എങ്ങനെ പ്രശസ്തമായ ചില കഥകളായി രൂപാന്തരം പ്രാപിച്ചുവെന്നതിനെയും കുറിച്ചാണ് ഞാൻ ഇതുവരെയും പറഞ്ഞത്. ഇനിയും പറയാനുണ്ട്. പക്ഷേ അത് മറ്റൊരവസരത്തിലാകാം.

(മലയാള മനോരമ വാർഷികപതിപ്പ് - 2007)

കവിതയുടെ കഷ്ടകാലം

കവിത വായിക്കുകയും പഠിക്കുകയും ചെയ്യുന്ന സ്വഭാവം ചെറുപ്പം മുതലേ ഉണ്ടായിരുന്നു. ആദ്യം ബന്ധപ്പെടുന്നത് കുമാരനാശാനുമായിട്ട്. പിന്നീട് വള്ളത്തോൾ. ഉള്ളൂർ വരുന്നത് കുറേക്കൂടി വൈകിയിട്ടായിരുന്നു.

എലിമെന്ററി സ്കൂൾ കാലത്തെ അനുഭവമാണ് ഞാൻ പറഞ്ഞത്. പിന്നീട് ഹൈസ്കൂളിലും കോളേജിലുമെത്തിയപ്പോൾ മലയാളകവിതക്കൊപ്പം ഇംഗ്ലീഷ് കവിതയും വായിക്കാൻ തുടങ്ങി. ടെന്നിസൻ, തോമസ് ഗ്രേ, വേഡ്സ് വെർത്ത് , ഷേക്സ്പിയർ, മിൽട്ടൻ, മാത്യു ആർനോൾഡ്, ആൽഫ്രഡ് നോയ്സ്, ഹെന്റ്രി ന്യൂബോൾട്ട്...

പത്താംക്ലാസിൽ പഠിക്കുമ്പോൾ കിട്ടിയ പാൽഗ്രേവിന്റെ 'ഗോൾഡൻ ട്രഷറി' ഇപ്പോഴും ഞാൻ ഉപയോഗിക്കുന്നുണ്ട്.

ആശാനും വള്ളത്തോളും ഉള്ളൂരും കഴിഞ്ഞപ്പോൾ ഞാൻ ശങ്കരക്കുറുപ്പിനെയും, കുഞ്ഞിരാമൻ നായരെയും വൈലോപ്പിള്ളിയെയും ഇടശ്ശേരിയെയും ഒ.എൻ.വിയെയും ഭാസ്കരനെയും കക്കാടിനെയും ചുള്ളിക്കാടിനെയും, കൃഷ്ണവാരിയരെയും അക്കിത്തത്തെയും ആർ. രാമചന്ദ്രനെയും സുഗതകുമാരിയെയും വായിച്ചു. ഇവരുടെയൊക്കെ പുസ്തകങ്ങൾ എന്റെ പക്കലുണ്ട്.

ഇടശ്ശേരിയുടെ 'പൂതപ്പാട്ടും' കൃഷ്ണവാരിയരുടെ 'തീവണ്ടിയിലെ പാട്ടും' പിന്നെ 'ആഫ്രിക്ക'യും - ഇതൊക്കെ എനിക്കുതന്ന ആഹ്ലാദം എങ്ങനെയാണ് മറ്റൊരാളെ പറഞ്ഞറിയിക്കുക!

ഓർമവെച്ചകാലം മുതൽക്കേ കർക്കടകത്തിൽ എഴുത്തച്ഛന്റെ അധ്യാത്മരാമായണം വായിക്കുന്നുണ്ട്. ഇപ്പോഴും വായിക്കുന്നു. പിന്നെ പഴയ കവികളിൽ ചെറുശ്ശേരിയും കുഞ്ചൻനമ്പ്യാരും.

ഇന്ത്യയിലെ അന്യഭാഷകളിലെ കവികളിൽ ടാഗോർ എപ്പോഴും എന്റെ കൂടെയുണ്ട്. ഇന്ത്യക്ക് വെളിയിലുള്ളവരുടെ കൂട്ടത്തിൽ ജുവാൻ റാമോൺ ജിമനെസും പാബ്ലോ നെരൂദയും. അങ്ങനെ ആരൊക്കെ!

ലോകത്തിലെ ഏറ്റവും പ്രാചീനമായ സാഹിത്യരൂപം കവിതയാണ്. ഏറ്റവും മഹത്തായതും. കവിതക്കുശേഷമേ മറ്റെന്തും വരുന്നുള്ളൂ. മലയാളമടക്കം എല്ലാ ഭാഷകളിലെയും സ്ഥിതി ഇതുതന്നെ.

എത്രയും ഉജ്ജ്വലമായ ഒരു കാവ്യപാരമ്പര്യമാണ് നമ്മുടേത്. കുലപർവ്വതങ്ങളെപ്പോലുള്ള കവികൾ ഇവിടെ ഉണ്ടായിട്ടുണ്ട്. ഞങ്ങളുടെ കൃതികളെക്കൊണ്ട് പണ്ഡിതന്മാരെ മാത്രമല്ല സാധാരണക്കാരെയും അവർ സന്തോഷിപ്പിച്ചു. ഏതാണ്ട് അടുത്തകാലംവരെയും ഇവിടുത്തെ സ്ഥിതി ഇതായിരുന്നു. പക്ഷേ കഴിഞ്ഞ രണ്ടരദശാബ്ദക്കാലത്തെ മലയാള കവിതയുടെ സ്ഥിതിയെന്താണ്? ഇവിടെ കവികൾക്ക് യാതൊരു ക്ഷാമവുമില്ല. ജനസംഖ്യയുടെ നല്ലൊരു ഭാഗവും കവികളാണ്. പക്ഷേ കവിതയില്ല എന്നുമാത്രം.

ഏതൊരു തൊഴിലിനും ചില പ്രാഥമികപരിശീലനങ്ങൾ- മുന്നൊരുക്കങ്ങൾ- അത്യാവശ്യമാണ്. സാഹിത്യത്തിന്റെ വഴിയിലൂടെ സഞ്ചരിക്കാൻ മുതിരുന്നവന് ഭാഷാപ്രയോഗവൈഭവം ഉണ്ടായേ പറ്റൂ. കവിയെ സംബന്ധിച്ചിടത്തോളം ഈ പ്രയോഗവൈഭവം മാത്രം പോരതാനും. അവന് ജീവിതത്തെക്കുറിച്ച് ഉയർന്ന ഉൾക്കാഴ്ച - അവബോധം കൂടിയേ തീരൂ. അവൻ സത്യം കാണുന്നവനായിരിക്കണം. ലോകോപകാരാർത്ഥം ഈ സത്യം തന്റെ കവിതയിലൂടെ വെളിപ്പെടുത്തുന്നവരുമായിരിക്കണം.

'ഋഷിയല്ലാത്തവൻ കവിയല്ല' എന്ന ഒരു ചൊല്ല് ആദിമകാലം മുതൽക്കേ ഇവിടെയുണ്ടായിരുന്നുവല്ലോ.

മലയാളത്തിൽ കവിതയെ നശിപ്പിച്ചുകളഞ്ഞത് രണ്ട്പേരാണ്. കുഞ്ഞുണ്ണിയും, എം.എൻ.വിജയനും. താനൊരു കവിയായി അറിയപ്പെടണമെന്ന ഉദ്ദേശ്യമല്ലാതെ വേറെ ദുഷ്ടലാക്കുകളൊന്നും കുഞ്ഞുണ്ണിക്കുണ്ടായിരുന്നില്ല. എന്നാൽ, വിജയൻ അങ്ങനെയായിരുന്നില്ല. രാഷ്ട്രീയത്തിലും സാഹിത്യത്തിലും നന്മകളെ അംഗീകരിക്കാനോ സഹിക്കാനോ അദ്ദേഹത്തിന് ഒരിക്കലും കഴിഞ്ഞിരുന്നില്ല. പിണറായി വിജയനോടും തുഞ്ചത്തെഴുത്തച്ഛനോടും തകഴി ശിവശങ്കരപ്പിള്ളയോടുമൊക്കെയുള്ള അദ്ദേഹത്തിന്റെ നിലപാടുകൾ ഏവരും അറിയുന്നതാണല്ലോ.

എൻ.വി. കൃഷ്ണവാരിയർ മാതൃഭൂമിആഴ്ചപ്പതിപ്പിന്റെ പത്രാധിപരായിരുന്നപ്പോൾ അതിലെ ബാലപംക്തി കൈകാര്യം ചെയ്തിരുന്നത് കുഞ്ഞുണ്ണിയായിരുന്നു. കുട്ടികളുടെ കൃതികൾ പത്രാധിപർക്ക് നൽകുമ്പോൾ കുഞ്ഞുണ്ണി ചിലപ്പോൾ തന്റെ കവിതകളും കൊടുക്കാറുണ്ടായിരുന്നു. പക്ഷേ, കൃഷ്ണവാരിയർ 'ആയിട്ടില്ല കുഞ്ഞുണ്ണീ, ആയിട്ടില്ല'

എന്നുപറഞ്ഞ് ചിരിച്ചുകൊണ്ട് അവയൊക്കെ കുഞ്ഞുണ്ണിക്ക് തന്നെ തിരിച്ചുകൊടുത്തു.

പണ്ഡിതനായ ഒരു പത്രാധിപർ എന്നതിന് പുറമെ ഒന്നാന്തരമൊരു കവി കൂടിയായ വാരിയർക്ക് അങ്ങനെയല്ലാതെ ചെയ്യാൻ കഴിയുമായിരുന്നോ.

പക്ഷേ കവിതയുടെ രംഗഭൂമിയിൽ പ്രജാപതിയായി കുഞ്ഞുണ്ണി വാഴാൻ തുടങ്ങിയപ്പോൾ അത് കാണാൻ കൃഷ്ണവാരിയർ ഇവിടെ ഉണ്ടായില്ല - അത് അദ്ദേഹത്തിന്റെ ഭാഗ്യം!

ഏതാനും കൊല്ലങ്ങൾക്കുമുമ്പ് ആലുവയിലെ ഒരു സാഹിത്യ ക്യാമ്പിൽ പങ്കെടുക്കാനുള്ള ദുര്യോഗം എനിക്കുണ്ടായി. ക്യാമ്പിൽ പങ്കെടുത്തിരുന്നവർ എം.ജി. യൂണിവേഴ്സിറ്റിയിലെ കോളേജുകളിൽ നിന്നു വന്ന എഴുതിത്തുടങ്ങിയവരും സാഹിത്യതൽപരരുമായ വിദ്യാർഥികളായിരുന്നു.

രാത്രിയിലെ ഊണിനുശേഷം ഞങ്ങൾ പുറത്ത് നിലാവിൽ വട്ടമിട്ടിരുന്നു. തീർത്തും അനൗപചാരികമായ ഒരൊത്തുകൂടൽ. എന്റെ മനസ്സു നിറയെ അപ്പോൾ മലയാള കവിതയിലെന്നല്ല, ലോകകവിതയിൽത്തന്നെ ഒരേകഛത്രാധിപതിയായി വാണ കുമാരനാശാനായിരുന്നു. ആശാനെക്കുറിച്ച് അപ്പോൾ ഓർക്കാൻ മറ്റൊരു കാരണവുമുണ്ടായിരുന്നു. ഞാനിരുന്ന ക്യാമ്പ് സൈറ്റിൽ നിന്ന് നോക്കിയാൽ ആലുവാപ്പുഴയുടെ മറുകരയിൽ ആശാൻ സ്ഥാപിച്ച പഴയ ഓട്ടുകമ്പനി നല്ലപോലെ കാണാമായിരുന്നു.

അന്ന് ഞാൻ എന്റെ വിദ്യാർത്ഥി സുഹൃത്തുക്കളോട് ആവശ്യപ്പെട്ടത് അവർക്ക് ഇഷ്ടമുള്ള ഒരു കവിയുടെ പേര് പറയാനായിരുന്നു.

ഏറെ സന്തോഷത്തോടും ആവേശത്തോടും കൂടി അവരെല്ലാവരും ഒരൊറ്റ പേര് പറഞ്ഞു:

കുഞ്ഞുണ്ണി!

ഞാൻ ഞെട്ടിപ്പോയി. എന്ത്, ഇവരുടെ ലോകത്തിൽ ഇടശ്ശേരിയും വൈലോപ്പിള്ളിയും ശങ്കരക്കുറുപ്പുമൊക്കെ ഇല്ലെങ്കിൽ പോകട്ടെ, ബാലചന്ദ്രൻ ചുള്ളിക്കാടിന്റെ പേരെങ്കിലും ഇവർ പറയേണ്ടതല്ലേ?

നിരാശാഭരിതനായ ഞാൻ അവരോട് പറഞ്ഞു:

'നന്ന് സുഹൃത്തുക്കളേ, നിങ്ങളൊക്കെ ഏകകണ്ഠമായി കുഞ്ഞുണ്ണിയുടെ പേര് ഓർമിപ്പിച്ചതിൽ എനിക്ക് സന്തോഷമുണ്ട്. പക്ഷേ, ഞാൻ ചോദിക്കട്ടെ, നമുക്ക് ഒരു കവി മാത്രം മതിയോ?

കുഞ്ഞുണ്ണിയെ കഴിച്ചാൽ പിന്നെ നിങ്ങളുടെ ഇഷ്ടകവി ആരാണ്?

ഇംഗ്ലീഷിൽ 'ഡെഡ് സൈലൻസ്' എന്നു പറയുന്ന ഒരവസ്ഥയുണ്ടല്ലോ; അതായിരുന്നു അവിടെ അപ്പോൾ.

ഒടുവിൽ എന്റെ ഏറെനേരത്തെ പരിശ്രമത്തിന് ശേഷം കൂട്ടത്തിൽ ഏറ്റവും സഹൃദയനായ ഒരു വിദ്യാർഥി- അയാൾ മലയാളം എം.എക്ക് പഠിക്കുന്നവനുമായിരുന്നു- മടിച്ച് മടിച്ച് ഒരു പേര് പറഞ്ഞു:

'ഗോപാലൻനായർ'!

ഞാൻ ഞെട്ടിപ്പോയി. 'ഗോപാലൻനായരോ? ഇത് ഏത് കവിയാണപ്പാ! ഞാനറിയാത്ത ഒരു ഗോപാലൻ നായർ...'

'ഏതാണീ ഗോപാലൻനായർ? അദ്ദേഹത്തിന്റെ ഏത് കവിതയാണ് ഇഷ്ടം' എന്നൊക്കെ ഞാൻ എടുത്തെടുത്ത് ചോദിച്ചുവെങ്കിലും എനിക്ക് ഉത്തരം ലഭിക്കുകയുണ്ടായില്ല!

ഈ ദുരനുഭവത്തെക്കുറിച്ച് ഞാൻ പിന്നീട് മലയാളമനോരമയിൽ ദുഃഖത്തോടെ എഴുതുകയുണ്ടായി.

മലയാളകവിതയെ നശിപ്പിച്ചവരിലൊരാളായി ഞാൻ എം. എൻ. വിജയന്റെ പേരും പറയുകയുണ്ടായല്ലോ.

വിജയൻ ദീർഘകാലം പു.ക.സയുടെ തലതൊട്ടപ്പനായിരുന്നു. മാർക്സിസ്റ്റുപാർട്ടിയുടെ ഔദ്യോഗിക ജിഹ്വയായ 'ദേശാഭിമാനി' വാരികയുടെ പത്രാധിപരുമായിരുന്നു. ദേശാഭിമാനിയുടെ പത്രാധിപരായിരിക്കുമ്പോൾതന്നെ അദ്ദേഹം മാർകിസിസ്റ്റ് പാർട്ടിയെ എതിർക്കുന്ന പാഠം ദ്വൈവാരികയുടെ പത്രാധിപരുമായിരുന്നു!

ഈ പദവികളെല്ലാം വഹിച്ചുകൊണ്ട് വിജയൻ സൃഷ്ടിച്ച മഹാകവികളുകളുടെയും നോവലിസ്റ്റുകളുടെയും നിരൂപകന്മാരുടെയും എണ്ണം ചെറുതൊന്നുമായിരുന്നില്ല. തന്റെ സംരംഭം വിജയിക്കണമെങ്കിൽ മലയാളഭാഷയുടെ പിതാവും കവികുലഗുരുവുമായ തുഞ്ചത്തെഴുത്തച്ഛനെ താഴ്ത്തിക്കെട്ടി അപമാനിക്കുകയാണ് വേണ്ടതെന്നും ബുദ്ധിമാനായ വിജയന് അറിയാമായിരുന്നു. അതുകൊണ്ട് വിജയൻ എഴുതി:

'സാഹിത്യത്തിൽ മൗലികത എന്നൊന്നില്ല. മോഷണം സാഹിത്യത്തിൽ കുറ്റമല്ല. കുറ്റമാണെങ്കിൽ ആദ്യത്തെ കുറ്റവാളി തുഞ്ചത്തെഴുത്തച്ഛനാണ്.'

ഇ.എം.എസ് നമ്പൂതിരിപ്പാട്പോലും ആരാധനാപൂർവ്വം മാത്രം കണ്ടിരുന്ന എഴുത്തച്ഛനെക്കുറിച്ചാണ് എം.എൻ.വിജയൻ ഇങ്ങനെ പറഞ്ഞത്!

ദേശാഭിമാനി വാരികയിൽ തുടർച്ചയായി മൂന്ന് ലേഖനങ്ങളും അദ്ദേഹം പ്രസിദ്ധപ്പെടുത്തി.

'മലയാളത്തിന്റെ മഹാകവി തുഞ്ചത്തെഴുച്ഛനല്ല, കുഞ്ഞപ്പ പട്ടാന്നൂരാണ്'. ഇതൊക്കെ ഇപ്പോൾ ഓർത്തുപോകാൻ കാരണം 'വാരാദ്യമാധ്യമത്തിൽ പ്രഭാകരൻനായർ എന്ന സഹൃദയൻ നമ്മുടെ കവിതയുടെ ഇന്നത്തെ ദയനീയാവസ്ഥയെക്കുറിച്ച് എഴുതിയതിന്ശേഷമാണ്. പക്ഷേ സത്യം വിളിച്ചുപറഞ്ഞതിന് പ്രഭാകരൻനായർ ഇവിടുത്തെ കവികളിൽ നിന്ന് എന്തുമാത്രം പഴികേൾക്കേണ്ടിവന്നു.

നല്ല ഗദ്യംപോലും നേരെചൊവ്വേ എഴുതാൻ കഴിയാത്ത അല്പവിഭവന്മാർ ഇവിടെ വരികൾ മുറിച്ച് അട്ടിവെച്ച് കവിത എന്ന പേരിൽ പുറത്തിറക്കുന്നു.

കവിതക്ക് വൃത്തം വേണം. പ്രാസം വേണം. അലങ്കാരം വേണം. എന്നൊക്കെ നിർബന്ധിക്കുന്ന ഒരു മൂരാച്ചിയല്ല ഞാൻ. പക്ഷേ, കവിതക്ക് ഒരു താളമെങ്കിലും വേണ്ടേ?' ഭാവം ജനിപ്പിക്കാനുള്ള കഴിവെങ്കിലും വേണ്ടേ?

ആധുനികകാലത്ത് ലോകംകണ്ട ഏറ്റവും വലിയ ചിത്രകാരനാണ് പാബ്ലോ പിക്കാസോ. കേരളീയ ചിത്രകലയെ ലോകതലത്തിലേക്കുയർത്തിയ മഹാനാണ് കെ.സി.എസ് പണിക്കർ. രണ്ടുപേരും അവരുടെ അവസാനകാലത്ത് രചിച്ച ചിത്രങ്ങൾ പലർക്കും ദുരൂഹങ്ങളായിരുന്നു. പക്ഷേ ഇവരിരുവരും ആദ്യകാലത്ത് സാമ്പ്രദായിക ശൈലിയിലും ലോകോത്തര ചിത്രങ്ങൾ സൃഷ്ടിച്ചിരുന്നു എന്ന് നാമോർക്കണം. വളയത്തിലൂടെ വളരെ നേരം ചാടിയതിനുശേഷമാണ് നടുവിൽ വളയമില്ലാതെയും ഇവർ ചാടാൻ തുടങ്ങിയത്.

നമ്മുടെ ഇന്നത്തെ മലയാളകവികൾക്ക് ഇത് സാധിക്കുമോ?

വൃത്തനിബദ്ധമായ നാലുവരിയെങ്കിലും എഴുതാൻ അവർക്ക് കഴിയുമോ?

കഴിഞ്ഞെങ്കിൽ എന്ന് ഞാനാശിക്കുന്നു.

നമ്മുടെ കവിതക്ക് നഷ്ടപ്പെട്ട സുവർണ്ണകാലശോഭ തിരിച്ചുകിട്ടട്ടേ എന്ന് പ്രാർത്ഥിക്കുന്നു.

(മാധ്യമം വാർഷികപതിപ്പ്- 2009)

ചില അക്കാദമീയ ചിന്തകൾ

ശ്രീ.അമർത്യസെൻ പങ്കെടുക്കുന്ന ഒരു യോഗം ഇന്ത്യയുടെ പ്രധാനമന്ത്രിയായ മൻമോഹൻസിംഗ് ഉദ്ഘാടനം ചെയ്യുകയുണ്ടായി. തന്റെ പ്രസംഗം കഴിഞ്ഞ ഉടനെ യോഗത്തിന്റെ സമാപനത്തിന് കാത്തുനിൽക്കാതെ മൻമോഹൻസിംഗ് സ്ഥലം വിട്ടു. അദ്ദേഹം പോയപ്പോൾ യോഗത്തിന്റെ ഭാരവാഹികളും സദസ്യരിൽ ഒരു നല്ലഭാഗവും ഹാളിൽനിന്ന് പുറത്തേക്ക് പോയി. പ്രധാനമന്ത്രി പോയാൽ പിന്നെ അവർക്കൊക്കെ അവിടെയെന്തുകാര്യം?

ഈ അനുഭവം അമർത്യസെനിനെ കുറച്ചൊന്നുമല്ല ചൊടിപ്പിച്ചത്. 'ഇനി അവിടെ നിന്നിട്ടും കാര്യമൊന്നുമില്ല എന്ന് തീരുമാനിച്ച സെൻ യോഗം ബഹിഷ്ക്കരിച്ച് ഹാളിൽനിന്ന് പുറത്തേക്ക് പോകാനൊരുങ്ങിയപ്പോഴാണ് അവിടെ അവശേഷിക്കുന്ന ചുരുക്കം ചില ഭാരവാഹികൾക്ക് കാര്യത്തിന്റെ ഗൗരവത്തെക്കുറിച്ച് ബോധമുണ്ടായത്. അവർ സെന്നിനോട് പ്രസംഗിക്കാതെ പോകരുതെന്ന് അപേക്ഷിച്ചു. അവരുടെ നിർബന്ധത്തിന് വഴങ്ങേണ്ടിവന്ന സെൻ ഏതാനും ചിലകാര്യങ്ങൾ പറഞ്ഞെന്നുവരുത്തി വേഗത്തിൽ സ്ഥലം വിടുകയും ചെയ്തു.

പത്രങ്ങളിൽ ഈ വാർത്ത വായിച്ചപ്പോൾ ആരാണ് ഇവിടെ തെറ്റ് ചെയ്തത്? എന്ന് ഞാൻ ആലോചിക്കുകയുണ്ടായി. ആദ്യത്തെ കണക്കുകൂട്ടലിൽ തന്നെ ഞാൻ മൻമോഹൻസിംഗിനെ കുറ്റക്കാരന്റെ പട്ടികയിൽനിന്ന് ഒഴിവാക്കി. നമ്മുടെ സാധാരണ രാഷ്ട്രീയക്കാരൻ- ഈ പട്ടികയിൽ എം.എൽ.എ യും മന്ത്രിയും മുഖ്യമന്ത്രിയും എം.പിയും പ്രധാനമന്ത്രിയുമൊക്കെ പെടും - സ്ഥിരമായി ചെയ്യുന്നതേ അദ്ദേഹം ചെയ്തിട്ടുള്ളു. അല്ലെങ്കിൽ പിന്നെ അദ്ദേഹത്തോട് അദ്ദേഹത്തിന്റെ അനുചരരായ ഉദ്യോഗസ്ഥന്മാരോ യോഗത്തിന്റെ ഭാരവാഹികളാരെങ്കിലുമോ പറയണം; അമർത്യസെനിനെ പോലുള്ളവർ പ്രസംഗിക്കാനുണ്ട്, അതൊക്കെ കഴിയുന്നതിന് മുമ്പായി സ്ഥലം വിടുന്നത് അനുചിതമായിരിക്കും എന്ന്. അങ്ങിനെയൊന്നും ആരും പറഞ്ഞുകാണില്ല. അതിന് ഇത്തിരി

ധൈര്യവും വേണമല്ലോ.

പ്രധാനമന്ത്രി സ്ഥലംവിട്ടപ്പോൾ യോഗസ്ഥലം കാലിയാക്കിയ ഭാര വാഹികളെയും സദസ്യരെയും കുറ്റം പറയാനും നിവൃത്തിയില്ല.

നമ്മുടെ നാട്ടിൽ സാധാരണയായി നടക്കുന്ന ഒരു കർമ്മമല്ലേ അവർ ചെയ്തിട്ടുള്ളൂ.

അപ്പോൾ പിന്നെ ആരാണ് കുറ്റക്കാരൻ?

അമർത്യസെൻതന്നെ!

ഇന്ത്യക്കാരനായ അദ്ദേഹത്തിന് ഇതൊക്കെ മുൻകൂട്ടി കാണാവു ന്നതല്ലേ ഉള്ളൂ.

അല്ലെങ്കിൽ പിന്നെ ജവഹർലാൽനെഹ്റുവിനെ പോലുള്ള പ്രധാ നമന്ത്രിയായിരിക്കണം. നാടകത്തിന് പോയാലും കച്ചേരിക്ക്പോയാലും തീരുന്നതുവരെ ഇരിക്കും. വള്ളത്തോളിന്റെയും സുബ്ബലക്ഷ്മിയുടെയും മുമ്പിൽ ശിരസ്സുകുനിച്ച് നിൽക്കും. എന്നിട്ട് ആത്മാർത്ഥമായി തന്നെ പറ യുകയും ചെയ്യും.

'നിങ്ങളുടെ മുമ്പിൽ ഞാനാര്? ഒരു വെറും പ്രധാനമന്ത്രി മാത്രം.'

പക്ഷേ ജവഹർലാൽ നെഹ്റുമാർ ഇന്ത്യയുടെ ചരിത്രത്തിൽ അധി കമൊന്നും ഉണ്ടായിട്ടില്ലല്ലോ?

അമർത്യസെൻ ലോകം മുഴുവൻ ബഹുമാനിക്കുന്ന ഒരു നോബൽ സമ്മാന ജേതാവാണ്. അദ്ദേഹത്തെ നാം വേണ്ടരീതിയിൽ അംഗീകരി ക്കുന്നില്ല എന്ന് വരരുത്. അങ്ങനെ വന്നാൽ അതിന്റെ പോരായ്മ നമുക്ക് തന്നെയാണ്. ഇത്രയും എഴുതിയപ്പോൾ ഞാൻ വേറൊരു കാര്യവും ഓർത്തുപോയി. എന്തുകൊണ്ടാണ് സാഹിത്യഅക്കാദമിയുടെ അവാർഡ് കേന്ദ്രത്തിലും കേരളത്തിലും ഞാൻ നിരസിച്ചതെന്ന് പലപ്പോഴും ആളു കൾ എന്നോട് ചോദിച്ചിട്ടുണ്ട്. 1954 ലാണ് അക്കാദമി നിലവിൽ വന്നത്. 2005 വരെയുള്ള അതിന്റെ നീണ്ടചരിത്രത്തിൽ ഞാൻ മാത്രമേ അവാർഡ് നിരസിച്ചിട്ടുള്ളൂ. അക്കാദമിയുടെ ആദ്യത്തെ പ്രസിഡണ്ട് ജവഹർലാൽ നെഹ്റു ആയിരുന്നു. ഇന്ത്യയുടെ പ്രധാനമന്ത്രി എന്ന നിലയ്ക്കായി രുന്നു അദ്ദേഹം അക്കാദമിയുടെ പ്രസിഡണ്ടായത്. എല്ലാ പ്രധാനമന്ത്രി മാരും ജവഹർലാൽ നെഹ്റുവിനെ പോലെ കവിഹൃദയത്തിന്റെ ഉടമയായിക്കൊള്ളണമെന്നില്ല. ചരൺസിംഗ് പ്രധാനമന്ത്രിയായിരുന്നി ട്ടുണ്ട്. രാജ്നാരായണൻ എന്ന ഗുസ്തിക്കാരൻ ഒരു നൂലിട വ്യത്യാസ ത്തിനാണ് പ്രധാനമന്ത്രിയാകാഞ്ഞത്. കൂടുതൽ പറയേണ്ടല്ലോ.

1954 ൽ ആദ്യത്തെ അക്കാദമി അവാർഡ് മലയാളത്തിൽ കിട്ടിയത് ആർ. നാരായണപ്പണിക്കർക്കാണ്. അന്ന് വള്ളത്തോൾ പൂർണ്ണ ആരോ

ഗ്യത്തോടെ ഇവിടെയുണ്ടായിരുന്നുവെന്നും മനോഹരമായ കവിതകൾ നിർലോഭം എഴുതുന്നുണ്ടായിരുന്നുവെന്നും നാം ഓർക്കണം. നെഹ്റു വായിരുന്നു അക്കാദമി പ്രസിഡണ്ടെങ്കിലും കാര്യങ്ങൾ തീരുമാനിച്ചത് പ്രശസ്ത ഇന്ത്യൻ ബ്യൂറോക്രാറ്റായ സർദാർ കെ.എം. പണിക്കാരായിരുന്നു. ഒരു പണിക്കർ മറ്റൊരു പണിക്കർക്കല്ലാതെ വേറെ ആർക്കാണ് അവാർഡ് കൊടുക്കുക. 1954 മുതൽക്ക് സാഹിത്യ അക്കാദമിയെ എതിർത്ത് പോന്ന ചുരുക്കം ഇന്ത്യൻ എഴുത്തുകാരിൽ ഒരുവനാണ് ഞാൻ. അവരുടെ മീറ്റിംഗുകളിൽ കേൾവിക്കാരനായിട്ടുപോലും ഞാൻ ഇതുവരെ പോയിട്ടില്ല. എനിക്കതിൽ അഭിമാനമുണ്ട്.

ഒരു കാര്യം കൂടി പറഞ്ഞ് ഈ കുറിപ്പ് ഞാൻ അവസാനിപ്പിക്കാം. കോട്ടയത്തെ മഹാത്മഗാന്ധി യൂണിവേഴ്സിറ്റിയിൽ ഈയിടെ ഞാൻ പോവുകയുണ്ടായി. 2005 മുതൽ ആരംഭിച്ച, ഒ.വി.വിജയൻ സ്മാരക പ്രസംഗപരമ്പര തുടങ്ങിവെക്കാനുള്ള ഭാഗ്യം എനിക്കാണ് ലഭിച്ചത്. അവിടെ വൈസ്ചാൻസിലർക്ക് പുറമെ വിദ്യാഭ്യാസമന്ത്രി ശ്രീ. മുഹമ്മദ് ബഷീറും ഉണ്ടായിരുന്നു. തന്റെ കുലീനമായ പെരുമാറ്റത്താൽ ഏവരുടെയും ബഹുമാനം പിടിച്ചുപറ്റിയ മന്ത്രി ഏറെ തിരക്കുകളുണ്ടായിട്ടും യോഗം അവസാനിക്കുന്നതുവരെയും ഇരുന്നു.

കേരളസാഹിത്യഅക്കാദമിയുടെ 'സാഹിത്യചക്രവാളം' എന്ന മാസികയിൽ ഈ യോഗത്തിന്റെ റിപ്പോർട്ടുണ്ട്. (2005 ഡിസംബർ) മന്ത്രിയുടെ പേരാണ് തലക്കെട്ട്. അദ്ദേഹം പറഞ്ഞ കാര്യങ്ങളാണ് റിപ്പോർട്ടിൽ കൊടുത്തിട്ടുള്ളത്. ഒ.വി.വിജയന്റെ പേരിലുള്ള സ്മാരകപ്രസംഗം ചെയ്ത ടി.പത്മനാഭനും സ്ഥാനം നൽകിയിട്ടുണ്ട്. ഒടുവിലത്തെ രണ്ട് വാചകങ്ങളിൽ!

ഇത് വായിച്ച് ഞാൻ ശുണ്ഠിയെടുക്കുകയുണ്ടായില്ല. കാളിദാസൻ മുഖ്യപ്രഭാഷണം ചെയ്യുന്ന യോഗം ഉമ്മൻചാണ്ടി ഉദ്ഘാടനം ചെയ്താൽ കാളിദാസന്റെ സ്ഥാനം Also Spoke ലല്ലേ ഉണ്ടാകൂ?

(പടയാളി സമയം മാസിക വിദ്യാഭ്യാസപതിപ്പ് - 2007)

മൃത്യുദേവതയുമായി മുഖാമുഖം

കണക്കുകളെല്ലാം തീർത്ത് യാത്രപറയേണ്ടവരോടൊക്കെ പറഞ്ഞ്, പരിയാരം മെഡിക്കൽ കോളേജ് ആശുപത്രിയുടെ അഞ്ചാംനിലയിൽ നിന്ന് വീൽചെയറിൽ താഴത്തെ കാർപോർച്ചിലെത്തുമ്പോൾ നേരം അഞ്ചുമണിയോടടുത്തിരുന്നു.

മറയാൻ പോകുന്ന സൂര്യനെ നോക്കി നിർന്നിമേഷനായി ഞാൻ നിന്നു. എന്റെ ഉള്ളിൽ അപ്പോൾ സന്തോഷവും ആശ്ചര്യവുമൊക്കെയുണ്ടായിരുന്നു. ഞാൻ എന്നോടുപറഞ്ഞു: സൂര്യൻ!

ആദ്യമായി കാണുന്നതുപോലെയായിരുന്നു. ഒരു കണക്കിന് അത് ശരിയുമായിരുന്നല്ലോ. 2007 ജൂലൈ 13 ന് ആശുപത്രിയിൽ പ്രവേശിപ്പിച്ചതിനുശേഷം ആദ്യമായാണല്ലോ പുറംലോകം കാണുന്നത്.

എന്റെ കൂടെ അപ്പോഴും എന്റെ അനന്തിരവൻ സോമനും സുഹൃത്ത് സുനിലുമുണ്ടായിരുന്നു. ദിവസങ്ങൾക്ക് മുമ്പ് എന്നെ ആശുപത്രിയിലേക്ക് കൊണ്ടുവന്നതും ഇവർ രണ്ടുപേരും കൂടിയായിരുന്നു.

ജൂലൈ 12 ന് രാത്രിയാണ് അത് സംഭവിച്ചത്. ചിക്കുൻഗുനിയയുടെ ആദ്യത്തെ ആക്രമണം. രാത്രി ഒരുറക്കത്തിന് ശേഷം ഞാൻ ബാത്ത്റൂമിൽ മൂത്രമൊഴിക്കാൻ പോയതായിരുന്നു. അതുവരെ എനിക്ക് ഒരു വിഷമവുമുണ്ടായിരുന്നില്ല. മൂത്രമൊഴിച്ച് കഴിയാറായപ്പോൾ എന്തെന്നില്ലാത്ത ഒരു ക്ഷീണം എനിക്കനുഭവപ്പെട്ടു. തലകറങ്ങുന്നുണ്ടായിരുന്നു. വീഴും എന്ന് തോന്നിയപ്പോൾ നിലത്ത് കുന്തിച്ചിരുന്നു. പക്ഷേ, അത് ഒരു നിമിഷത്തേക്ക് മാത്രമായിരുന്നു.

പിന്നീട് കുളിമുറിയിലെ തണുത്ത വെറും നിലത്ത് ഞാൻ കിടന്നു. അപ്പോൾ ബോധമുണ്ടായിരുന്നു. പക്ഷേ, പിന്നീട് വളരെ വേഗം ബോധവും പോയി.

ഓർമ തിരിച്ചുകിട്ടിയപ്പോൾ ഞാൻ എഴുന്നേൽക്കാൻ ശ്രമിച്ചു. അല്ലെങ്കിൽ, ശ്രമിച്ചു എന്നല്ല, ആഗ്രഹിച്ചു എന്നാണ് പറയേണ്ടത്. പക്ഷേ ആ ആഗ്രഹമൊന്നും ഫലവത്തായില്ല.

എനിക്ക് ഒരിഞ്ചുപോലും എന്നെ ഉയർത്താൻ കഴിഞ്ഞില്ല.

വെട്ടിയിട്ട തടിപോലെ ഞാൻ അവിടെ കിടന്നു. എനിക്ക് നല്ലതുപോലെ പനിക്കുന്നുണ്ടായിരുന്നു.

എനിക്ക് ചുറ്റും വിയർപ്പ് തളംകെട്ടിനിന്നു.

എനിക്ക് ഭയം തോന്നുന്നുണ്ടായിരുന്നു. എങ്കിലും ഞാൻ ഭാര്യയെ വിളിച്ചുണർത്തിയില്ല. എന്നെ ഒരുതരത്തിലും സഹായിക്കാൻ രോഗിയായ അവളെകൊണ്ടാവില്ല എന്ന് എനിക്ക് നല്ലതുപോലെ നിശ്ചയമുണ്ടായിരുന്നു.

പിന്നീട് എപ്പോഴോ ഞാൻ പതുക്കെ ഇഴഞ്ഞിഴഞ്ഞ് കിടപ്പറയിലെ കട്ടിലിന്നരികിലെത്തി. എന്നിട്ട് കൈകൾ കിടക്കയിലൂന്നി, എല്ലാ ശക്തിയും സംഭരിച്ച്, എന്നെ കിടക്കയിലേക്ക് പൊക്കിവെച്ചു. ജീവിതത്തിൽ എനിക്ക് കൈവന്ന ഏറ്റവും വലിയ ഒരുവിജയത്തിന്റെ നിമിഷമായിരുന്നു അത്.

അപ്പോഴും ഭാര്യ ഒന്നുമറിയാതെ ഉറങ്ങിക്കിടക്കുകയായിരുന്നു. പുലർച്ചെ അഞ്ചുമണിക്ക് മൂത്രമൊഴിക്കാനായി എഴുന്നേറ്റപ്പോൾ ഈ നാടകമൊക്കെ വീണ്ടും ആവർത്തിച്ചു.

പക്ഷേ, ഇത്തവണ എത്രശ്രമിച്ചിട്ടും ഇഴഞ്ഞിഴഞ്ഞു കട്ടിലിലേക്ക് മടങ്ങിവരാൻ കഴിഞ്ഞില്ല. അപ്പോൾ ഭാര്യയെ വിളിച്ചുണർത്തി. അവളുടെ ഒച്ചവെക്കലുകൾക്കിടയിൽ ഞാൻ പറഞ്ഞു:

'സാരമില്ല ഒരു വീഴ്ച പറ്റിയതാ. എനിക്കെഴുന്നേൽക്കാൻ കഴിയുന്നില്ല. നീ വൈദ്യരുടെ മക്കളെ വിളിക്ക്....'

എന്റെ അയൽക്കാരനായ ശങ്കരൻവൈദ്യരുടെ മക്കൾ. തടിമിടുക്കിന് പുറമെ സന്മനസ്സുള്ളവർ, എന്തൊരാവശ്യത്തിനും സഹായവുമായി ഓടിയെത്തുന്നവർ...

വൈദ്യരുടെ മക്കൾ എന്നെയെടുത്ത് കിടക്കയിൽ കിടത്തി- എന്നിട്ട് 'ചൊവ്വ'യിൽ അനന്തിരവൻ സോമനോട് വിവരം പറഞ്ഞു. സോമൻ അപ്പോൾത്തന്നെ 'തളാപ്പി'ൽനിന്ന് സുനിലിനേയും കൂട്ടി രാജേന്ദ്രനഗറിലെ എന്റെ വീട്ടിലെത്തി.

പരിയാരം മെഡിക്കൽ കോളേജ് ആശുപത്രിയിലെ മെഡിക്കൽ പ്രൊഫസറും പ്രശസ്തഡോക്ടറുമായ ചന്ദ്രശേഖരനോട് സോമൻ വിവരങ്ങളൊക്കെ പറഞ്ഞപ്പോൾ ഉടൻതന്നെ എന്നെ ആശുപത്രിയിലെത്തിക്കാനാണ് ഡോക്ടർ പറഞ്ഞത്.

പരിയാരത്തെത്തിയത് അങ്ങനെയായിരുന്നു. എന്നെ പരിശോധിച്ച് ചികിത്സ നിശ്ചയിച്ചത് ചന്ദ്രശേഖരൻ തന്നെയായിരുന്നു. അദ്ദേഹ

ത്തോടും അദ്ദേഹത്തിന്റെ കീഴിലുള്ള മറ്റ് ഡോക്ടർമാരോടും വിദ്യാർഥികളോടും അവിടുത്തെ സേവനസന്നദ്ധരായ നഴ്സിങ് സ്റ്റാഫിനോടുമൊക്കെ ഞാൻ ഏറെ കടപ്പെട്ടിരിക്കുന്നു.

രാപ്പകൽ മുറിയിൽ എന്റെ കൂടെ താമസിച്ച് സുനിൽ എന്നെ ശുശ്രൂഷിച്ചു. കോരിച്ചൊരിയുന്ന മഴയത്തും പ്രാതലുമായി സോമൻ കാറുപിടിച്ച് കണ്ണൂരിൽനിന്ന് വന്നു.

ഇടയ്ക്ക് ഭക്ഷണവുമായി എന്റെ ജ്യേഷ്ഠന്റെ മകൾ ശൈലജയും അവളുടെ ഭർത്താവ് ചന്ദ്രനും വന്നു.

ആശുപത്രിയിലെ ചെലവുകളൊക്കെ വഹിച്ചതു സോമനായിരുന്നു. ഒന്നിനും ഒരു കുറവുമുണ്ടായിരുന്നില്ല.

ഇപ്പോഴിതാ പരിയാരത്തോട് വിടപറയുന്നു.

(പക്ഷേ, അപ്പോൾ അറിഞ്ഞിരുന്നില്ലല്ലോ വീണ്ടും ഇവിടേക്ക് മടങ്ങിവരേണ്ടിവരുമെന്ന്! അതും ഏതാനും ദിവസങ്ങൾക്കുള്ളിൽ)

ഞാൻ കാറിന്റെ മുൻസീറ്റിലിരുന്നു. സുനിലും സോമനും പിറകിലും. വഴിയിൽ ഞങ്ങൾ അധികമൊന്നും സംസാരിച്ചിരുന്നില്ല.

കാർ കല്യാശേരി കഴിഞ്ഞു കീച്ചേരിയിലെത്തിയപ്പോൾ എനിക്ക് എന്തെന്നില്ലാത്ത 'ഒരു പരവേശം' അനുഭവപ്പെട്ടു. കാർ നിർത്താനായി ഞാൻ ഡ്രൈവറോട് ആംഗ്യം കാണിച്ചു. 'എന്താണ്? എന്താണ്?' എന്ന് സോമനും സുനിലും ചോദിക്കുന്നുണ്ടായിരുന്നു. പക്ഷേ, അവരോട് എന്തെങ്കിലും പറയാൻ എനിക്ക് കഴിഞ്ഞില്ല. കൈകൊണ്ട് അവരെ വിലക്കുക മാത്രം ചെയ്തു.

കാറിൽനിന്ന് വെളിയിലിറങ്ങിനിന്നപ്പോൾ എനിക്ക് ശ്വാസം ലഭിക്കുന്നുണ്ടായിരുന്നില്ല. കരയ്ക്ക് പിടിച്ചിട്ട മീനിനെപ്പോലെ ഞാൻ വായ തുറന്ന് ഏറെ പണിപ്പെട്ട് ഉള്ളിലേക്ക് ശ്വാസം വലിച്ചുകൊണ്ടിരുന്നു...

എന്റെ ചുറ്റുമുള്ള ലോകം പതുക്കെ മറഞ്ഞുപോയി...

എങ്ങും പ്രകാശം നിറഞ്ഞ ഒരു വെള്ളനിറമായിരുന്നു...

ആ വെളിച്ചത്തിൽ നിന്ന്, വെള്ളവസ്ത്രത്താൽ സർവ്വാംഗം മറച്ച ഒരു യുവതി എന്റെ മുൻപിൽ വന്നുനിന്നു...

എന്റെ അടുത്ത്... വളരെ അടുത്ത്...

യുവതിയുടെ മുഖത്ത് ഒരുതരത്തിലുള്ള വികാരവുമുണ്ടായിരുന്നില്ല. പക്ഷേ അവരുടെ നോട്ടം അത്യന്തം തീക്ഷ്ണമായിരുന്നു.

എന്റെ കണ്ണുകളിലേക്ക് ഉറ്റുനോക്കിക്കൊണ്ട് യുവതി പതുക്കെ പതുക്കെ പറഞ്ഞു.

'വരൂ നമുക്ക് പോകാം...!'

എനിക്ക് അപ്പോൾ പ്രത്യേകിച്ച് ഭയമൊന്നും തോന്നുകയുണ്ടായില്ല.

ഞാൻ എന്നോടുതന്നെ പറഞ്ഞുകൊണ്ടിരുന്നു:

'ഇല്ല, ഞാൻ പോകില്ല എന്തുവന്നാലും പോകില്ല...'

ശ്വാസം കഴിക്കാനുള്ള ബുദ്ധിമുട്ട് അപ്പോഴും നല്ലതുപോലെ ഉണ്ടായിരുന്നു.

യുവതി അപ്പോഴും ഒരു മന്ത്രമുരുവിടുന്നതുപോലെ പറഞ്ഞുകൊണ്ടിരുന്നു..

'വരൂ, നമുക്ക് പോകാം..'

പക്ഷേ എത്ര വിളിച്ചിട്ടും ഞാൻ പോരുന്നില്ല എന്നുകണ്ടതിനാലായിരിക്കാം, യുവതി പതുക്കെ പിറകോട്ട് നടന്ന് വെളിച്ചത്തിൽ പൂർണമായും അപ്രത്യക്ഷയായി,

എന്റെ ശ്വാസതടസവും നീങ്ങി.

ചുറ്റുപാടുമുള്ള ലോകം പഴയതുപോലെ തന്നെയായി.

ഞാൻ കാറിൽ കയറി ഡ്രൈവറോട് പറഞ്ഞു:

'പോകാം'

എന്താണ് ഉണ്ടായതെന്ന് സുനിലും സോമനും ഏറെ ഉദ്വേഗത്തോടെ ചോദിച്ചപ്പോൾ ഞാൻ പതുക്കെ പറഞ്ഞു:

'ഞാൻ കണ്ടു!'

'എന്തുകണ്ടു?'

ഞാൻ പറഞ്ഞു:

'മരണത്തെ!'

അവർ സംശയത്തോടെ എന്നെ നോക്കി.

'മരണത്തെ കണ്ടുവെന്നോ?'

എന്റെ അനുഭവത്തെക്കുറിച്ച് അവരോട് പറഞ്ഞാൽ, അവരെന്നല്ല ആരും വിശ്വസിക്കുകയില്ലെന്ന് എനിക്കറിയാമായിരുന്നു.

അതുകൊണ്ട് ഞാൻ പറഞ്ഞു.

'പിന്നീട് പറയാം; ഇപ്പോൾ വയ്യ.'

എന്റെ സ്വഭാവമറിയാമായിരുന്നതുകൊണ്ട് അവർ പിന്നീടൊന്നും ചോദിച്ചില്ല. 'ചൊവ്വ'യിൽ സോമന്റെ വീട്ടിലെത്തുന്നതുവരെ ആരും ഒന്നും പറഞ്ഞില്ല.

പിൻകുറിപ്പ്:

ഒരിക്കൽ ചിക്കുൻഗുനിയ പിടിപെട്ടാൽ പിന്നീട് ജീവിതകാലം മുഴുവൻ നാം ഇതിന്റെ തിക്തഫലങ്ങൾ-ഇടയ്ക്ക് വീഴ്ച, സന്ധികളിലും

കണങ്കാലിലും വിരലുകളിലുമുള്ള വേദന, നീർക്കെട്ട്-അനുഭവിച്ചുകൊണ്ടേയിരിക്കേണ്ടി വരുമോ?

എന്തോ, എനിക്കങ്ങനെയാണ് തോന്നുന്നത്.

സോമന്റെ വീട്ടിൽ ഏതാനും ദിവസങ്ങൾ വിശ്രമിച്ചപ്പോൾ വീണ്ടും ചിക്കൻഗുനിയ പിടികൂടി.

പരിയാരം ആശുപത്രിയിൽ വീണ്ടും ദിവസങ്ങൾ ചെലവഴിച്ചു.

ഇതിനുശേഷം ഏതാനും മാസങ്ങൾ കഴിഞ്ഞപ്പോൾ എനിക്ക് അബുദാബിയിൽ പോകേണ്ടിവന്നു. പ്രശസ്തനോവലിസ്റ്റ് എ.എം. മുഹമ്മദിന്റെ വീട്ടിലായിരുന്നു താമസം. ഒരു വൈകുന്നേരം ആരും വീട്ടിലില്ലാതിരുന്നപ്പോൾ ഞാൻ കിടപ്പുമുറിയിൽ 'എടുത്തടിച്ചതുപോലെ' വീണു. ഒരു മണിക്കൂറിലേറെ ആ നിലയിൽ കിടക്കേണ്ടിവരികയും ചെയ്തു. അബുദാബിയിൽ പരിയാരം ആശുപത്രി ഇല്ലാത്തതിനാൽ 'മുസ്സഫ' യിലെ ബി.ആർ. ഷെട്ടിയുടെ ക്ലിനിക്കിലേക്കാണ് മുഹമ്മദും കൂട്ടുകാരും എന്നെ കൊണ്ടുപോയത്. അവിടെ പ്രാഥമികശുശ്രൂഷകൾ നൽകിയശേഷം സിറ്റിയിലെ വലിയ ആശുപത്രിയിലേക്ക്- ഇതും ഷെട്ടിയുടേത് തന്നെ- എന്നെ കൊണ്ടുപോയി. അവിടെനിന്നു പലവിധ ടെസ്റ്റുകളും ചെയ്തു. മരുന്നുകളും തന്നു.

ദുബായിലെ 'ന്യൂപോർട്ട് ഷിപ്പിംഗ് കമ്പനി'യുടെ ഉടമയും സഹൃദയനും എന്റെ ശേഷക്കാരനുമായ ടി. ഗിരിയുടെ വീട്ടിലായിരുന്നു എന്റെ പിന്നീടുള്ള വിശ്രമം. ഒടുവിൽ നാട്ടിലേക്ക് പോരുമ്പോൾ 'എമിരേറ്റ്സിന്റെ' ടെർമിനലിലേക്ക് നടന്നുപോരുവാനുള്ള ശേഷി എനിക്കുണ്ടായിരുന്നില്ല. തൃശൂരിലെ ഷംസുദ്ദീന്റെ അനുജനും ദുബായി എയർപോർട്ടിലെ ഒരു ഉദ്യോഗസ്ഥനുമായ സക്കറിയയുടെ സഹായത്തോടെ വീൽചെയറിൽ കയറ്റിയാണ് ഗിരി എന്നെ ടെർമിനൽ ഗേറ്റിലേക്കയച്ചത്!

ഇപ്പോഴും എവിടെയെങ്കിലും പോകുമ്പോൾ സുനിൽ എന്റെ കൂടെ വരുന്നു. എപ്പോഴാണ് വീഴുക എന്ന് പറയാൻ വയ്യല്ലോ!

(മലയാള മനോരമ വാർഷികപതിപ്പ് - 2008)

ഇലഞ്ഞിപ്പൂമെത്ത വിരിച്ച വഴികൾ

എന്റെ പ്രാഥമികവിദ്യാഭ്യാസം പള്ളിക്കുന്ന് 'ദേവീവിലാസം എലിമെന്ററി' സ്കൂളിലായിരുന്നു. ആ സ്കൂളൊന്നും ഇന്നില്ല. ഞാൻ പഠിക്കുന്നകാലത്ത് നിലത്തെഴുത്ത് എന്നൊരു ക്ലാസുണ്ട്. അതാണ് ആദ്യത്തെ ക്ലാസ്. ഓരോ വിദ്യാർത്ഥിയുടെ മുന്നിലും തറയിൽ പൂഴി നിരത്തിയിട്ടുണ്ടാകും. അവരവർ വീട്ടിൽ നിന്ന് കൊണ്ടുവരുന്ന പൂഴി. ഈ പൂഴിയിൽ വിരലുകൾകൊണ്ട് എഴുതിയിട്ടാണ് അക്ഷരം പഠിക്കുക.

രാമൻ ഗുരുക്കൾ എന്നുപേരായ ഒരധ്യാപകനായിരുന്നു എന്നെ എഴുത്തുപഠിപ്പിച്ചത്. അദ്ദേഹത്തിന്റെ ഒരു കാലിന് കാര്യമായ മുടന്തുണ്ടായിരുന്നു. ഇക്കാരണത്താൽ മുതിർന്നവർ പലപ്പോഴും ഇദ്ദേഹത്തെ 'നൊണ്ടിഗുരുക്കൾ'എന്നായിരുന്നു വിളിച്ചുപോന്നത്. മണലിൽ എഴുതിക്കുന്നതിന് പുറമെ കുട്ടികൾക്ക് ഇദ്ദേഹം എഴുത്തോലയിൽ അക്ഷരങ്ങൾ എഴുതിക്കൊടുക്കുകയും ചെയ്തിരുന്നു. സ്കൂളിൽ പോകുമ്പോൾ ഈ എഴുത്തോലയുടെ കെട്ടും തേങ്ങയുടെ വൃത്തിയാക്കിയ ഒരുതൊണ്ട് നിറയെ പഞ്ചസാരപോലുള്ള പൂഴിയും വിദ്യാർത്ഥികൾ കൊണ്ടുപോകും. ഈ പൂഴിയിലാണ് അവർ എഴുതി ശീലിക്കുക. വൈകുന്നേരം വരുമ്പോൾ അതൊക്കെ വാരിയെടുത്ത് തൊണ്ടിലാക്കി വീട്ടിലേക്ക് തിരികെ കൊണ്ടുപോകും.

ഒന്നാം ക്ലാസ് മുതൽ അഞ്ചാംക്ലാസ് വരെ 'നവീനമലയാളപാഠാവലി' യുടെ പുസ്തകങ്ങളാണ് ഉണ്ടായിരുന്നത്. ഈ ഒരു പുസ്തകമേ വിദ്യാർത്ഥികൾക്ക് ആവശ്യമായുണ്ടായിരുന്നുള്ളൂ. പിന്നെ കുറച്ച് നോട്ടുബുക്കുകളും.

വീട്ടിൽനിന്ന് അരകിലോമീറ്റർ അകലെയായിരുന്നു ദേവീവിലാസം സ്കൂൾ. ഇടവഴിയിലൂടെ നടന്നുവേണം സ്കൂളിലെത്തുവാൻ. ഇടവഴികൾക്കിരുവശവും പറമ്പുകളിൽ വലിയ വൃക്ഷങ്ങളുണ്ടാകും. വഴിവക്കിലെ ഇലഞ്ഞിമരത്തിൽ നിന്ന് കൊഴിഞ്ഞുവീഴുന്ന പൂക്കൾ ഇടവഴി

യിൽ സുഗന്ധം വഴിഞ്ഞൊഴുകുന്ന പൂമെത്ത വിരിച്ചിട്ടുണ്ടാകും. ഈ പൂമെത്തയിലൂടെ നടന്നുപോകുന്നത് വലിയ രസമായിരിക്കും.

സ്കൂളിൽ അധ്യാപകർ ഏറെയുണ്ടായിരുന്നു. ഇവരിൽ ഏറ്റവും പ്രധാനി വാഴയിൽ ഗോവിന്ദൻ വൈദ്യർ എന്ന ആളായിരുന്നു. ഗോവിന്ദൻ വൈദ്യർ ഒരു നല്ല അധ്യാപകൻ എന്നതിലുപരി വളരെ നല്ല ഒരായുർവേദവൈദ്യരും കൂടിയായിരുന്നു. എന്റെ ബാല്യകാലവിദ്യാഭ്യാസത്തെക്കുറിച്ചുള്ള ഓർമ്മകളെല്ലാം ഇദ്ദേഹത്തെ ചുറ്റിപ്പറ്റിയുള്ളതാണ്. ഗോവിന്ദൻ വൈദ്യരാണ് എന്നെ കുമാരനാശാന്റെ കാവ്യലോകത്തേക്ക് കൂട്ടിക്കൊണ്ടുപോയത്. അദ്ദേഹം അന്ന് എന്നെ പഠിപ്പിച്ചത് 'ചണ്ഡാലഭിക്ഷുകി' ആയിരുന്നു. അംഗവിക്ഷേപങ്ങളോടെ ഗംഭീരസ്വരത്തിൽ അദ്ദേഹം കവിത ചൊല്ലും. അദ്ദേഹം കവിത ചൊല്ലുമ്പോൾ ചാമർനായകന്റെ കിടാത്തിയായ മാതംഗിയെ ഞാൻ കണ്ടു. ഫൽഗു നദിയുടെ കരയിലെ അരയാൽത്തറയിൽ വിശ്രമിക്കുന്ന ആനന്ദഭിക്ഷുവിനെയും കണ്ടു. അന്നത്തെ ആ അനുഭവങ്ങളും കാഴ്ചകളും ഇപ്പോഴും എന്റെ മനസ്സിൽ ഒളിമങ്ങാതെ നിൽക്കുന്നുണ്ട്. ഗോവിന്ദൻ വൈദ്യർ കുമാരനാശാനെ മാത്രമല്ല വള്ളത്തോളിനെയും ഞങ്ങൾക്ക് പരിചയപ്പെടുത്തി. 'ബന്ധനസ്ഥനായ അനിരുദ്ധൻ'ആണ് അദ്ദേഹം പഠിപ്പിച്ച വള്ളത്തോൾ കൃതി. 'ചണ്ഡാലഭിക്ഷുകി 'യും ബന്ധനസ്ഥനായ അനിരുദ്ധനും' ഒക്കെ സിലിബസ്സിന്റെ ഭാഗമായാണ് പഠിച്ചത് എന്നാരും വിചാരിക്കരുത്. അന്ന് സിലിബസ്സ് എന്ന ഒന്ന് ഉണ്ടോ എന്നുപോലും അറിയില്ല. ഗോവിന്ദൻ വൈദ്യരിലെ സഹൃദയൻ വിദ്യാർത്ഥികളായ ഞങ്ങളെക്കൊണ്ട് ഇതൊക്കെ പഠിപ്പിച്ചു എന്നേ ഉള്ളു. സാഹിത്യത്തിൽ എനിക്കുണ്ടായ ആദ്യത്തെ അടിത്തറ ഗോവിന്ദൻ വൈദ്യർ പഠിപ്പിച്ച ഈ കൃതികളായിരുന്നു.

എലിമെന്ററി സ്കൂളിൽ പഠിക്കുമ്പോൾതന്നെ ഞാൻ പുസ്തകങ്ങൾ വായിക്കാറുണ്ടായിരുന്നു. എന്റെ ഗ്രാമമായ പള്ളിക്കുന്നിലെ ഏതാണ്ട് എല്ലാ വീടുകളിലും നോവലുകളും കവിതാപുസ്തകങ്ങളുമൊക്കെയുണ്ടായിരുന്നു. 'പള്ളിക്കുന്ന്' എന്ന പേരിൽ ഞാൻ ഭാഷാപോഷിണിയിൽ എഴുതിയ ലേഖനത്തിൽ വളരെ വിശദമായി ഇതേക്കുറിച്ച് പറഞ്ഞിട്ടുണ്ട്. എന്റെ വായനാശീലത്തെ വളരെയേറെ പോഷിപ്പിച്ച ഒരാളാണ് ശ്രീ. ഗോവിന്ദൻ വൈദ്യർ. രണ്ടാംക്ലാസിൽ പഠിക്കുമ്പോഴാണ് നാലാപ്പാട്ട് നാരായണമേനോൻ തർജ്ജമ ചെയ്ത 'പാവങ്ങൾ' അദ്ദേഹം എനിക്ക് വായിക്കാൻ തന്നത്. ഇന്ന് ഇത് വായിക്കുമ്പോൾ എത്രപേർ വിശ്വസിക്കുമെന്ന് എനിക്ക് സംശയമുണ്ട്. പക്ഷേ എന്നിലുള്ള സഹൃദയനായ വിദ്യാർത്ഥിക്ക് ഈ പുസ്തകം വായിച്ച് ഉൾക്കൊള്ളാൻ കഴിയുമെന്ന

പൂർണ്ണവിശ്വാസം എന്റെ വന്ദ്യഗുരുനാഥനുണ്ടായിരുന്നു.

നമ്മുടെ ഭാഷയിൽ മാത്രമല്ല സമൂഹത്തിൽ തന്നെയും ഒരു വലിയ വിപ്ലവം വരുത്തി വെച്ച പുസ്തകമാണ് 'പാവങ്ങൾ'. പാവങ്ങൾ വഹിച്ച മഹത്തായ ഈ പങ്കിനെക്കുറിച്ച് ഇ.എം.എസിനെപോലുള്ളവർ സ്തുതിച്ച് എഴുതിയിട്ടുണ്ട് എന്നതും ഞാൻ ഈ അവസരത്തിൽ ഓർമ്മിച്ചുകൊള്ളുന്നു. ഇടക്ക് ഏതെങ്കിലും ഒരു അധ്യാപകനോ അധ്യാപികയോ സ്കൂളിൽ നിന്ന് വിട്ടുപോവുമ്പോൾ കുട്ടികൾക്ക് ചായയും ബിസ്ക്കറ്റും പഴവും കിട്ടും. ചുരുങ്ങിയ ശമ്പളം മാത്രം ലഭിച്ചിരുന്ന ഈ അധ്യാപകർക്ക് അവരുടേതായ പ്രാരബ്ധം ഉണ്ടായിരുന്നുവെങ്കിലും അവരൊക്കെ കുട്ടികളെ സ്നേഹിച്ചിരുന്നു; പ്രത്യേകിച്ചും അധ്യാപികമാർ. സ്വന്തം കയ്യിൽനിന്നും കാശെടുത്ത് അവർ നല്ല വിദ്യാർത്ഥികൾക്ക് പലപ്പോഴും സമ്മാനങ്ങൾ കൊടുക്കാറുണ്ടായിരുന്നു. അത്തരം സമ്മാനങ്ങൾ ലഭിക്കാൻ ഭാഗ്യമുണ്ടായ ഒരാളാണ് ഞാൻ.

ഏപ്രിൽ മാസത്തിൽ വിദ്യാലയങ്ങൾ പൂട്ടും. മധ്യവേനലവധി എന്നാണിതിന് പറഞ്ഞിരുന്നത്. പക്ഷേ, ഞങ്ങൾ 'ഉഷ്ണപൂട്ടൽ'എന്നും വിളിച്ചു. സ്കൂൾ പൂട്ടുന്ന ദിവസം ഞങ്ങളുടെ സന്തോഷം കരകവിഞ്ഞൊഴുകും. ആ കൊല്ലം അതുവരെ ഉപയോഗിച്ചിരുന്ന നോട്ടുപുസ്തകങ്ങൾ വളരെ ചെറുതായി കീറി കടലാസുതുണ്ടുകൾ ഇടവഴിയിൽ പറപ്പിച്ചും ആർത്തുവിളിച്ചുംകൊണ്ടാണ് ഞങ്ങൾ വൈകുന്നേരം വീടുകളിലേക്ക് മടങ്ങുക. ഇനിയടുത്തൊന്നും സ്കൂളിലേക്ക് പോകേണ്ടല്ലോ! നാട്ടിലെ പറമ്പുകളിലും പാടങ്ങളിലും ഇടവഴികളിലും കാടുകാട്ടി നടക്കാമല്ലോ! ദാരിദ്ര്യം എന്താണെന്ന് ഞാൻ ശരിക്കും അനുഭവിച്ചറിഞ്ഞ ഒരു കാലഘട്ടമായിരുന്നു അത്. ഇതിനെപ്പറ്റിയും ഞാൻ ഇതിന് മുമ്പ് പ്രസ്താവിച്ചിട്ടുണ്ട്. ഉച്ചക്ക് വീട്ടിൽ ഭക്ഷണം കഴിക്കാൻ പോകാത്ത സ്കൂളിലെ ഏകവിദ്യാർത്ഥി ഞാനായിരുന്നു. ഇങ്ങനെയൊക്കെ ആണെങ്കിലും എന്റെ സന്തോഷത്തിനും പ്രസരിപ്പിനും അന്ന് ഒരു കുറവും ഉണ്ടായിരുന്നില്ല.

(പടയാളി സമയം മാസിക വിദ്യാഭ്യാസപതിപ്പ്- 2006)

വെളിച്ചത്തിലേക്ക് ഒരു ചിരി

ഫാക്ടിന്റെ കോർപ്പറേറ്റ് ഓഫീസിൽ എന്നെയും കാത്ത് ഡയരക്ടർ ശ്രീ.വിജയശങ്കർ ഇരിക്കുന്നുണ്ടായിരുന്നു. എന്നെ കണ്ടയുടനെ വിജയശങ്കർ പറഞ്ഞു:

'പത്മനാഭൻ ഇവിടെയിരിക്ക്. ചെയർമാന്റെ മുറിയിൽ എല്ലാ ഡയരക്ടർമാരുമുണ്ട്. ഞങ്ങൾ ഒന്നുകൂടി ആലോചിച്ചതിനുശേഷം പത്മനാഭനെ വിളിക്കാം.'

അങ്ങനെ പറഞ്ഞ് അദ്ദേഹം ചെയർമാന്റെ മുറിയിലേക്ക് പോയി.

വിജയശങ്കർ ആവശ്യപ്പെട്ടതനുസരിച്ചായിരുന്നു അന്നുരാവിലെ 36 കിലോമീറ്റർ അകലെയുള്ള അമ്പലമേട്ടിൽ നിന്ന് - അവിടെയാണല്ലോ ഫാക്ടിന്റെ കൊച്ചിൻ ഡിവിഷൻ- ഞാൻ ഉദ്യോഗമണ്ഡലിലെ കോർപ്പറേറ്റ് ഓഫീസിൽ എത്തിയത്.

വിജയശങ്കർ സത്യസന്ധനും മാന്യനുമായ ഒരു മാനേജരായിരുന്നു. സ്വന്തം നിലയിൽ അദ്ദേഹം കളവോ അനീതിയോ ഒരിക്കലും ചെയ്തിരുന്നില്ല. പക്ഷേ, സത്യത്തിനുവേണ്ടി മാറ് കാട്ടാൻ ഒരിക്കലും അദ്ദേഹം തയ്യാറായിരുന്നില്ല. മുകളിലുള്ളവരെ മാത്രമല്ല, കീഴിലുള്ളവരെയും വെറുപ്പിക്കാൻ അദ്ദേഹത്തിന് കഴിഞ്ഞില്ല. എല്ലാവരുടെയും നല്ല കുട്ടിയായി പോകണം എന്നുമാത്രമായിരുന്നു അദ്ദേഹത്തിന്റെ ആഗ്രഹം.

മറ്റൊരു തരത്തിൽ പറഞ്ഞാൽ ഗവൺമെന്റിലെയും പൊതുസ്ഥാപനങ്ങളിലെയും പല ഉയർന്ന ഉദ്യോഗസ്ഥന്മാരേയും പോലെ അദ്ദേഹവും ഒരു ഭീരുവായിരുന്നു. തെറ്റാണെന്നറിഞ്ഞാൽ പോലും നാളെ തനിക്കു തന്നെ വിനയായിത്തീരാവുന്ന ഒരു കടലാസിൽ ഒപ്പുവെക്കാൻ മേലധികാരി ആവശ്യപ്പെട്ടാൽ അതിൽനിന്ന് ഒഴിഞ്ഞുമാറാൻ അദ്ദേഹത്തിന് കഴിയുമായിരുന്നില്ല.

എനിക്ക് ശ്രീ.വിജയശങ്കറിനോട് എന്നും സഹതാപമായിരുന്നു.അതോടൊപ്പം തന്നെ സ്നേഹബഹുമാനങ്ങൾക്കും കുറവുണ്ടായിരുന്നില്ല. പദവികൾ നോക്കാതെ പെരുമാറ്റത്തിൽ ആരോടും മാന്യത പുലർത്തി

യിരുന്ന അദ്ദേഹം പാരവെപ്പ് എന്ന മാനേജ്മെന്റ് കലയിൽ ഒരിക്കലും വ്യാപരിച്ചിരുന്നില്ലല്ലോ.

ചെയർമാന്റെ മുറിയിലേക്ക് പോയി ഒരു പത്തുമിനുട്ട് കഴിഞ്ഞപ്പോൾ വിജയശങ്കർ മടങ്ങിവന്ന് എന്നോട് പറഞ്ഞു: 'വരൂ, അദ്ദേഹം കാത്തു നിൽക്കുന്നുണ്ട്.'

പിന്നെ ഒരു രണ്ടാമാലോചനയിൽ എന്നപോലെ പതുക്കെ വീണ്ടും പറഞ്ഞു:

'നോക്കൂ കഴിഞ്ഞതൊക്കെ കഴിഞ്ഞു. ഇനിയെങ്കിലും ഒരു പ്രകോപനത്തിന് വഴിവെക്കാതെ ഇനിയുള്ള കാലം രമ്യമായി..'

എനിക്ക് പെട്ടെന്ന് ദേഷ്യംവന്നു.

'പ്രകോപനത്തിന് വഴി വെക്കുകയോ? ആരാണ് സാർ ഈ കാലമത്രയും പ്രകോപനത്തിന് വഴി വെച്ചത്? നിങ്ങളോ? ഞാനോ? അറക്കാൻ കൊണ്ടുപോകുന്ന മൃഗം ശാന്തമായി കഴുത്ത് നീട്ടിത്തരണം. അല്ലേ? പക്ഷേ സാർ, എന്നിൽനിന്ന് ഒരിക്കലും അത് പ്രതീക്ഷിക്കരുത്. പണ്ട് റഷ്യയിൽ ഒരെഴുത്തുകാരനുണ്ടായിരുന്നു- ലിയോ ടോൾസ്റ്റോയ്' അദ്ദേഹത്തിന്റെ പ്രസിദ്ധനായ ഒരു കഥാപാത്രം പറഞ്ഞിട്ടുണ്ട്.

"In this ordeal I may break But I will not bend."

വിജയശങ്കർ ചിരിച്ചുകൊണ്ട് ശാന്തനായി പറഞ്ഞു:

'ഇല്ല, പത്മനാഭൻ, ഞാൻ ടോൾസ്റ്റോയിയൊന്നും വായിച്ചിട്ടില്ല. പക്ഷേ നിങ്ങൾക്ക് ഒരു വിഷമം വന്നുകാണാൻ ഞാൻ ഒരിക്കലും ആഗ്രഹിച്ചിട്ടില്ല. ഇനിയൊട്ട് ആഗ്രഹിക്കുകയുമില്ല.'

അദ്ദേഹത്തോട് അങ്ങനെയൊന്നും പറയേണ്ടിയിരുന്നില്ല, എന്ന് അപ്പോൾ തോന്നി.

ചെയർമാന്റെ മുറിയിൽ അപ്പോൾ ഗവൺമെന്റ് നോമിനികളല്ലാത്ത ഡയരക്ടർമാരെല്ലാവരുമുണ്ടായിരുന്നു. ആ കൂട്ടത്തിൽ ഒരു മുഖം ഞാൻ പ്രത്യേകം ശ്രദ്ധിച്ചു. ശ്രീ. എബ്രഹാം തോമസിന്റേത്.

തോമസിന്റെ മുഖത്ത് സംതൃപ്തി നിറഞ്ഞ ഒരു പുഞ്ചിരി ഞാൻ ശ്രദ്ധിച്ചു.

എഞ്ചിനീയറായി ഫാക്ടിൽ ചേർന്ന എബ്രഹാം തോമസ് സ്വപരിശ്രമത്താൽ പടിപടിയായി ഉയർന്ന് ചെയർമാൻ ആന്റ് മാനേജിംഗ് ഡയരക്ടറുടെ പദവിയിലെത്തിയ ആളാണ്. നല്ല സഹൃദയൻ. വായനക്കാരൻ, ധീരൻ, ശ്രീ.എം.കെ.കെ നായരുടെ പിൻഗാമിയാകാനുള്ള എല്ലാ യോഗ്യതകളും എബ്രഹാം തോമസിനുണ്ടായിരുന്നു. എന്റെ ഒന്നിലധികം കഥകളിൽ അദ്ദേഹം ഒരു പാത്രമായി വരുന്നുണ്ട്.

ചെയർമാൻ ആന്റ് മാനേജിംഗ് ഡയരക്ടറുടെ പദവിയിലിരിക്കേയാണ് ഇദ്ദേഹത്തിന് അകാലചരമം സംഭവിച്ചത്. ഫാക്ടിലെ എന്റെ കഷ്ടനാളുകളിൽ എന്റെ രക്ഷാകവചമായി നിന്ന ഈ നല്ല മനുഷ്യനെ ഞാൻ നന്ദിയോടെ ഓർക്കുന്നു.

ഭ്രാന്ത് വരേണ്ടുന്ന സന്ദർഭങ്ങളുണ്ടായിട്ടുണ്ട്. ആത്മഹത്യ ചെയ്യേണ്ട സന്ദർഭങ്ങളുണ്ടായിട്ടുണ്ട്. ഇതൊന്നുമല്ലെങ്കിൽ രാജിവെച്ച് എങ്ങോട്ടെങ്കിലും ഓടിപ്പോകേണ്ടുന്ന സന്ദർഭങ്ങളുണ്ടായിട്ടുണ്ട്. പക്ഷേ ഒന്നും സംഭവിച്ചില്ല. ഇതിന് കാരണങ്ങൾ രണ്ടാണ്. ഒന്ന് സത്യത്തിലുള്ള എന്റെ ദൃഢവിശ്വാസം. ഏത് കാളരാത്രിക്ക് പിറകിലും പുലരിയുണ്ടാകും എന്ന എന്റെ ബോധം. പിന്നെ ശ്രീ. എബ്രഹാം തോമസിന്റെ സാമീപ്യവും.

എന്നെ കണ്ടയുടനെ എഴുന്നേറ്റ്നിന്ന് കലശലായ സ്നേഹം നടിച്ച് ചെയർമാൻ തമിഴിൽ പറഞ്ഞു.: 'എന്നപ്പാ പത്മനാഭൻ, സൗക്യം താനാ? ഉന്നെ പാക്കവേ ഇല്ലേ..ഉക്കാര്..ഉക്കാര്...'

ഇംഗ്ലീഷ് ഭാഷ അതിസമർത്ഥമായി കൈകാര്യം ചെയ്യാൻ കഴിയുന്ന ഈ കുംഭകോണം ബ്രാഹ്മണന്റെ തമിഴ് പ്രകടനം കണ്ടപ്പോൾ ഞാൻ മനസ്സിൽ പറഞ്ഞു:

'കള്ളൻ, പെരുങ്കള്ളൻ'

ഞാൻ ഒന്നും പറയാതെ നിന്നപ്പോൾ ചെയർമാൻ ഇംഗ്ലീഷിൽ പറഞ്ഞു.

'പത്മനാഭൻ, നിങ്ങളെന്താണ് ആലോചിക്കുന്നത്?'

അപ്പോൾ ഞാൻ പറഞ്ഞു:

'സാർ, ഞാൻ പലതും ആലോചിക്കുന്നുണ്ട്. വേണമെന്ന് വിചാരിച്ചിട്ടൊന്നുമല്ല... പക്ഷേ നിങ്ങളെയൊക്കെ കാണുമ്പോൾ ആലോചിച്ചു പോകുന്നതാണ്.... മാസങ്ങളോളം എനിക്ക് എന്റെ മുഴുവൻ ശമ്പളവും തരാതിരുന്നപ്പോൾ, ചോദിച്ചിട്ട് യാതൊരു വിശദീകരണവും ലഭിക്കാതിരുന്നപ്പോൾ, പറവൂർ മുൻസിഫ് കോടതിയിൽ ഒരു സാധാരണ ഇന്ത്യൻ പൗരന്റെ അവകാശമുപയോഗിച്ച് കേസ് കൊടുക്കേണ്ടിവന്നതിനെക്കുറിച്ച്, പിന്നെ പലിശയും ചെലവും സഹിതം എനിക്ക് കിട്ടുന്നതിനെക്കുറിച്ച് ഒരു വിധി നിങ്ങൾക്കെതിരെ സമ്പാദിക്കാൻ കഴിഞ്ഞതിനെക്കുറിച്ച്, വീണ്ടും നിങ്ങൾ ദ്രോഹിക്കാൻ തുടങ്ങിയപ്പോൾ കേരള ഹൈക്കോടതിയിൽ നിങ്ങൾക്കെതിരെ റിട്ട് കൊടുക്കേണ്ടതിനെക്കുറിച്ച്, ആ കേസിൽ ഞാൻ ഈ കമ്പനിയിൽ നടക്കുന്ന തീവെട്ടിക്കൊള്ളകളെയും അത് തടയാൻ മെറ്റീരിയൽസ് ഡിപ്പാർട്ട്മെന്റിന്റെ തലവനെന്ന നിലയിൽ ഞാൻ നടത്തിയ ശ്രമങ്ങളെയും കുറിച്ചുള്ള ഡോക്യുമെന്റുകൾ ഹാജ

രാക്കിയതിനെകുറിച്ച്, കൊല്ലങ്ങളോളം ഇവിടെ നടക്കുന്ന കോടികളുടെ കളവിനെക്കുറിച്ചുള്ള മുഴുവൻ വിവരങ്ങളും രേഖകൾ സഹിതം - ഇതിൽ ചിലതിലൊക്കെ നിങ്ങൾക്കും പങ്കുണ്ട് - നിങ്ങൾക്ക് റജിസ്റ്റേർഡ് അക്നോളജ്മെന്റ് ഡ്യൂ ആയി ഞാൻ അയച്ചുതന്നതിനെക്കുറിച്ച്, നിങ്ങളുടെ സെക്രട്ടറി ഒപ്പിട്ടിട്ടുള്ള മടക്കരശീതി കിട്ടുന്നതല്ലാതെ നിങ്ങളോ നിങ്ങളുടെ കീഴിലുള്ള ഉയർന്ന ഉദ്യോഗസ്ഥരോ ഒരിക്കലും ഈ ആരോപണങ്ങൾക്ക് മറുപടി തരാൻ ധൈര്യപ്പെടാത്തതിനെക്കുറിച്ച്, എന്റെ ആരോപണങ്ങൾ തെറ്റായിരുന്നുവെങ്കിൽ അത്തരം ആരോപണങ്ങൾ ഉന്നയിച്ചതിന്റെ പേരിൽ നടപടികൾ എടുക്കാത്തതിനെക്കുറിച്ച്, ഹൈക്കോടതിയിലെ റിട്ട് സൗകര്യം ഫാക്ട്പോലുള്ള കമ്പനികളിലെ ജീവനക്കാർക്ക് ലഭിക്കില്ലെന്ന ഒരു സുപ്രീം കോടതി തീരുമാനത്തിൽ നിങ്ങൾ ആശ്വാസം കൊണ്ടതിനെക്കുറിച്ച്, ഡിവിഷൻ ബഞ്ച് എന്റെ ആരോപണങ്ങളൊക്കെ അംഗീകരിച്ച് ചരിത്രത്തിൽ സ്ഥാനം നേടിയ ഒരു വിധി എനിക്ക് നൽകിയതിനെക്കുറിച്ച്, അതിനെതിരെ നിങ്ങൾ സുപ്രീംകോടതിയിൽനിന്നും അറ്റോർണിജനറൽ പരാശരൻ അഡ്വക്കേറ്റ് മാഥൂർ തുടങ്ങി 11 വക്കീലന്മാർ മുഖാന്തിരം ഒരു അപ്പീൽ ഹരജി സമർപ്പിച്ചതിനെക്കുറിച്ച്, അവിടെയും, ഞാൻ വിജയശ്രീലാളിതനായതിനെക്കുറിച്ച്...

ഇതൊക്കെയാണ് സാർ ഞാൻ ഇപ്പോൾ ഓർത്തുപോകുന്നത്.

അതിശക്തമായൊരു പേമാരി പെട്ടെന്ന് നിന്നുപോയതുപോലെയായിരുന്നു അപ്പോൾ. മുറിയിൽ പൂർണ്ണമായ നിശബ്ദത.

ഞാൻ അപ്പോൾ വീണ്ടും പറഞ്ഞു:

'സുപ്രീം കോടതിയിലെ വിധി വന്നതിനുശേഷം നിങ്ങൾ മദ്രാസിലെ പ്രശസ്തകമ്പനി ലോ വക്കീലായ നാരായണയ്യരുടെ അടുക്കൽചെന്ന് എന്നെ മെറ്റീരിയൽസ് ഡിപ്പാർട്ട്മെന്റിൽനിന്ന് മാറ്റിനിർത്താൻ എന്തെങ്കിലും വഴിയുണ്ടോ എന്ന് ആരാഞ്ഞതിനെക്കുറിച്ചും അദ്ദേഹം നിങ്ങളോട് സുപ്രീം കോടതിവിധി ഒരു നിമിഷംപോലും വൈകാതെ നടപ്പിലാക്കിയില്ലെങ്കിൽ 'കണ്ടംപ്റ്റി' ന് നിങ്ങളുടെ പേരിൽ നടപടി വരുമെന്ന് പറഞ്ഞതിനെക്കുറിച്ചും കൂടി ഞാൻ ഓർത്തുപോയി'....

ഞാൻ അപ്പോൾ ശ്രദ്ധിച്ചത് എബ്രഹാം തോമസിന്റെ മുഖമായിരുന്നു.

ആ മുഖത്തെ പുഞ്ചിരി ഒന്നുകൂടി ദീപ്തമായതുപോലെ തോന്നി.

ചെയർമാൻ പറഞ്ഞു:

'പോട്ടെ, പത്മനാഭൻ, കഴിഞ്ഞതൊക്കെ പോട്ടെ. എല്ലാം മറന്നുകള

യൂ.. എന്നിട്ട് ഒരു പുതിയ അദ്ധ്യായം തുറക്കാൻ നമുക്ക് ശ്രമിക്കാം...'

നിങ്ങൾക്ക് മെറ്റീരിയൽസ് ഡിപ്പാർട്ടുമെന്റിന്റെ തലവനായിത്തന്നെ തുടരാം. ഇത് ഞങ്ങളെല്ലാവരുടെയും സുചിന്തിതമായ അഭിപ്രായമാണ്.

വിനയം നടിച്ചുകൊണ്ട് ഞാൻ പറഞ്ഞു:

'നന്ദി സാർ, നന്ദി, നിങ്ങളുടെ ദയക്ക് വളരെ നന്ദി. എന്റെ കഴിവിന്റെ പരമാവധി ഈ കമ്പനിക്കുവേണ്ടി ഞാൻ പ്രയത്നിക്കുമെന്ന് തീർച്ചയാണ്. പിന്നെ ഒരു കാര്യം...... ചിലപ്പോൾ ഞാൻ ഇതൊക്കെ ഓർത്തുപോയെന്നിരിക്കും.. അടിച്ചവൻ മറക്കും. കണ്ടുനിന്നവരും മറക്കും. പക്ഷെ അടികൊണ്ടവൻ ചിലപ്പോൾ അതൊക്കെ ഓർത്തുപോകുന്നുവെങ്കിൽ അവനെ നമുക്ക് കുറ്റം പറയാൻ കഴിയുമോ?

ഞാൻ ചിരിച്ചു. ഇരുട്ട് നിറഞ്ഞ ഒരു നീണ്ട ഇടവേളയ്ക്ക് ശേഷം വെളിച്ചത്തിലേക്ക് വന്നവന്റെ ചിരിയായിരുന്നു അത്.

പിൻകുറിപ്പ്:

ഫാക്ടും ചില 'ഫാക്ട്സും'

1989 ഫെബ്രുവരിയിൽ ഞാൻ ഫാക്ടിൽ നിന്ന് റിട്ടയർ ചെയ്യുമ്പോൾ ശ്രീ. വിജയറാം എഴുതിയ ഒരു നീണ്ട ഫീച്ചർ കേരളകൗമുദി പ്രസിദ്ധപ്പെടുത്തുകയുണ്ടായി. അതിൽ വിജയറാം റിട്ടയർമെന്റിനുശേഷം സർവ്വീസ് സ്മരണകൾ എഴുതാനുദ്ദേശമുണ്ടോ എന്നുചോദിച്ചു. ഫാക്ടിലെ എന്റെ നിയമയുദ്ധങ്ങളൊക്കെ നല്ലപോലെ അറിയുന്നതുകൊണ്ടാണ് വിജയറാം അങ്ങനെ ചോദിച്ചത്. ഞാൻ അദ്ദേഹത്തോട് പറഞ്ഞു: ഇല്ല, ഞാൻ എഴുതുകയില്ല. എനിക്ക് കഞ്ഞികുടിക്കാനുള്ള വകതന്ന കമ്പനിയാണ് ഇത്. ഞാൻ ആരെക്കുറിച്ചെങ്കിലും മോശമായി എഴുതിയാൽ ജനമനസ്സുകളിൽ കമ്പനിയുടെ പേരാണ് മോശമാവുക. ആളുകളെയൊക്കെ അവർ വേഗം മറക്കും.

ഇത്തരമൊരു അവസ്ഥയുണ്ടാക്കാൻ ഞാൻ ആഗ്രഹിക്കുന്നില്ല.

പക്ഷേ, എന്റെ ആ കമ്പനി ഇന്നില്ല. എപ്പോഴാണ് പൂർണ്ണമായി വിറ്റുപോവുക എന്നറിയില്ല. ഭൂമി വിൽക്കുന്നു. സ്കൂൾ വിൽക്കുന്നു. ആശുപത്രി വിൽക്കുന്നു. ഗസ്റ്റ് ഹൗസ് വിൽക്കുന്നു... എല്ലാം ലീസ് എന്ന ഓമനപ്പേരിൽ...! ജീവനക്കാരെ കണ്ടമാനം പിരിച്ചുവിടുകയും ചെയ്യുന്നു!

കഴിഞ്ഞ ഓണക്കാലത്ത് ഞാൻ മാതൃഭൂമിയിൽ എഴുതിയ 'ഇരുട്ടിന് മുമ്പേ' എന്ന കഥയിൽ ഇതിന്റെയൊക്കെ ദുഃഖം കാണാം. ഏതാണ്ട്

25 കൊല്ലക്കാലം നീണ്ട എന്റെ സർവ്വീസിൽനിന്ന് എനിക്ക് മനസ്സിലാക്കാൻ കഴിഞ്ഞത്....

1. സ്ഥാപനങ്ങളുടെ തലപ്പത്ത് വരുന്നവരും അവിടുത്തെ ഉയർന്ന ഉദ്യോഗസ്ഥരും കഴിവിനുപുറമെ പൂർണ്ണമായും സത്യസന്ധരുമായിരിക്കണം. തങ്ങളുടെ പ്രവൃത്തികൊണ്ട് മാതൃക കാട്ടേണ്ടവരാണ് അവർ.

2. സ്ഥാപനങ്ങളുടെ പ്രവൃത്തികളൊക്കെ പൂർണ്ണമായും സുതാര്യമായിരിക്കണം. ഒന്നും ആരിൽനിന്നും ഒളിച്ചുവെക്കരുത്. വയ്ക്കേണ്ട ആവശ്യം വരരുത്.

3. യൂണിയനുകളുടെ തലപ്പത്തുള്ളവർ കഴിവുള്ളവരും സ്വഭാവശുദ്ധിയുള്ളവരുമായിരിക്കണം. മറയ്ക്കുപിന്നിൽ നിന്ന് നക്കാപ്പിച്ച മേടിക്കുന്നവരാകരുത്. കഴിവും ബുദ്ധിയുമുള്ള നേതൃത്വമാണ് യൂണിയനിലുള്ളതെങ്കിൽ ഒരു ചെയർമാനും കൈക്കൂലി വാങ്ങാനോ വെട്ടിപ്പ് നടത്താനോ കഴിയില്ല.

4. 'മഹത്തായ തൊഴിലാളി സംസ്കാരം' എന്ന ഒന്നില്ല. മനുഷ്യന്റെ സംസ്കാരമേയുള്ളു. തൊഴിലാളികളിലും മാനേജർമാരിലും കഴിവും സ്വഭാവശുദ്ധിയുമുള്ളവരുണ്ട്.

(കലാകൗമുദി - ലക്കം 1500)

അബുദാബിയിലെ കടലക്കറി

അബുദാബിയിലെത്തിയപ്പോൾ പാതിരാവ് കഴിഞ്ഞിരുന്നു. ഗൾഫിലെ പ്രശസ്തനോവലിസ്റ്റായ എ.എം.മുഹമ്മദ്, ടി.എൻ.പ്രകാശ്, ശിഹാബുദ്ദീൻ പൊയ്ത്തുംകടവ്, ചെറിയകഥയുടെ തമ്പുരാനായ പി. കെ. പാറക്കടവ്, ഞാൻ- ഇത്രയും പേരായിരുന്നു ഞങ്ങളുടെ സംഘത്തിലുണ്ടായിരുന്നത്. സ്വിറ്റ്സർലാന്റിലെ പ്രശസ്ത വാച്ചായ 'ചാൻസലറു 'ടെ ഉടമയും അബുദാബിയിലെ വ്യാപാരപ്രമുഖനുമായ ശ്രീ. അലക്സാണ്ടറുടെ അതിഥികളായാണ് ഞങ്ങൾ അബുദാബിയിൽ ചെന്നത്.

ഹംദാൻ സ്ട്രീറ്റിലെ റെയിൻബോസ്റ്റേക്ക് ഹോട്ടലിലായിരുന്നു ഞങ്ങളുടെ താമസത്തിനുള്ള ഏർപ്പാടുകൾ ചെയ്തിരുന്നത്. ഹോട്ടലിലെ ഏർപ്പാടുകളൊക്കെ തികച്ചും രാജകീയമായിരുന്നു. പക്ഷേ രാവിലെ എഴുന്നേറ്റപ്പോഴാണ് അറിയുന്നത് ഒമ്പത് മണി കഴിഞ്ഞാലെ നാസ്ത ലഭിക്കുകയുള്ളു എന്ന്. അതുവരെ എന്തുചെയ്യും?

ഞങ്ങൾക്കാണെങ്കിൽ നല്ല വിശപ്പും ക്ഷീണവുമുണ്ടായിരുന്നു. ഒരു ബെഡ്കോഫി കൊണ്ടൊന്നും അത് മാറിക്കിട്ടില്ലല്ലോ!..

അപ്പോൾ ശിഹാബുദ്ദീൻ പറഞ്ഞു.

'ഇതിന്റെ പിറകിലെ തെരുവിൽ ചില ചായക്കടകളുണ്ട്. ചെറുതാണെങ്കിലും വൃത്തിയുള്ളതായിരിക്കും. അവിടെ എന്തെങ്കിലും കിട്ടാതിരിക്കില്ല.' പിന്നെ എന്നെ നോക്കി ഇത്രയും കൂടി പറഞ്ഞു:

'പപ്പേട്ടന് എന്തെങ്കിലും വെജിറ്റേറിയനും കിട്ടാതിരിക്കില്ല...'

മരുഭൂമിയിലെ സൂര്യന് നല്ല ശക്തിയായിരുന്നു.

വെയിലും സഹിച്ച് ഞങ്ങൾ നടന്നു.

ഒടുവിൽ ശിഹാബുദ്ദീൻ പറഞ്ഞ ചായക്കടയിലെത്തി.

ഒരു ഒറ്റമുറിക്കട. പിറകിൽ അടുക്കളയും. മുറിയിൽ നല്ലതുപോലെ ആളുകളുണ്ടായിരുന്നു. എല്ലാവരും സാധാരണക്കാർ, സമൂഹത്തിന്റെ അടിത്തട്ടിലുള്ളവർ....

അവരൊക്കെ പരസ്പരം ഒന്നും പറയാതെ നാസ്ത കഴിച്ചുകൊ

ണ്ടിരിക്കുകയായിരുന്നു.

കടയുടമ ഇടയ്ക്ക് പണിക്കാരോട് ചില നിർദ്ദേശങ്ങൾ പറഞ്ഞുകൊണ്ടിരുന്നു.

എല്ലാം മലയാളത്തിൽ!

ശിഹാബുദ്ദീനാണ് പറഞ്ഞത്-

'ഇവിടെ നല്ല ഗോതമ്പ് പുട്ടും കടലക്കറിയും കിട്ടു. എന്താ, അതായിക്കൂടേ....?'

മനസ്സില്ലാമനസ്സോടെയാണ് സമ്മതം മൂളിയത്.

ഞാൻ ഗോതമ്പ് പുട്ട് ആദ്യമായി കഴിക്കാൻ പോകയാണ്. അരിപ്പുട്ട് എനിക്ക് ഏറെ ഇഷ്ടപ്പെട്ട വിഭവമാണ്. മൂത്ത് വിളഞ്ഞ തേങ്ങാപ്പീര നല്ലതുപോലെ ഇട്ടിട്ടുള്ള പുട്ട്... അരിയും നല്ലതാണെങ്കിൽ പിന്നെ പറയേണ്ടതില്ല... കറിയോ പഴമോ പപ്പടമോ ഒന്നും വേണ്ട. പുട്ട് മാത്രം മതി. അത് പതുക്കെ ചവച്ചരച്ച് കഴിക്കുമ്പോൾ കിട്ടുന്ന രസം. എങ്ങിനെയാണ് അത് വർണ്ണിക്കുക!

ഇനി കടലക്കറിയുടെ കാര്യം. കറുത്ത കടലക്ക മലബാർ മട്ടിൽ വറുത്തരച്ച് വെച്ചതായാലും ശരി- രണ്ടും എനിക്ക് ഏറെ ഇഷ്ടപ്പെട്ടതാണ്. ദൽഹിയിലെ നക്ഷത്രഹോട്ടലുകളിൽ താമസിക്കുമ്പോൾ ഞാൻ ശ്രദ്ധിച്ചിട്ടുണ്ട്. അവിടുത്തെ കുബേരന്മാർപോലും ഛനമസാല ആർത്തിയോടെ കഴിക്കുന്നത്! നല്ല തിളങ്ങുന്ന ചെമ്പിന്റെ കൊച്ചുപാത്രത്തിൽ കൊണ്ട് വന്ന് മേശപ്പുറത്ത് വെക്കുന്ന കറിയെ സ്നേഹത്തോടെ നോക്കുന്നതും ഒരിറ്റ് ചാറ്പോലും ബാക്കിവെക്കാതെ എല്ലാം വിരല്കൊണ്ട് വടിച്ചെടുത്ത് കഴിക്കുന്നതും!

ഞാനും അതുപോലെ ചെയ്തിരുന്നു.

പിന്നീട് ഈ മസാലയുടെ റെഡിമെയ്ഡ് പൊടി ഡൽഹിയിൽനിന്നും മദ്രാസിൽ നിന്നുമൊക്കെ വാങ്ങി, പുസ്തകങ്ങളിലെ പാചകക്കുറിപ്പുകൾ നോക്കി എന്റേതായ രീതിയിൽ ഛനമസാലക്കറികൾ ഉണ്ടാക്കുകയും ചെയ്തു. (ഇപ്പോഴും ചെയ്യുന്നു!)

പക്ഷേ ഒന്നും ദൽഹിയിലെ ഹോട്ടലുകളിലെ കറിയുടെ അടുത്തെത്തുന്നില്ല. ഇതിനെക്കുറിച്ചന്വേഷിച്ചപ്പോഴാണ് ഒരു ഡൽഹി സുഹൃത്ത് പറഞ്ഞത്- ഒരു ഹോട്ടലുകാരനും റെഡിമെയ്ഡ് പൊടി ഉപയോഗിക്കുന്നില്ല, അവർ അവർക്കുവേണ്ട മസാല സ്വന്തമായി അരച്ചെടുക്കുകയാണ്. പലരും ചേരുവകൾ പുറത്തറിയിക്കില്ല. അത് ഒരു ട്രേഡ് സീക്രട്ടാണ്!

ഛനമസാലയിൽ ഇത്രയൊക്കെ ഗവേഷണങ്ങൾ നടത്തിയിട്ടുള്ള

ഞാൻ അബുദാബിയിലെ കൊച്ചുചായ ക്കടക്കാരന്റെ കടലക്കറിയുടെ ചാറ് മനസ്സില്ലാമനസ്സോടെ വിരലുകൊണ്ട് തൊട്ട് നാവിൽവെച്ചപ്പോൾ ഞെട്ടിപ്പോയി - ദൈവമേ, എന്തുരുചി!

ഗോതമ്പുപുട്ടും വളരെ നല്ലതായിരുന്നു.

ഞാൻ വളരെ സന്തോഷത്തോടെ എന്റെ പുട്ടിന്റെയും കടലയുടെയും പ്ലേറ്റുകൾ കാലിയാക്കി. എന്നിട്ട് ഒരു തയ്യാറെടുപ്പോടെ വീണ്ടും ഓരോ പ്ലേറ്റുകൾ കൊണ്ടുവരാനാവശ്യപ്പെട്ടു.

അപ്പോൾ ഒരു ചെറുപുഞ്ചിരിയോടെ കടക്കാരൻ പറഞ്ഞു:

'സോറി സാർ, രണ്ടും തീർന്നിരിക്കുന്നു. ഇനി നാളെ രാവിലെ...'

അപ്പോൾ എനിക്കുണ്ടായ ഇച്ഛാഭംഗം..!

(പടയാളി സമയം മാസിക ഓണപ്പതിപ്പ്- 2008)

ഇവിടെ ജീവിതം ദുസ്സഹം!!

1989 ആദ്യമാണ് ഞാൻ ജോലിയിൽനിന്ന് വിരമിച്ചത്. ഇന്ത്യാഗവൺമെന്റിന്റെ ഒരു കമ്പനിയിൽ സാമാന്യം നല്ല ജോലിയായിരുന്നു. പക്ഷേ, പെൻഷനുള്ള ജോലിയായിരുന്നില്ല. അതുകൊണ്ട് റിട്ടയർ ചെയ്തതിനുശേഷം എങ്ങനെ ജീവിക്കും എന്ന പ്രശ്നമുണ്ടായിരുന്നു.

വീണ്ടും ഒരു ജോലിക്ക് പോകില്ല എന്ന തീരുമാനം ആദ്യമേ എടുത്തിരുന്നു. അതുപോലെ കാർ നിലനിർത്തില്ല എന്നതും. പിരിയുമ്പോൾ കമ്പനിയിൽനിന്ന് കിട്ടുന്ന കാശ് ബാങ്കിലിട്ട് അതിന്റെ പലിശ കൊണ്ട് ജീവിക്കും. പിന്നെ എന്റെ ചെറിയ എഴുത്തിൽനിന്ന് കിട്ടുന്ന വരുമാനവുമുണ്ടാകുമല്ലോ.

ഇങ്ങനെയൊക്കതന്നെ ചെയ്തു.

ജോലിയിൽനിന്ന് പിരിയുന്നതിനുമുമ്പുള്ള നാളുകളിൽ കണ്ണൂരിലെത്തിയാലുള്ള എന്റെ ജീവിതത്തിന്റെ വരവുചെലവുകളെക്കുറിച്ച് ഞാൻ മനസ്സിൽ കണക്കുകൾ കൂട്ടാറുണ്ടായിരുന്നു. പാൽ, പത്രങ്ങൾ, അത്യാവശ്യം പുസ്തകങ്ങൾ, പാചകവാതകം, പച്ചക്കറി, പലവ്യഞ്ജനങ്ങൾ... ഇലക്ട്രിസിറ്റി, ഫോൺ.

പക്ഷേ, എന്റെ സങ്കല്പങ്ങളും കണക്കുകൂട്ടലുകളുമൊക്കെ തകർന്നുപോയിരിക്കുന്നു! ജീവിതച്ചെലവുകൾ ഇവിടെ നിത്യവും വാണംപോലെ കുതിച്ചുകയറുകയല്ലേ!

ഈ ബഹളത്തിൽ ജീവിച്ചിരിക്കണോ, അല്ല, മരിക്കണോ എന്നറിയാതെ അന്തം വിട്ടുനിൽക്കുന്ന സാധാരണക്കാരൻ. സുപ്രീംകോടതി, ഹൈക്കോടതി ജഡ്ജിമാർക്കും പാർലമെന്റ് മെമ്പർമാർക്കും മന്ത്രിമാർക്കും അവരുടെ ശമ്പളം എത്രവേണമെങ്കിലും വർദ്ധിപ്പിക്കാം. പക്ഷേ എന്നെപ്പോലുള്ളവർക്ക് അത് കഴിയില്ലല്ലോ! എങ്ങനെയെങ്കിലുമായി ജീവിക്കാൻ വിധിക്കപ്പെട്ടവരാണല്ലോ അവർ.

ഒരു കിലോ സവാളക്ക് 100ക, മുരിങ്ങാക്കായക്ക് 100ക, തക്കാളിക്ക് 80 ക... അതുപോലെ അരിക്ക്, പയറിന്, പരിപ്പിന്, വെളിച്ചെണ്ണക്ക്...

ഡീസലിന്റെയും പെട്രോളിന്റെയും പാചകവാതകത്തിന്റെയും വില ഇടക്കിടെ കയറിക്കൊണ്ടിരിക്കുന്നു. പക്ഷേ, എത്ര കയറ്റിയാലും കമ്പനികൾക്കും മന്ത്രിക്കും തൃപ്തിയാവുന്നില്ല. നഷ്ടം സഹിച്ചാണ് വിൽക്കുന്നത്. അതുകൊണ്ട് ഉടനെ വീണ്ടും കയറ്റിയേ പറ്റൂ എന്ന് പറയുന്നു.

ഇതിന്റെയൊക്കെ നടുവിൽ നിർവികാരനായി, വിലക്കയറ്റം പിടിച്ചു നിർത്തും എന്ന് ഇടക്കിടെ ഉരുവിട്ടുകൊണ്ടിരിക്കുന്ന ഒരു പ്രധാനമന്ത്രിയും!

രക്ഷപ്പെടാൻ എന്താണ് മാർഗ്ഗമെന്ന് അറിയില്ല. ആകെ അറിയുന്നത് ഭരണത്തിലിരിക്കുന്ന ആരും വിലക്കയറ്റം പിടിച്ചുനിർത്താൻ പോകുന്നില്ല എന്നതു മാത്രം.

ഞാനിതെഴുതുമ്പോൾ ഭക്ഷണത്തിനായി എന്നെ നോക്കിനിൽക്കുന്ന പട്ടികളെയും പൂച്ചകളെയും ഞാൻ കാണുന്നുണ്ട്. വിലക്കയറ്റത്തിന്റെ കാര്യം പറഞ്ഞ് അവർക്ക് ഭക്ഷണം കൊടുക്കാതിരിക്കാൻ എനിക്ക് കഴിയില്ല. ഒന്നിനെയും ഞാൻ എടുത്തുവളർത്തിയതല്ല, ഇവിടെ വന്നുകൂടിയതാണ്. എവിടെ പോയാലും ഇവർ എന്റെ പിറകിലുണ്ടാകും. ഇത് എന്റെ വിധി.

പക്ഷേ, ഈ വിധിയിൽ ഞാൻ സങ്കടപ്പെടുന്നില്ല.

ഞാൻ കഴിച്ചില്ലെങ്കിലും ഇവർക്ക് ഞാൻ കൊടുക്കും. പ്രശസ്തസാഹിത്യകാരനും സാഹിത്യ അക്കാദമിയുടെ മുൻപ്രസിഡണ്ടുമായ എം. മുകുന്ദൻ ഈയിടെ എഴുതി: 'എഴുത്തുകാർ പൊതുവെ അവർക്ക് കിട്ടുന്ന പണം ബാങ്കിലോ മ്യൂച്ചൽഫണ്ടിലോ ഷെയർമാർക്കറ്റിലോ നിക്ഷേപിക്കുകയാണ് പതിവ്. പക്ഷേ, പപ്പേട്ടൻ ആ പണംകൊണ്ട് പാലും ഇറച്ചിയും മീനും വാങ്ങി പൂച്ചകളെയും നായ്ക്കളെയും തീറ്റിക്കുന്നു. ആ ഔദാര്യം കൈപ്പറ്റാൻ ധാരാളം പൂച്ചകളും പട്ടികളും പപ്പേട്ടന്റെ വീട്ടിലെത്തുന്നു....'

ഇത് സത്യമാണ്. മുകുന്ദൻ പറഞ്ഞതുകൊണ്ടുമാത്രം അവിശ്വസിക്കണമെന്നില്ല.

പക്ഷേ, ഇന്നത്തെ ചുറ്റുപാടുകളിൽ, പ്രധാനമന്ത്രി എന്തെങ്കിലും ചെയ്യുന്നില്ലെങ്കിൽ, എത്രകാലം ഇങ്ങനെ മുന്നോട്ടുപോകാൻ കഴിയുമെന്ന് അറിയില്ല.

ജയ് ജവാൻ, ജയ്കിസാൻ

കോൺഗ്രസ്സിനെപ്പറ്റി എന്തെങ്കിലും പറയേണ്ടിവരുമ്പോൾ എന്റെ മനസ്സിലേക്ക് ഓടിവരുന്ന ഒരു ചിത്രമുണ്ട്- ഒരു മനുഷ്യന്റെ മുഖം. നിങ്ങൾ വിചാരിക്കും അത് ഗാന്ധിജിയുടെ മുഖമാണെന്ന്, അല്ലെങ്കിൽ പണ്ഡിറ്റ്ജിയുടെ മുഖമാണെന്ന്. സുഹൃത്തേ, നിങ്ങൾക്കു തെറ്റുപറ്റി. ആ മുഖം ഇവരുടേതൊന്നുമല്ല. അത് അതികായരുടെ ഇടയിൽ ജീവിച്ച, തന്റെ സർവ്വസ്വവും നാട്ടിനുവേണ്ടി നൽകിയ, നാട്ടിനുവേണ്ടി ജീവിക്കുകയും, മരിക്കുകയും ചെയ്ത, 'ജയ് ജവാൻ, ജയ്കിസാൻ' എന്ന മഹത്തായ മുദ്രാവാക്യം നാട്ടിനു നൽകിയ ഒരു ചെറിയ മനുഷ്യന്റേതാണ്. ഇന്ത്യയുടെ പ്രധാനമന്ത്രിയായിരുന്ന ലാൽബഹദൂർ ശാസ്ത്രിയുടെ.

ചെറിയ മനുഷ്യൻ എന്ന് ഞാൻ പറഞ്ഞത് അദ്ദേഹത്തിന്റെ ആകാരത്തെ സൂചിപ്പിക്കാനാണ്- മറ്റെല്ലാകാര്യങ്ങളിലും അദ്ദേഹം ഇന്ത്യയുടെ എക്കാലത്തെയും വലിയ ആളുകളിലൊരാൾ തന്നയായിരുന്നു.

ഈ ബഹുമാനം ഉള്ളിലുള്ളതുകൊണ്ടായിരുന്നു ഞാൻ 'കാശി'യിലെ എന്റെ വാസം വേഗത്തിൽ മതിയാക്കി 'രാംനഗറി'ലേക്ക് പോയത്.

രാംനഗർ-ലാൽബഹദൂർ ശാസ്ത്രിയുടെ ജന്മദേശം. അദ്ദേഹം ജനിച്ചുവളർന്ന ചുറ്റുപാടുകൾ കാണണം, പരിചയക്കാരുണ്ടെങ്കിൽ അവരുമായി സംസാരിച്ച് അദ്ദേഹത്തെപ്പറ്റി കൂടുതൽ മനസ്സിലാക്കണം-ഇതൊക്കെയായിരുന്നു ഉദ്ദേശ്യം.

ഇന്ന് ആളുകൾ രാംനഗറിൽ വരുന്നത് കാശിമഹാരാജാവിന്റെ കൊട്ടാരം കാണാനാണ്. പക്ഷേ എനിക്ക് കൊട്ടാരത്തിൽ ഒരു താല്പര്യവുമുണ്ടായിരുന്നില്ല. എനിക്ക് കാണേണ്ടത് ശാസ്ത്രിയുടെ വീടാണല്ലോ.

കൊട്ടാരത്തിന്റെ മുമ്പിലുള്ള ചത്വരത്തിൽനിന്ന് പുറപ്പെട്ടുപോകുന്ന ഇടുങ്ങിയ വഴിയിലാണ് അദ്ദേഹം ജനിച്ചുവളർന്ന വീടെന്ന് മനസ്സിലായി.

ഇടുങ്ങിയ വഴിയെന്നുപറഞ്ഞാൽ ഒരു മാരുതികാറിന്ന് പോകാൻ മാത്രം വീതിയിലുള്ള വഴി. പക്ഷേ, വഴി വൃത്തിയുള്ളതായിരുന്നു. കാശി

യിലേതുപോലെയായിരുന്നില്ല. ഈ വഴിയിലൂടെ കഷ്ടിച്ച് രണ്ടു ഫർലോംഗ് പോയപ്പോൾ എനിക്ക് കാണേണ്ടിയിരുന്ന വീട്ടിലെത്തി.

വീട് ഇരുനിലയായിരുന്നു. എങ്കിലും അത് വളരെ ചെറുതായിരുന്നു. ഞാൻ ചെല്ലുമ്പോൾ അവിടെ താമസിച്ചിരുന്നത് ശാസ്ത്രിയുടെ അച്ഛന്റെ അനുജനും കുടുംബവുമായിരുന്നു. പ്രധാനമന്ത്രിയായിരുന്ന കാലത്തും നാട്ടിൽവന്നാൽ ശാസ്ത്രി താമസിച്ചിരുന്നത് ഈ വീട്ടിലായിരുന്നുവത്രെ!

പലതും ആലോചിച്ചുകൊണ്ട് മടങ്ങിയ ഞാൻ ചത്വരത്തിലെ ഒരു ലെസ്സിഷോപ്പിൽ കയറി. ഷോപ്പ് എന്നുപറഞ്ഞാൽ ഒരു ഒറ്റമുറിപ്പീടിക. പക്ഷേ അതു വളരെ വൃത്തിയുള്ളതായിരുന്നു.

വരാന്തയിലെ ബഞ്ചിലിരുന്ന് ഏതാനും വിദേശികൾ ലെസ്സി കഴിക്കുന്നുണ്ടായിരുന്നു.

അവർ പോയപ്പോൾ അവിടെ ഞാൻ മാത്രമായി.

ഉപയോഗത്തിനുശേഷം എറിഞ്ഞുകളയുന്ന മൺപാത്രത്തിൽനിന്ന് തണുത്തതും അത്യന്തം രുചികരവുമായ മസാലലെസ്സി നുണഞ്ഞുകൊണ്ട് ഞാൻ പീടികക്കാരനുമായി സംഭാഷണത്തിലേർപ്പെട്ടു.

വിഷയം ലാൽബഹദൂർ ശാസ്ത്രി തന്നെയായിരുന്നു. എന്റെ സംശയങ്ങൾക്കെല്ലാം വളരെ വ്യക്തമായ മറുപടികളാണ് പീടികക്കാരൻ പറഞ്ഞത്. അയാളുടെ പെരുമാറ്റം സ്നേഹം നിറഞ്ഞതും അഭിജാതവുമായിരുന്നു. ചിലപ്പോഴൊക്കെ അയാളുടെ മുഖത്ത് ഗൂഢമായ ഒരു പുഞ്ചിരിയും ഞാൻ കണ്ടു.

പോരുമ്പോൾ ഞാൻ അയാളോട് ചോദിച്ചു: 'എങ്ങിനെയാണ് എന്റെ സംശയങ്ങൾക്കൊക്കെ ഇത്രയും കണിശമായി നിങ്ങൾക്ക് ഉത്തരം പറയാൻ കഴിഞ്ഞത്?'

അയാൾ പറഞ്ഞു: 'ഞങ്ങൾ ബന്ധുക്കളാണ്.'

ഞാൻ ചോദിച്ചു: 'ബന്ധുക്കൾ എന്നുവെച്ചാൽ...?'

ഒരു നേരിയ പുഞ്ചിരിയോടെ അയാൾ പറഞ്ഞു: 'ശാസ്ത്രി എന്റെ ജ്യേഷ്ഠനാണ്.'

എനിക്ക് വിശ്വസിക്കാൻ കഴിഞ്ഞില്ല.

'ജ്യേഷ്ഠൻ!'

'അതെ, ജ്യേഷ്ഠൻ തന്നെ. എന്റെ നേരെ മൂത്തത്, ഒരമ്മ, ഒരച്ഛൻ...'

എനിക്ക് തലകറങ്ങുന്നതുപോലെ തോന്നി.

ഈ സംഭവത്തിനുശേഷം കാലമേറെ കഴിഞ്ഞിരിക്കുന്നു. എങ്കിലും ലാൽബഹദൂർശാസ്ത്രിയുടെ-തെക്കെഇന്ത്യയിൽ ഒരു തീവണ്ടിയപകടമുണ്ടായപ്പോൾ അതിന്റെ ധാർമ്മികഉത്തരവാദിത്വമേറ്റെടുത്തു ആരും

നിർബന്ധിക്കാതെ മന്ത്രിസ്ഥാനം രാജിവെച്ച ലാൽബഹദൂർശാസ്ത്രിയുടെ കോൺഗ്രസ് ഇപ്പോഴുമുണ്ട്.

പക്ഷെ എത്രമാത്രം മാറിപ്പോയിരിക്കുന്നു?

ഒരു പഴയ ചിത്രമുണ്ട്-ബാബുരാജേന്ദ്രപ്രസാദ് റയിൽവെ പ്ലാറ്റ്ഫോമിലെ ടാപ്പിന്റെ കീഴെയിരുന്ന് പകൽ വെളിച്ചത്തിൽ കുളിക്കുന്ന ഒരു ചിത്രം. സ്വാതന്ത്ര്യം കിട്ടുന്നതിനുമുമ്പ് സംഭവിച്ചതാണ്. ബോംബെയിൽ വെച്ചു കൂടുന്ന എ.ഐ.സി.സിയുടെ അദ്ധ്യക്ഷപദവി ഏറ്റെടുക്കാൻ പോവുകയായിരുന്നു രാജൻബാബു. അദ്ദേഹമാണ് ഇങ്ങനെ ചെയ്തത്.

നമ്മുടെ ഇപ്പോഴത്തെ വിദേശകാര്യമന്ത്രിയായ എസ്. എം.കൃഷ്ണ തനിക്കനുവദിച്ചുകിട്ടിയ ബംഗ്ലാവിൽ താമസിക്കാതെ താജ്ഹോട്ടലിലെ ലക്ഷുറിസ്യൂട്ടിൽ താമസിച്ചതും നമുക്കറിയാവുന്ന കാര്യമാണല്ലോ.

സ്യൂട്ടിന്റെ ദിവസവാടക ഒന്നരലക്ഷം ഉറുപ്പിക!

ആരാണ് ഈ എസ്.എം.കൃഷ്ണ എന്നുകൂടി അറിയേണ്ടേ?

മുഖ്യമന്ത്രിയെന്ന നിലയിൽ കർണ്ണാടകത്തിലെ കോൺഗ്രസ്സിനെ കുളിപ്പിച്ചുകിടത്തിയ മാന്യൻ!

ലാൽബഹദൂർശാസ്ത്രി ഇന്ത്യയ്ക്ക് നൽകിയ മുദ്രാവാക്യം 'ജയ്ജവാൻ ജയ്കിസാൻ' എന്നായിരുന്നല്ലോ. കാർഗിൽയുദ്ധത്തിൽ വീരമൃത്യു വരിച്ച ജവാൻമാരെ ആദരിക്കാനായി ബോംബെയിൽ കുറെ ഫ്ളാറ്റുകൾ കെട്ടിപ്പൊക്കി. പക്ഷെ അവിടത്തെ കോൺഗ്രസ് മുഖ്യമന്ത്രി ഈ ഫ്ളാറ്റുകൾ അലോട്ട് ചെയ്തത് സ്വന്തക്കാർക്കും ബന്ധുക്കൾക്കും കേന്ദ്രത്തിലെ മന്ത്രിമാർക്കും.

കൽമാഡിയെന്ന കോൺഗ്രസ് എം.പി. കോമൺവെൽത്ത് ഗെയിമിന്റെ പേരിൽ അമുക്കിയ കോടികൾ എത്ര ആയിരമാണ്?

കേന്ദ്രത്തിലെ കൂട്ടമന്ത്രിസഭയിലെ രാജയെന്ന ഡി.എം.കെ.കാരൻ 2 ജി സ്പെക്ട്രം വിഷയത്തിൽ അടിച്ചുമാറ്റിയത് എത്ര ആയിരം കോടികളാണ്?

ഇന്ത്യയുടെ പ്രധാനമന്ത്രിയായ ഡോ: മൻമോഹൻസിംഗ് സത്യസന്ധനാണെന്ന് ഇപ്പോഴും ഞാൻ വിശ്വസിക്കുന്നു. അദ്ദേഹം നയിക്കുന്നത് ഒരു കൂട്ടുമന്ത്രിസഭയെയാണ് എന്നുവെച്ച് പലപ്പോഴും നിസ്സഹായനായ ഒരു കാഴ്ചക്കാരനായി അദ്ദേഹം മാറുന്നില്ലേ?

ഇവിടെ കേരളത്തിൽ നമ്മുടെ കെ.കരുണാകരൻ കൂട്ടുമന്ത്രിസഭകൾ നയിച്ചിരുന്നു. അപ്പോഴൊന്നും അദ്ദേഹത്തിന്റെ മന്ത്രിമാർ സ്വന്തം സാമ്രാജ്യങ്ങൾ സൃഷ്ടിക്കാൻ ധൈര്യപ്പെട്ടിരുന്നില്ലല്ലോ, ഈ നിശ്ചയദാർഢ്യം മൻമോഹൻസിങ്ങിൽനിന്ന് ആരെങ്കിലും പ്രതീക്ഷിച്ചാൽ അവരെ കുറ്റം

പറയാൻ കഴിയുമോ?

ഇങ്ങിനെയൊക്കെയാണെങ്കിലും കോൺഗ്രസ്സ് ഇവിടെ ഇപ്പോഴും ജീവിച്ചിരിക്കുന്നുണ്ട് എന്ന് വിശ്വസിക്കുന്നവനാണ് ഞാൻ. ഇക്കഴിഞ്ഞ ഡൽഹി എ.ഐ.സി.സി യോഗത്തിൽ വെച്ച് അധികാരശക്തികളുടെ സാന്നിദ്ധ്യത്തിൽ മുകുൾ വാസ്നിക് എന്ന കേന്ദ്രമന്ത്രിയെ കൂവിയിരുത്തിയ ബീഹാർ പ്രതിനിധികളിൽ ഞാൻ കാണുന്നത് ഈ ജീവന്റെ ജ്വലനമാണ്. ജനീവ മുതൽ കാസർകോട്ട് വരെ ചെന്ന് എൻഡോസൾഫാൻ എന്ന അത്യന്തം മാരകമായ കീടനാശിനിക്കു വേണ്ടി വാദിച്ച കുമ്പളങ്ങി മന്ത്രിയോട് 'സ്റ്റോപ്പ്' എന്നു ഗർജ്ജിച്ച വി.എം. സുധീരനിലും കോൺഗ്രസ്സിന്റെ ജ്വലനം ഞാൻ കാണുന്നു.

ഇതുപോലെ എ.കെ. ആന്റണിയിലും ഉമ്മൻചാണ്ടിയിലും തിരുവഞ്ചൂരിലും വി.ഡി.സതീശനിലും കാർത്തികേയനിലും ഹസ്സനിലുമൊക്കെ.

ഇതാ ഇപ്പോൾ വിഷ്ണുനാഥിലും.

ഇല്ല സുഹൃത്തേ, കോൺഗ്രസ് അത്രവേഗത്തിലൊന്നും മരിക്കാൻ പോകുന്നില്ല.

നന്മയുടെ തണൽമരം

കാണണം, പരിചയപ്പെടണം, എന്റെ ആദരമറിയിക്കണം എന്നൊ ക്കെ ഞാൻ ആഗ്രഹിച്ച ചിലർ എന്റെ ജീവിതത്തിലുണ്ടായിരുന്നു. ആ കൂട്ടത്തിലൊരാളായിരുന്നു ഒരുകൊല്ലം മുമ്പ് അന്തരിച്ച പാണക്കാട്ടെ വലിയ തങ്ങൾ. എന്റെ വലിയ നിർഭാഗ്യമെന്നുപറയട്ടെ, ജീവിച്ചിരുന്ന കാലത്ത് എനിക്ക് അദ്ദേഹത്തെ കാണാൻ കഴിഞ്ഞിരുന്നില്ല. മരിച്ചപ്പോഴും കണ്ടില്ല. പാണക്കാട്ടേക്ക് ഞാൻ പോയപ്പോൾ-എന്നെ സംബന്ധിച്ചിടത്തോളം അത് ഒരു തീർത്ഥയാത്രയായിരുന്നു- അദ്ദേഹം സ്വർഗസ്ഥനായിട്ട് ദിവസങ്ങൾ കഴിഞ്ഞിരിക്കുന്നു.

എന്തിനാണ് ശിഹാബ് തങ്ങളെ ഇത്രമാത്രം ആദരിക്കുന്നത് എന്നു ചോദിച്ചാൽ എനിക്ക് ഒരുത്തരമേയുള്ളു. കഴിഞ്ഞ ഏതാനും നൂറ്റാണ്ടുകളിൽ കേരളം കണ്ട ഏറ്റവും വലിയ മഹാപുരുഷന്മാരിൽ ഒരാളാണദ്ദേഹം. സ്നേഹത്തിന്റെയും ശാന്തിയുടെയും സമാധാനത്തിന്റെയും മനോഹരമായ ആൾരൂപം.

അദ്ദേഹമുണ്ടായിരുന്ന കാലത്ത് നിത്യവും നൂറുകണക്കിന്നാളുകൾ കൊടപ്പനയ്ക്കൽ തറവാട്ടിലെത്തും. തങ്ങളെ അലട്ടുന്ന ശാരീരികവും മാനസികവുമായ പ്രശ്നങ്ങൾക്ക് പരിഹാരം ലഭിക്കാനായി. ശിഹാബ് തങ്ങൾ ചിലർക്ക് മരുന്നു നൽകുന്നു. ചിലർക്ക് ഓതിയ വെള്ളവും. ഇനിയും ചിലർക്ക് ആശ്വാസത്തിന്റെ വചനമാകാം.

കൊടപ്പനയ്ക്കലെ പ്രസിദ്ധമായ ചായയും കുടിച്ച് എല്ലാവരും സമാധാനത്തോടെ മടങ്ങുന്നു. തങ്ങൾ സ്ഥലത്തില്ലെങ്കിൽ രാത്രി അദ്ദേഹം എത്തുന്നതുവരെ ജനം കാത്തിരിക്കും.

പ്രവാചകപരമ്പരയിൽ പെട്ട ശിഹാബ് തങ്ങൾ മുസ്ലിംങ്ങളുടെ ആത്മീയാചാര്യനായിരുന്നു. ഇക്കാരണത്താൽ തങ്ങളുടെ പ്രശ്നങ്ങൾക്ക് പരിഹാരം ലഭിക്കാനായി കൊടപ്പനയ്ക്കലെത്തുന്നവരൊക്കെ മുസ്ലീമുകളാണെന്ന് ആരെങ്കിലും കരുതിയാൽ അവർക്ക് തെറ്റി. കൊടപ്പനയ്ക്കലിൽ അദ്ദേഹത്തെ കാണാനെത്തുന്നവരിൽ എല്ലാ ജാതി മതസ്ഥരുമുണ്ടായി

രുന്നു.

വാക്കുകൊണ്ടും പ്രവൃത്തികൊണ്ടും എല്ലാവർക്കും അദ്ദേഹം ആശ്വാസവും സമാധാനവും നൽകി. ഇന്ത്യയിൽ ആദ്യമായി ഇസ്ലാം വേരൂന്നിയത് കേരളത്തിലാണല്ലോ. ആദ്യത്തെ പള്ളിയുണ്ടായതും ഇവിടെതന്നെ. കേരളത്തിലെ ജനസംഖ്യയിൽ നല്ലൊരു പങ്കും ഇസ്ലാം വിശ്വാസികളാണുതാനും. അങ്ങനെയെല്ലാമിരിക്കെ അയോദ്ധ്യയിലെ ബാബറി മസ്ജിദ് പൊളിക്കപ്പെട്ടപ്പോൾ അതിനെതിരായ ശക്തമായ പ്രകടനങ്ങൾ ഇവിടെ ഉണ്ടാകേണ്ടതായിരുന്നു. പ്രത്യേകിച്ചു മറ്റു സംസ്ഥാനങ്ങളിൽ ചോരപ്പുഴ ഒഴുക്കപ്പെട്ടപ്പോൾ. പക്ഷേ ഇവിടെ അങ്ങനെയൊന്നുമുണ്ടായില്ല. വിഷമം പിടിച്ച ആ നാളുകളിൽ ഇവിടുത്തെ സാമുദായിക സൗഹാർദ്ദത്തിന് ഒരു പോറലും വരാതെ നോക്കിയത് ശിഹാബ് തങ്ങളൊരാളായിരുന്നു. സ്നേഹത്തിന്റെയും സമാധാനത്തിന്റെയും ദീപസ്തംഭമായി അദ്ദേഹം ഇവിടെ ഉയർന്നുനിന്നു.

പക്ഷേ ഇതിന് ശിഹാബ് തങ്ങൾക്കും അദ്ദേഹത്തിന്റെ സംഘടനയായ മുസ്ലിം ലീഗിനും കനത്ത വില നൽകേണ്ടതായി വന്നു. ഇബ്രാഹിം സുലൈമാൻ സേട്ടിനെ പോലുള്ള വൃദ്ധന്മാർ മാത്രമല്ല ഒട്ടേറെ ചെറുപ്പക്കാരും ലീഗ് വിട്ടുപോയി. കഥകളിയിലെ ചുകന്ന താടിയെപ്പോലെ അവർ ഇവിടെയെങ്ങും അലറിനടന്നു.

തങ്ങളുടെ കാലിനടിയിൽ നിന്നാണ് മണ്ണ് ഒലിച്ചുപോകുന്നത് എന്ന് ശിഹാബ് തങ്ങൾക്കും ലീഗിനും അറിയാമായിരുന്നു. എന്നിട്ടും അവർ തങ്ങളുടെ നിലപാടിൽ അൽപംപോലും മാറ്റം വരുത്താതെ ഇവിടെ പിടിച്ചുനിന്നു.

ഇങ്ങനെ ചെറുതും വലുതുമായ എത്രയെത്ര സംഭവങ്ങൾ. ശിഹാബ് തങ്ങളുടെ ചരമത്തിനുശേഷമേ എനിക്ക് പാണക്കാട്ടേക്ക് പോകാൻ കഴിഞ്ഞുള്ളു എന്ന് ഞാൻ പറഞ്ഞുവല്ലോ. ഇതിനും രണ്ടുദിവസം മുമ്പ് ഞാൻ കേരളത്തിലെ ഏറ്റവും വലിയ ബാലചികിത്സാഭിഷഗ്വരനായ ഗംഗാധരൻവൈദ്യരെ കാണാൻ മേഴത്തൂരിലെ അദ്ദേഹത്തിന്റെ ചാത്തൻ നായർ സ്മാരക ബാലചികിത്സാലയത്തിൽ പോയിരുന്നു. ദോഹയിലെ എന്റെ മരുമകനായ സായിറാമിന്റെ രണ്ടു ചെറിയ കുട്ടികളുടെ ചികിത്സയായിരുന്നു ഉദ്ദേശ്യം.

ചികിത്സാനിശ്ചയം കഴിഞ്ഞ് മരുന്നും വാങ്ങി പോരുമ്പോൾ ഞാൻ വൈദ്യരോട് പറഞ്ഞു:'രണ്ടുദിവസം കഴിഞ്ഞ് എനിക്ക് മലപ്പുറത്തോളം ഒന്നു പോകേണ്ടതായുണ്ട്. ശിഹാബ് തങ്ങളുടെ വീട്ടിലേക്ക്...' തങ്ങളുടെ പേരുകേട്ടപ്പോൾ ഋഷിതുല്യനായ ഗംഗാധരൻവൈദ്യർ കണ്ണ് പാതി

യടച്ച് പ്രാർത്ഥനയിലെന്നപോലെ കൈക്കൂപ്പിനിന്നു. എന്നിട്ട് ഒരു മന്ത്ര മുച്ചരിക്കുന്നതുപോലെ പറഞ്ഞു: 'മഹാപുരുഷൻ'

ഞാൻ തെല്ല് അത്ഭുതത്തോടെ ചോദിച്ചു. 'അറിയുമോ?'

വൈദ്യൻ പറഞ്ഞു: 'അറിയുമോ എന്നോ?' എന്നിട്ട് എന്തോ ഓർത്തെ ടുക്കുന്നതുപോലെ തുടർന്നു: ' ഏതാനും നാളുകൾക്കുമുമ്പ് ഇവിടെ വന്നിരുന്നു... ഈ വഴിക്ക് പോകുമ്പോഴൊക്കെ വരും... ഞാൻ ഉണ്ണാൻ ക്ഷണിച്ചപ്പോൾ പറഞ്ഞു, വേണ്ട വൈദ്യരേ, എന്റെ സംഘടനക്കാർ ഭക്ഷണം തയ്യാറാക്കിയിട്ടുണ്ട്. അപ്പോൾ ഞാൻ അവിടെ ചെന്നില്ലെങ്കിൽ അവർക്ക് പരിഭവമാകും... ഏതായാലും വൈദ്യർ എനിക്ക് ഇത്തിരി പായസം തരൂ, മധുരം എനിക്ക് നിഷിദ്ധമാണെങ്കിലും വൈദ്യർ തരു മ്പോൾ കഴിക്കാം...'

തെല്ലുനേരം ഒന്നും പറയാതെ നിന്നതിനുശേഷം ഗംഗാധരൻവൈ ദ്യർ തന്നോടെന്നപോലെ പറഞ്ഞു: 'ഒരു വലിയ വെളിച്ചമല്ലേ നമ്മുടെ യിടയിൽ നിന്ന് മറഞ്ഞുപോയത്...'

എത്ര ശരിയാണ്.

ശിഹാബ് തങ്ങളെക്കുറിച്ചോർക്കുമ്പോഴൊക്കെ മഹാകവി വള്ള ത്തോൾ നബിതിരുമേനിയെ കുറിച്ചെഴുതിയ ഒരു ശ്ലോകമാണ് എന്റെ ഓർമ്മയിലെത്താറുള്ളത്.

'പെരുത്തു നൂറ്റാണ്ടിനിടയൊരിക്കലീ
മരുപ്പറമ്പാ മുലകത്തിലീശ്വരൻ
ഒരുറ്റ വൃക്ഷത്തെ നടുന്നു, പാന്ഥരായ്
വരുന്നവർക്കുത്തമവിശ്രമത്തിനായ്

ഖലീഫാ ഉമറിനെ ഓർമിപ്പിക്കുന്ന സൈനുദ്ദീൻമാർ

ശൈഖ് മുഹമ്മദ് കാരകുന്ന്

ഖലീഫാ ഉമറിന്റെ നാമം അനശ്വരമാക്കുന്ന പ്രതിമകളില്ല, പ്രതിഷ്ഠകളില്ല, സ്മാരക സൗധങ്ങളില്ല, സ്തൂപങ്ങളില്ല, ഒരു ചിത്രം പോലുമില്ല. എന്നിട്ടും അദ്ദേഹമിന്നും ജനമനസ്സുകളിൽ ജീവിക്കുന്നു. അദ്ദേഹം ജനങ്ങൾക്ക് വേണ്ടി ജീവിച്ചുവെന്നതുതന്നെ കാരണം. അതിനാലായിരിക്കുമല്ലോ. ഗാന്ധിജി 'ഇന്ത്യക്ക് വേണ്ടത് ഉമറിന്റെ ഭരണമാണെ'ന്ന് പറഞ്ഞത്.

മനുഷ്യചരിത്രത്തിൽ വ്യക്തിത്വത്തിന്റെ ധവളപ്രകാശം കൊണ്ട് ആരെയും വിസ്മയിപ്പിക്കുന്നു ഖലീഫാ ഉമർ. ഏതൊരു കാല്പനികഭാവനയ്ക്കും കടന്നെത്താൻ കഴിയാത്ത സൽഭരണത്തിന്റെ കാണപ്പെടുന്ന മാതൃകയാണ് അദ്ദേഹം. ഇസ്ലാമിക ഭരണത്തിന് പ്രവാചകനെ കഴിഞ്ഞാൽ എക്കാലത്തെയും ഏറ്റവും ദീപ്തമായ മാതൃക. ലോകം ഉറങ്ങുമ്പോൾ ജനം ദുഃഖിക്കുന്നുണ്ടോ എന്ന് അന്വേഷിച്ചുനടന്ന ആ ഭരണാധികാരിയെ മങ്ങാത്ത പ്രകാശഗോപുരമാക്കി മാറ്റിയത് കണിശമായ നീതിപാലനവും അതുല്യമായ ജനസേവനവും ലളിതമായ ജീവിതരീതിയുമാണ്.

മറ്റുള്ളവർക്കായി ചെയ്യുന്ന സേവനവും അർപ്പിക്കുന്ന ത്യാഗവും അവയുമായി ബന്ധപ്പെട്ടവരിൽ മാത്രമല്ല, അവയെ സംബന്ധിച്ച് അറിയുന്നവരിലെല്ലാം താൽപര്യവും സദ്വികാരവുമുണർത്തും. സേവനതല്പരതയും ത്യാഗബോധവും വളർത്തും. ഇതിന്റെ മികച്ച ഉദാഹരണമാണ് മലയാളകഥാലോകത്തിലെ കുലപതി ടി.പത്മനാഭൻ 'മലയാള മനോരമ'യുടെ കഴിഞ്ഞ വാർഷികപ്പതിപ്പിലെഴുതിയ 'ഖലീഫാ ഉമറിന്റെ പിൻമുറക്കാർ' എന്ന ലേഖനം. ഇപ്പോഴത് ഒന്നാം അധ്യായമായി മറ്റ് പതിനഞ്ച് രചനകളോടൊന്നിച്ച് കൈരളി ബുക്സ് പുസ്തകമായി പ്രസിദ്ധീകരിച്ചിരിക്കുന്നു. പുസ്തകത്തിന്റെ പേര് 'ഖലീഫാ ഉമറിന്റെ പിൻമുറക്കാർ' എന്നുതന്നെ.

അമ്പലമേട്ടിലെ ഫാക്ടിന്റെ ഡിവിഷനിൽ സേവനമനുഷ്ഠിച്ചുകൊണ്ടിരിക്കെ ഒരുദിവസം വീട്ടിൽ വന്നപ്പോൾ സഹോദരി തങ്ങളുടെ അടുത്ത് താമസമാക്കിയ ഡോക്ടർ സൈനുദ്ദീനെ സംബന്ധിച്ച് പല അത്ഭുത കഥകളും പറഞ്ഞു.

അവയിലൊന്ന്:

ഒരിക്കൽ ഒരു രോഗിയെ കാട്ടാനായി ആൾക്കാർ ഡോക്ടറെ കൂട്ടിക്കൊണ്ടുപോയി. കുണ്ടനിടവഴികളും ചളിനിറഞ്ഞ പാടവരമ്പുമൊക്കെ താണ്ടി വേണമായിരുന്നു രോഗിയുടെ വീട്ടിലെത്താൻ. അതുകൊണ്ട് കാറെടുക്കാനൊന്നും കഴിഞ്ഞിരുന്നില്ല. വീട്ടിലെത്തിയപ്പോൾ ഡോക്ടറുടെ മനസ്സ് വല്ലാതെയിടിഞ്ഞു. അത്യന്തം ദയനീയമായ ചുറ്റുപാടുകളായിരുന്നു, അവിടുത്തെ അടുപ്പിൽ തീയെരിഞ്ഞിട്ടുതന്നെ ദിവസങ്ങളായിട്ടുണ്ടായിരിക്കുമെന്ന് ഡോക്ടർക്ക് തോന്നി. കൂലിപ്പണിയെടുത്ത് കുടുംബം നോക്കിയിരുന്ന ഗൃഹനാഥനാണ് രോഗിയായി കിടക്കുന്നത്. അയാൾ കൊടുത്ത ഫീസ് അയാളുടെ കയ്യിൽ തന്നെ പിടിപ്പിച്ച് ഇതൊന്നും ഇപ്പോൾ വേണ്ട, ഇപ്പോൾ രോഗം മാറലാണ് പ്രധാനം. ഞാൻ തന്ന മരുന്നൊക്കെ കഴിച്ചാൽ വളരെ വേഗത്തിൽ മാറും. പിന്നെ എപ്പഴ് വേണമെങ്കിലും എന്നെ വിളിച്ചോളൂ, ഞാൻ വരും.

വീട്ടിലെത്തിയ ഉടനെ ഡോക്ടർ തന്റെ ഡ്രൈവറുടെ കയ്യിൽ കുറെ അരിയും പയറും പരിപ്പും എണ്ണയുമൊക്കെ ആ വീട്ടിൽ എത്തിക്കാൻ ഏർപ്പാടു ചെയ്തു.

ഈ സംഭവം വിവരിച്ച സഹോദരി പത്മനാഭനോട് ചോദിച്ചു. 'ഇങ്ങനെയുമുണ്ടോ ഒരു ഡോക്ടർ? ഫീസ് വാങ്ങാത്തത് മനസ്സിലാക്കാം. പക്ഷേ രോഗിയുടെ വീട്ടിലെ ദാരിദ്ര്യം തീർക്കാനായി അരിയും പരിപ്പുമൊക്കെ...'

ഇതുകേട്ടപ്പോൾ കഥാകൃത്തിന്റെ മനസ്സ് കാലദേശങ്ങൾക്കപ്പുറത്തേക്ക്, ഖലീഫാ ഉമറിലേക്ക് പറന്നുപോയി. തേജോമയമായ ആ ജീവിതത്തിൽനിന്ന് എന്നും എവിടെയും സുഗന്ധം പരത്തുന്ന അനേകം സംഭവങ്ങളിലൊന്ന് ചികഞ്ഞെടുത്ത് അത് അതിമനോഹരമായി ആവിഷ്ക്കരിക്കുന്നു. ജനങ്ങളുടെ ക്ഷേമ, ക്ഷാമാവസ്ഥകൾ അറിയാൻ പാതിരാവിൽ നിദ്രാവിഹീനനായി ചുറ്റി സഞ്ചരിച്ച ഖലീഫാ ഉമർ കണ്ടെത്തിയ പാവപ്പെട്ട സ്ത്രീക്കും കുട്ടികൾക്കും സ്വന്തം തലയിൽ ഗോതമ്പുപൊടി ചുമന്നുകൊണ്ടുവന്ന് ഭക്ഷണം പാകം ചെയ്തുകൊടുത്ത സംഭവമാണ് പത്മനാഭൻ അനുസ്മരിക്കുന്നത്.

ഡോക്ടർ സൈനുദ്ദീന്റെ സേവനകഥ യു.എ.ഇ യിൽ വെച്ച് ഡോക്ടർ

ആസാദ്മൂപ്പനോട് വിവരിച്ചുകൊടുത്തപ്പോൾ നിറയൗവനത്തിൽ ഈ ലോകത്തോട് വിടപറഞ്ഞ അദ്ദേഹം തന്റെ മൂത്ത പെങ്ങളുടെ ഭർത്താവാണെന്ന് ആസാദ്മൂപ്പൻ പറയുന്നതായി പത്മനാഭൻ കുറിക്കുന്നു. പിന്നീട് കോഴിക്കോട് ടാഗോർ സെന്റനറി ഹാളിൽ നടന്ന യോഗത്തിൽ ഡോക്ടർ സൈനുദ്ദീനെ സംബന്ധിച്ച് സംസാരിച്ച് പത്മനാഭൻ അവിടെ തിരിച്ചുപോവുമ്പോഴുണ്ടായ മാനസികാവസ്ഥയെ സംബന്ധിച്ച് ഇങ്ങനെ കുറിക്കുന്നു: കണ്ണൂരിലേക്ക് മടങ്ങുമ്പോൾ എന്റെ കൂടെ ഡ്രൈവർക്കും സുനിലിനും പുറമെ ഖലീഫാ ഉമറും ഉണ്ടായിരുന്നു.

കമ്പോളസംസ്കാരത്തിന്റെ കടന്നുകയറ്റത്തിൽ ഏവരും സ്വാർത്ഥമൂർത്തികളായി മാറിയ ആസുരകാലത്താണ് നാം ജീവിക്കുന്നത്. അതുകൊണ്ടുതന്നെ സമൂഹത്തിൽനിന്ന് ത്യാഗവും സേവനമനസ്സുമൊക്കെ അന്യം നിന്നിരിക്കുന്നു. അതോടൊപ്പം ഈ രണ്ട് സദ്വികാരങ്ങളുണർത്താൻ ഏറെ സഹായകമാണ്, അനുഗ്രഹീത എഴുത്തുകാരനായ പത്മനാഭന്റെ പ്രസ്തുത ലേഖനം. അതുകൊണ്ടുതന്നെ കഴിഞ്ഞ ഏതാനും മാസമായി നിരവധി സദസ്സുകളിൽ ഞാൻ അതുദ്ധരിച്ചു. ഏതൊരാൾക്കും സ്വന്തം ജീവിതത്തിലേക്ക് തിരിഞ്ഞുനോക്കിയാൽ മധുരോദാരവും സുന്ദരവുമായ സ്മരണകളായുണ്ടാവുക സ്വന്തം ജീവിതത്തിൽ ചെയ്ത സേവന പ്രവർത്തനങ്ങളും അനുഭവിച്ച ത്യാഗങ്ങളുമായിരിക്കും. മറ്റുള്ളവരിൽ നന്മയുടെ വികാരമുണർത്തുന്നവയും അതുതന്നെ.

പുസ്തകത്തിൽ വ്യക്തികളെ സംബന്ധിച്ച് പഠനങ്ങളും ഓർമ്മകളും അനുഭവങ്ങളും അഭിമുഖങ്ങളും മറ്റു കുറിപ്പുകളുമായി പതിനാറ് അധ്യായങ്ങളുണ്ട്. അവയിലേറ്റം ദീർഘം വൈക്കം മുഹമ്മദ് ബഷീറിനെയും അദ്ദേഹത്തിന്റെ പുസ്തകങ്ങളെയും സംബന്ധിച്ച പഠനമാണ്. ഏറ്റവും കുറച്ചുകഥകളെഴുതി കഥാസാഹിത്യത്തിലെ തേജസ്സായി മാറിയ പത്മനാഭൻ ഏറ്റവും കുറച്ചെഴുതി ഏറ്റവും കൂടുതൽ അംഗീകാരം നേടിയ വൈക്കം മുഹമ്മദ് ബഷീറിനെക്കുറിച്ച് എഴുതിയത് ഹൃദയത്തിന്റെ ഭാഷയിലാണ്. മലയാളത്തിൽ ബഷീറിനെപ്പോലെ അനുഭവമുള്ള ഒരെഴുത്തുകാരനില്ല. അതുകൊണ്ടുതന്നെ അദ്ദേഹത്തെപോലെ മൗലികതയുള്ള കഥപറച്ചിലുകാരനുമില്ല. ബഷീർ എന്ന വ്യക്തിയെയും അദ്ദേഹത്തിന്റെ 'ബാല്യകാലസഖി', 'ന്റുപ്പാപ്പക്കൊരാനേണ്ടാർന്ന്', പാത്തുമ്മായുടെ ആട്' എന്നിവയെയും സംബന്ധിച്ച ഉജ്ജ്വലമായ നിരൂപണമാണ് പത്മനാഭന്റേത്. അതേക്കുറിച്ചോ മറ്റു ലേഖനങ്ങളെ സംബന്ധിച്ചോ പരാമർശിക്കാൻ ഇവിടെ ഉദ്ദേശിക്കുന്നില്ല. പത്മനാഭൻ പറഞ്ഞ ഒരൊറ്റ കാര്യം ഊന്നിപ്പറയാതിരിക്കാൻ നിർവാഹമില്ല.

ഏതൊരെഴുത്തുകാരന്റെയും രചനകളിൽ തന്റെ വിശ്വാസങ്ങളുടെയും ആചാരങ്ങളുടെയും അനുഷ്ഠാനങ്ങളുടെയും വളർന്നുവന്ന സാംസ്കാരിക പശ്ചാത്തലത്തിന്റെയും ജീവിക്കുന്ന പാരമ്പര്യങ്ങളുടെയും സ്വാധീനവും പ്രതിഫലനവും ഉണ്ടാവുക സ്വാഭാവികമാണ്. വൈക്കം മുഹമ്മദ്ബഷീറിന്റെ എഴുത്തുകളിൽ ഖുർആന്റെയും പ്രവാചകചര്യയുടെയും ഇസ്ലാമിക സംസ്കാരത്തിന്റെയും പാരമ്പര്യത്തിന്റെയും മുദ്രകൾ നിറഞ്ഞുനിൽക്കുന്നു. ബഷീറിന്റെ ഒരു വാചകം പത്മനാഭൻ വിസ്മയത്തോടെ ഉദ്ധരിക്കുന്നുണ്ട്. 'വെളിച്ചത്തിന് എന്തൊരു വെളിച്ചം' എന്നതാണത്. ഇത് ഖുർആനിലെ ഒരു പ്രയോഗത്തിന്റെ ഒരു മതപണ്ഡിതനും നൽകാൻ കഴിയാത്ത മനോഹരമായ പരിഭാഷയാണത്. ഇരുപത്തിനാലാം അധ്യായത്തിലെ മുപ്പത്തിയഞ്ചാം വാക്യത്തിലിങ്ങനെ കാണാം. 'നുറൂൻ അലാ നൂരിൻ' അതിന്റെ ചേതോഹരമായ ആവിഷ്കാരമാണ് ' വെളിച്ചത്തിന് എന്തൊരു വെളിച്ചം.'

ഒന്നും ഒന്നും ചേർത്താൽ എത്രയെന്ന ചോദ്യത്തിന് 'ഇമ്മിണി ബല്യ ഒന്ന്' എന്ന പ്രശസ്തമായ പ്രയോഗത്തിന്റെ സ്രോതസ്സും ഖുർആൻ തന്നെ. സ്ത്രീ-പുരുഷബന്ധത്തെ സംബന്ധിച്ച് രണ്ടുപേർ ചേർന്ന് ഒന്നായി മാറുക എന്ന ഒരാശയം ഖുർആൻ മുന്നോട്ടുവെക്കുന്നു. സ്ത്രീകൾ പുരുഷന്മാർക്കുള്ള വസ്ത്രമാണ്. പുരുഷന്മാർ സ്ത്രീകൾക്കുള്ള വസ്ത്രവും (2. 187). നിങ്ങൾ പരസ്പരം ലയിച്ചുചേർന്നതാണ്.

ഇവ്വിധം ബഷീറിയൻ രചനകളിലുടനീളം ഇസ്ലാമിക സ്പർശമുള്ളതിനാൽ അദ്ദേഹത്തെ മുസ്ലിം സാഹിത്യകാരൻ എന്ന് മുദ്ര ചാർത്തുന്നുവെങ്കിൽ ഹിന്ദു മിത്തോളജിയും ക്രൈസ്തവ സങ്കല്പങ്ങളും ആസ്പദിച്ച് രചന നടത്തുന്നവരെ ഹിന്ദു എഴുത്തുകാരെന്നും ക്രിസ്ത്യൻ എഴുത്തുകാരെന്നും വിളിക്കേണ്ടിവരും. ബഷീറിന്റെ രചനകൾ നിരൂപണം ചെയ്യവെ ടി.പത്മനാഭൻ പ്രകടിപ്പിച്ച ഈ അഭിപ്രായം സമകാലിക സാഹചര്യത്തിൽ ഉറക്കെ പറയേണ്ടതു തന്നെ.

ആത്മാവിന്റെ വിശുദ്ധമായ പ്രാർത്ഥനകൾ

ഇതുവരെ ഞാനെഴുതിയ എല്ലാ കഥകളും ഒരൊറ്റ പുസ്തകത്തിൽ സമാഹരിച്ച് പുറത്തിറക്കുന്ന ഈ സന്ദർഭത്തിൽ ഇങ്ങനെ ഒരു കുറിപ്പ് ആവശ്യമായി വന്നിരിക്കുന്നു.

1948 ലാണ് എന്റെ ആദ്യത്തെ കഥ പ്രകാശം കണ്ടത്. അന്ന് ഞാൻ സ്കൂൾ ഫൈനൽ ക്ലാസ്സിൽ വിദ്യാർത്ഥിയായിരുന്നു. അതിനുശേഷം 54 വർഷങ്ങൾ കഴിഞ്ഞു. ഈ കാലയളവിൽ നമ്മുടെ ജീവിതത്തിലും സാഹിത്യത്തിലുമൊക്കെ ധാരാളം മാറ്റങ്ങളുണ്ടായി. ഈ മാറ്റങ്ങളെ എന്റെ കഥകൾ പൂർണ്ണമായും അംഗീകരിക്കുകയോ ഉൾക്കൊള്ളുകയോ ചെയ്തിട്ടില്ല എന്ന് എനിക്കറിയാം. അറിയാതെ പറ്റിപ്പോയ ഒരബദ്ധമല്ല ഇതെന്ന് പറഞ്ഞുകൊള്ളട്ടെ. പലതിൽനിന്നും ഞാൻ മനഃപൂർവ്വം മാറിനിൽക്കുകയായിരുന്നു. ലാഭചേതങ്ങളോ ജയാപജയങ്ങളോ നോക്കാതെ ഞാൻ എന്റെ വഴിയിലൂടെ മാത്രം സഞ്ചരിച്ചു.

ഇടശ്ശേരിയുടെ ഈ വരികൾ ഇടയ്ക്ക് ഓർക്കാറുണ്ട്:

'എനിക്ക് രസമീ നിമ്നോന്നതമാം
വഴിക്ക് തേരുരുൾ പായിക്കൽ
ഇതേതിരുൾക്കുഴി മേലുരുളട്ടെ-
വിടില്ല ഞാനീ രശ്മികളെ.'

അക്ഷരവിദ്യ അത്യന്തം പാവനമാണ് എന്ന് വിശ്വസിക്കുന്നവനാണ് ഞാൻ. നിസ്സാരകാര്യങ്ങൾക്കുവേണ്ടി അതിനെ വ്യഭിചരിക്കരുത്.

'തൂവിടായ്കത് ചിതാശവങ്ങളിൽ പൂവ് പോൽ - അശുഭനശ്വര ങ്ങളിൽ'

നമ്മുടെ ജീവിതത്തിൽ മുദ്രാവാക്യങ്ങൾക്കും, ചുമരെഴുത്തുകൾ ക്കും തീർച്ചയായും സ്ഥാനമുണ്ട്. പക്ഷേ മുദ്രാവാക്യങ്ങളും ചുമരെഴുത്തു കളും ഒരിക്കലും സാഹിത്യമാവില്ല.

സംഗീതം വേറെ; ഒച്ചപ്പാടുകൾ വേറെ.

ഒച്ചപ്പാടുകൾ സംഗീതമാകുന്ന കാലമാണ് ഇത് എന്ന് അറിഞ്ഞു

കൊണ്ടുതന്നെയാണ് പറയുന്നത്.

ഞാനെഴുതിയ കഥകളുടെ എണ്ണം വളരെ തുച്ഛമാണ്. എണ്ണത്തിലും വണ്ണത്തിലും ഞാൻ മറ്റുള്ളവരെയപേക്ഷിച്ച്- എന്റെ സമകാലീനരും എനിക്ക് പിമ്പെ വന്നവരുമൊക്കെ ഇതിൽപ്പെടും ഏറെ പിറകിലാണ്.

ഇതിൽ ഞാൻ ദുഃഖിക്കുന്നില്ല.

കുറച്ചുമാത്രം എഴുതിയത് അറിഞ്ഞുകൊണ്ടുതന്നെയാണല്ലോ.

പ്രകൃതിയോടും മനുഷ്യനോടുമുള്ള സ്നേഹമാണ് എന്റെ കഥകളിലെ അന്തർധാര. പ്രകൃതി എന്നുപറയുമ്പോൾ അതിൽ എല്ലാമടങ്ങുന്നു. - പൂച്ചയും നായയും പശുവും കാളയും കിളിയും പൂവും ചെടിയും പുഷ്പവുമൊക്കെ.

ഒരിക്കൽ എന്റെ കഥകളൊക്കെ വായിച്ചിട്ടുള്ള ഒരു പുരോഹിതൻ പറഞ്ഞു:

'ആത്മാവിന്റെ വിശുദ്ധമായ പ്രാർത്ഥനകളാണ് നിങ്ങളുടെ കഥകൾ.'

എത്രശരി!

ജീവിതത്തിന്റെ ചരമാദ്രിയിൽനിന്ന് പിറകോട്ട് നോക്കുമ്പോൾ മനസ്സിൽ അവകാശവാദങ്ങളൊന്നുമില്ല.

സംതൃപ്തി മാത്രം.

ഇത്രയെങ്കിലും കഴിഞ്ഞുവല്ലോ!

(5 നവംബർ 2002)

പ്രകാശം പരത്തിയ ബന്ധം

1948-ൽ സ്കൂൾ ഫൈനൽ വിദ്യാർഥിയായിരുന്ന കാലത്താണ് ഞാൻ ആദ്യമായി ഒരു കഥയെഴുതിയത്. ഇത് കണ്ണൂരിൽ നിന്നിറങ്ങിയിരുന്ന 'നവയുഗം' വാരികയിൽ പ്രസിദ്ധീകരിച്ചു. ഇതിനുശേഷം രണ്ടു കഥകൾകൂടി ഞാൻ നവയുഗത്തിൽ എഴുതുകയുണ്ടായി. കടത്തനാട്ട് മാധവിയമ്മയുടെ ഭർത്താവും എ.കെ.ജി. യുടെ മാതൃസഹോദരിപുത്രനുമായ എ.കെ. കുഞ്ഞികൃഷ്ണൻ നമ്പ്യാരായിരുന്നു അന്ന് നവയുഗത്തിന്റെ പത്രാധിപർ.

ഈ കാലയളവിൽ ഞാൻ ധാരാളം കഥകളെഴുതുന്നുണ്ടായിരുന്നു. ഇതൊക്കെ മലയാളത്തിലെ പല ആനുകാലികങ്ങളിലും വരുന്നുമുണ്ടായിരുന്നു. പക്ഷേ, എല്ലാ എഴുത്തുകാരെയും പോലെ എന്റെയും ആഗ്രഹം എന്റെ കഥകൾ മാതൃഭൂമി ആഴ്ചപ്പതിപ്പിൽ അച്ചടിച്ചുവരണമെന്നായിരുന്നു. അതുകൊണ്ട് എഴുതുന്ന കഥകളൊക്കെ ഞാൻ മാതൃഭൂമിക്കയച്ചുകൊടുത്തു; അവർ എല്ലാം തിരിച്ചയക്കുകയും ചെയ്തു. പത്രാധിപരുടെ ദുഷ്ടതകൊണ്ടാണ് ഇങ്ങനെ തിരിച്ചയയ്ക്കുന്നത് എന്നായിരുന്നു എന്റെ വിശ്വാസം.

1949- ൽ തലേവർഷം ഞാനയച്ച എന്റെ കഥ 'മംഗളോദയ'ത്തിൽ അച്ചടിച്ചുവന്നു. കോളേജ് ലൈബ്രറിയിലെ റീഡിങ്ങ് റൂമിൽ എന്റെ കഥ വന്ന മംഗളോദയത്തിന്റെ മുമ്പിൽ ഏറെ നേരം ഞാൻ തരിച്ചിരുന്നു.

ഈ 'തരിച്ചിരുപ്പിന്' ഒരു പ്രത്യേകകാരണമുണ്ടായിരുന്നു. മംഗളോദയത്തിന്റെ കവറുകളിൽ അതതു ലക്കങ്ങളിലെ പ്രധാനപ്പെട്ട നാലോ അഞ്ചോ എഴുത്തുകാരുടെ പേരുകൾ 'ഈ ലക്കത്തിലെ പ്രധാന ലേഖകന്മാർ' എന്ന പേരിൽ അച്ചടിച്ചുവരാറുണ്ടായിരുന്നു. എ. ബാലകൃഷ്ണ പിള്ളയായിരിക്കും എന്നും ആദ്യം. പിന്നെ ജോസഫ് മുണ്ടശ്ശേരി, കുട്ടികൃഷ്ണമാരാർ, എസ് ഗുപ്തൻനായർ തുടങ്ങിയവരും. എന്റെ കഥ വന്ന ലക്കത്തിന്റെ കവറിന് പുതിയ ഒരെഴുത്തുകാരന്റെ - കഥാകൃത്തിന്റെ - പേരും മലയാളം കണ്ടു:

ടി. പത്മനാഭൻ

അപ്പോഴാണ് എനിക്ക് തരിപ്പുവന്നത്. വളരെനേരം ഞാൻ ആ കവർതന്നെ നോക്കിയിരുന്നു. എങ്കിലും അപ്പോഴും എന്റെ മനസ്സിലുണ്ടായിരുന്നത് മാതൃഭൂമിയായിരുന്നു. ആഴ്ചപ്പതിപ്പിൽ എന്റെ ഒരു കഥ വരുന്നില്ലല്ലോ!

ആയിടയ്ക്ക് എനിക്ക് കോഴിക്കോട്ടോളം ഒന്നു പോകേണ്ടിവന്നു. എന്റെ കൈയിൽ പുതിയ ഒരു കഥയുടെ സ്ക്രിപ്റ്റുണ്ടായിരുന്നു. സമയംകിട്ടിയപ്പോൾ ഞാൻ 'മാതൃഭൂമി'യിൽ ചെന്ന് പത്രാധിപരുടെ മേശപ്പുറത്ത് എന്റെ കഥവെച്ച് ഒന്നും പറയാതെ ധൃതിയിൽ പുറത്തേക്കു പോന്നു.

എനിക്ക് പ്രതീക്ഷകളൊന്നുമുണ്ടായിരുന്നില്ല. എങ്കിലും വൈകാതെ തന്നെ എന്റെ കഥ മാതൃഭൂമിയിൽ അച്ചടിച്ചുവന്നു. അതിന് പ്രതിഫലവും എനിക്ക് മാതൃഭൂമിയിൽ നിന്ന് കിട്ടി: ഏഴര രൂപ!

ഒരു കഥയ്ക്ക് എനിക്ക് ലഭിക്കുന്ന ആദ്യത്തെ പ്രതിഫലമായിരുന്നു അത്. ഇതുകൊണ്ട് കോളേജിലെ എന്റെ വിദ്യാർഥിസുഹൃത്തുക്കൾക്ക് 'രാംഭവനി' ൽ നിന്ന് മസാലദോശയും കാപ്പിയും വാങ്ങിക്കൊടുത്തു.

പിന്നീട് ഇടയ്ക്കിടെ എന്റെ കഥകൾ മാതൃഭൂമിയിൽ വരാൻ തുടങ്ങി. 'ത്യാഗത്തിന്റെ രൂപങ്ങൾ', 'ശേവൂട്ടി' തുടങ്ങിയവ ഞാനോർക്കുന്നു.

1950-ൽ എൻ. വി. കൃഷ്ണവാരിയർ മാതൃഭൂമിയുടെ പത്രാധിപരായിവന്നു. കൃഷ്ണവാരിയർ ആഴ്ചപ്പതിപ്പിന്റെ രൂപത്തിൽ മാത്രമല്ല ഉള്ളടക്കത്തിന്റെ കാര്യത്തിലും വിപ്ലവകരമായ മാറ്റങ്ങൾ വരുത്തി. ആഴ്ചപ്പതിപ്പിന്റെ ചരിത്രത്തിൽ ഒരു പുതിയ യുഗം പിറക്കുകയായിരുന്നു.

കഥാകൃത്ത് എന്ന നിലയിലുള്ള എന്റെ വളർച്ചയിൽ കൃഷ്ണവാരിയർ വഹിച്ച പങ്ക് വളരെ വലുതാണ്. ലോകകഥാസാഹിത്യത്തെക്കുറിച്ചുള്ള എന്റെ കാഴ്ചപ്പാട് അദ്ദേഹം വളരെയേറെ വികസിപ്പിച്ചു.

1952-ൽ ഞാൻ നിയമം പഠിക്കാനായി മദ്രാസിലേക്കു പോയി. അവിടെ വെച്ചാണ് 'പ്രകാശം പരത്തുന്ന പെൺകുട്ടി, 'കടയനെല്ലൂരിലെ ഒരു സ്ത്രീ', 'ഗോട്ടി', 'ഒരു ചെറിയ ജീവിതവും വലിയ മരണവും', 'മൈഥിലീ, നീ എന്റേതാണ്' തുടങ്ങിയ കഥകൾ എഴുതിയത്. ഈ കഥകളൊക്കെ വെളിച്ചം കണ്ടത് കൃഷ്ണവാരിയർ പത്രാധിപരായ മാതൃഭൂമി ആഴ്ചപ്പതിപ്പിലായിരുന്നു.

കൃഷ്ണവാരിയർ മാതൃഭൂമി വിടുമ്പോൾ എനിക്ക് ഒരു കഥയ്ക്ക് ലഭിച്ചിരുന്ന പ്രതിഫലം 35 രൂപയായിരുന്നു.

കൃഷ്ണവാരിയർക്കുശേഷം ആഴ്ചപ്പതിപ്പിന് പല പത്രാധിപന്മാരുമുണ്ടായി. എല്ലാവരോടും വളരെ നല്ല ബന്ധമായിരുന്നു എനിക്കുണ്ടാ

യിരുന്നത്.

ഇവരിൽ കെ.സി. നാരായണനെ പ്രത്യേകം ഓർമിക്കുന്നു. നാരായണൻ ആഴ്ചപ്പതിപ്പിന്റെ സാരഥ്യം ഏറ്റെടുക്കുന്നതിന് മുമ്പായി ഒരു നീണ്ട കാലയളവോളം ഞാൻ മാതൃഭൂമിയിൽ കഥകളെഴുതിയിരുന്നില്ല. കെ. സി. നാരായണൻ പത്രാധിപരായ ഉടനെത്തന്നെ കഥയ്ക്കാവശ്യപ്പെട്ടുകൊണ്ട് എനിക്കെഴുതുകയും ഫോൺ ചെയ്യുകയും ചെയ്തു. ഞാനപ്പോൾ ഒരു മൂച്ചിന് 'എനിക്ക് ഒരു കഥയ്ക്ക് 500 ക കിട്ടണം' എന്നു പറഞ്ഞു. അഞ്ഞൂറുറുപ്പിക അന്ന് ഒരു കഥയ്ക്ക് നൽകാവുന്ന വളരെ വലിയ പ്രതിഫലമായിരുന്നു. നാരായണന് ഇത് ഒരിക്കലും എനിക്ക് തരാൻ കഴിയില്ല എന്നായിരുന്നു എന്റെ വിശ്വാസം. അന്ന് മാതൃഭൂമിയുടെ തലപ്പത്തുണ്ടായിരുന്നത് എം.ഡി. നാലപ്പാട്ടായിരുന്നു. നാരായണൻ ഒരു പ്രത്യേക നോട്ടിലൂടെ എന്റെ കഥകൾക്ക് 500 ക വെച്ച് നൽകാനുള്ള സാങ്ഷൻ നാലപ്പാട്ടിൽ നിന്നു വാങ്ങി. അങ്ങനെയാണ് മാതൃഭൂമിയിൽ നിന്ന് ഒരു കഥയ്ക്ക് 500 ക വെച്ച് എനിക്ക് ലഭിക്കാൻ തുടങ്ങിയത്.

ടി. ബാലകൃഷ്ണൻ മാതൃഭൂമി ആഴ്ചപ്പതിപ്പിന്റെ തലപ്പത്തു വരുന്നത്1999 - ലാണ്. 2003 വരെ അദ്ദേഹം ആ സ്ഥാനത്ത് തുടർന്നു. ഈ അഞ്ചു കൊല്ലക്കാലം മാതൃഭൂമിയുമായുള്ള എന്റെ ബന്ധം ഏറ്റവും ഊഷ്മളമായിരുന്നു. ഈ കാലത്ത് ഒരു കഥയോ ലേഖനമോ ആഴ്ചപ്പതിപ്പിൽ പ്രസിദ്ധീകരിച്ചാൽ എനിക്ക് ലഭിച്ചിരുന്നത് 3,000 ക ആയിരുന്നു. ഈ വലിയ പ്രതിഫലത്തിന് ബാലകൃഷ്ണൻ മാത്രമല്ല മാനേജിംഗ് ഡയറക്ടറായ എം. പി. വീരേന്ദ്രകുമാർ കൂടി കാരണക്കാരനാണെന്ന് ഞാൻ നന്ദിപൂർവം ഓർത്തുകൊള്ളട്ടെ. മലയാളകഥയുടെ 'കുലപതി' യാണ് ഞാനെന്ന് ആദ്യമായി പരസ്യമായി ശ്രീ. വീരേന്ദ്രകുമാർ പ്രസ്താവിച്ചതും ഈ കാലത്തായിരുന്നു.

2003 മുതൽ മാതൃഭൂമി ആഴ്ചപ്പതിപ്പിൽ ഞാൻ കഥകളെഴുതിയിട്ടില്ല. ഒരു കാലത്ത് കഥയ്ക്ക് ഏറ്റവും വലിയ സ്ഥാനം നൽകിയിരുന്ന ആഴ്ചപ്പതിപ്പ് ആ നിലപാടിൽനിന്ന് മാറിയതായി തോന്നിയപ്പോൾ ഞാൻ വേറെ മേച്ചിൽപ്പുറങ്ങൾ അന്വേഷിച്ചു എന്നതാണ് സത്യം.

ടി. എൻ. പ്രകാശും ഞാനും

ടി. എൻ. പ്രകാശിനെക്കുറിച്ച് എന്തെങ്കിലും എഴുതുമ്പോൾ സ്വാഭാവികമായും ഞാൻ എന്നെക്കുറിച്ചും പറഞ്ഞുപോകും. ഇത് കരുതിക്കൂട്ടി ചെയ്യുന്നതല്ല. അത്രമാത്രം ഇഴപിരിയാത്ത ഒരു ബന്ധം ഞങ്ങൾ തമ്മിൽ ഉള്ളതുകൊണ്ട് സംഭവിച്ചുപോകുന്നതാണ്.

വായനക്കാർ ദയവായി പൊറുക്കണം.

ബന്ധത്തിന്റെ ആരംഭം ഇങ്ങിനെയാണ്:

കൊല്ലങ്ങൾക്കുമുമ്പ്, ഞാൻ 'ഫാക്ടി' ൽ ജോലി ചെയ്തിരുന്ന കാലത്ത്, എനിക്ക് മലയാള മനോരമയിൽ നിന്ന് ഒരു എഴുത്തുകിട്ടി. പുതിയ കഥാകൃത്തുക്കൾക്കായി അവർ ഒരു മത്സരം നടത്തുന്നു; അതിന്റെ ജഡ്ജിയായി നില്ക്കണം. ഇതായിരുന്നു എഴുത്തിലെ ഉള്ളടക്കം.

ഞാൻ സമ്മതമറിയിച്ചുകൊണ്ട് അവർക്ക് മറുപടി അയച്ചു. മത്സരത്തിൽ വിധികർത്താവായി ഞാൻ മാത്രമേ ഉണ്ടായിരുന്നുള്ളൂ. ഏതാണ്ട് 25 ഓളം കഥകളുണ്ടായിരുന്നു. നാലുകഥകളാണ് യോഗ്യതാക്രമത്തിൽ തിരഞ്ഞെടുത്തത്. കാര്യകാരണങ്ങൾ സവിസ്തരം എടുത്തുപറഞ്ഞുകൊണ്ടാണ് ഞാൻ എന്റെ 'വിധിന്യായം' എഴുതിയത്.

കഥാകൃത്തുക്കളുടെ പേരോ മറ്റേതെങ്കിലും വിവരങ്ങളോ എനിക്കു കിട്ടിയ കടലാസ്സുകളിൽ ഉണ്ടായിരുന്നില്ല എന്ന് പറഞ്ഞുകൊള്ളട്ടെ. അതുപോലെതന്നെ എന്നെ സ്വാധീനിക്കുവാനും ആരും സമീപിച്ചിരുന്നില്ല.

ഈ മത്സരത്തിൽ ഒന്നാമതായെത്തിയ കഥയുടെ പേര് 'ഉമക്കുട്ടി കരയാറില്ല' - കഥയെന്ന മാധ്യമത്തോട് മാത്രമല്ല മലയാളഭാഷയോട് തന്നെ പൂർണ്ണമായും നീതി ചെയ്യുന്ന ഒരു രചന. മറ്റ് മൂന്ന് കഥകളുടേയും പേര് ഇപ്പോൾ ഓർക്കുന്നില്ല. നാലാമതായെത്തിയ കഥയ്ക്ക് ആ സ്ഥാനമെങ്കിലും ലഭിച്ചത് 'തമ്മിൽഭേദം തൊമ്മൻ' എന്ന ന്യായപ്രകാരമായിരുന്നു.

മനോരമയിൽ ഈ കഥകൾ എന്റെ വിധി പ്രസ്താവത്തോടൊപ്പം പ്രസിദ്ധീകരിക്കപ്പെട്ടു- അപ്പോഴാണ്- അപ്പോൾ മാത്രമാണ്- കഥാകൃ

ത്തുക്കളുടെ പേര് വിവരങ്ങൾ മനസ്സിലാകുന്നത്.

ഒന്നാം സമ്മാനം ലഭിച്ച കഥാകൃത്ത് ടി. എൻ. പ്രകാശ്. രണ്ടാമത്തെയും മൂന്നാമത്തെയും ആളുകളെ ഇപ്പോഴോർക്കുന്നില്ല. പക്ഷെ അങ്ങിനെയല്ല നാലാമൻ! അയാളെ എനിക്കൊരിക്കലും മറക്കാൻ കഴിയില്ല. അന്നുതൊട്ടിന്നുവരെ എന്നെക്കുറിച്ച് അപവാദങ്ങൾ എഴുതിയും പുലഭ്യം പറഞ്ഞും നടക്കുകയാണ് അയാൾ. പാവമാണ്. കഥാകൃത്തായി അറിയപ്പെടാൻ എന്തെന്നില്ലാത്ത ആശയുണ്ട്. പക്ഷെ എത്ര ശ്രമിച്ചിട്ടും നല്ല കഥകൾ എഴുതാൻ കഴിയുന്നില്ല. അപ്പോൾ എന്നെ ചീത്തപറഞ്ഞുകൊണ്ട് തന്റെ 'കഴുതകാമം' കരഞ്ഞുതീർക്കുന്നു.

ഒരിക്കൽ ഇതൊക്കെ അറിയാവുന്ന യശഃശരീരനായ ശ്രീ. എം.പി. നാരായണപ്പിള്ള എഴുതുകയുണ്ടായി. 'പത്മനാഭൻ ഒരു മാന്യനായതുകൊണ്ടാണ് ഇവനെ അടിക്കാത്തത്' എന്ന്.

ഞാൻ അടിക്കാത്തത് മാന്യനായതുകൊണ്ടൊന്നുമല്ല; എന്റെ കൈ അഴുക്കാക്കാൻ മടിച്ചിട്ട് മാത്രമാണ്.

ഈ കക്ഷിയെക്കുറിച്ച് കൂടുതലെഴുതുന്നില്ല.

നമുക്ക് പ്രകാശനിലേക്ക് തിരിച്ചുവരാം.

പ്രകാശൻ കണ്ണൂർക്കാരനാണ് എന്ന് മനസ്സിലായത് മനോരമയിലെ റിപ്പോർട്ട് കണ്ടപ്പോഴാണ്. എന്നാൽ കണ്ണൂർകാരനായിട്ടുപോലും ഈ ചെറുപ്പക്കാരൻ എന്നെ കാണുവാനോ ഏതെങ്കിലും തരത്തിൽ ഞാനുമായി ബന്ധപ്പെടാനോ ശ്രമിക്കയുണ്ടായില്ല.

ഇത് സത്യത്തിൽ എന്നെ ഏറെ സന്തോഷിപ്പിച്ചു എന്ന് പറഞ്ഞുകൊള്ളട്ടെ.

ഫാക്ടിൽനിന്ന് പിരിഞ്ഞുവന്ന ആദ്യനാളുകളിലൊരു ദിവസം ടി.പി. സുകുമാരൻ മാസ്റ്റർ എന്നെ കാണാൻ വീട്ടിൽ വരികയുണ്ടായി. എന്റെ കൈയിൽ ഒരു പുസ്തകം തന്നിട്ട് അദ്ദേഹം പറഞ്ഞു:

"വരുന്ന ഒരുദിവസം ഈ പുസ്തകം കണ്ണൂരിൽ വെച്ച് പ്രകാശനം ചെയ്യണമെന്നുണ്ട്. അത് നിങ്ങൾ തന്നെ നിർവ്വഹിക്കണം."

ഞാനെന്തെങ്കിലും പറയുന്നതിനുമുമ്പായി അദ്ദേഹം ഇത്രയും കൂടി പറഞ്ഞു.

"വായിച്ചുനോക്കി നല്ലതുപോലെ തൃപ്തിയായാൽ മാത്രം മതി. ഞാൻ ഒരാഴ്ച കഴിഞ്ഞ് വരും-"

പക്ഷെ സുകുമാരൻ മാസ്റ്ററെ ഞാൻ ഒരാഴ്ച കാത്തുനിർത്താനായില്ല. പിറ്റേദിവസം തന്നെ ഞാൻ അദ്ദേഹത്തോട് പറഞ്ഞു:

"നിങ്ങൾ തന്ന പുസ്തകം ഞാൻ ഒന്നിലധികം തവണ വായിച്ചു. വളരെ, വളരെ നന്നായിരിക്കുന്നു എന്നു പറയാൻ ഏറെ സന്തോഷമുണ്ട്. ഈയൊരു പുസ്തകം പ്രകാശനം ചെയ്യുന്നതിൽ എനിക്ക് അഭിമാ

നമേയുള്ളൂ, മാസ്റ്റർ പറഞ്ഞോളൂ- ഏത് ദിവസം, എത്ര മണിക്ക്, എവിടെവെച്ച്- ഞാനവിടെ എത്തിക്കോളും."

ആ പുസ്തകം ടി.എൻ. പ്രകാശിന്റെ ആദ്യചെറുകഥാസമാഹാരമായ "വളപട്ടണം പാല"മായിരുന്നു.

പുസ്തകത്തിന്റെ പ്രകാശനത്തിനുശേഷം ഒരു ദിവസം ഞാനും സുകുമാരൻ മാസ്റ്ററും ടി.എൻ. പ്രകാശിന്റെ വാരത്തുള്ള തറവാട്ടു വീട്ടിൽ പോകയുണ്ടായി. ഉച്ചഭക്ഷണവും കഴിഞ്ഞു ഏറെ നേരം അവിടെ സംസാരിച്ചിരുന്നതിനുശേഷമാണ് ഞാൻ മടങ്ങിയത്.

അന്നു തുടങ്ങിയ സ്നേഹബന്ധം ഇപ്പോഴും നിലനിൽക്കുന്നു.

അനുഭവങ്ങളുടെ കനൽച്ചൂടേറ്റ് വളർന്ന ഒരു വ്യക്തിയായിരുന്നു ടി.എൻ. പ്രകാശൻ. അതുകൊണ്ടുതന്നെ അദ്ദേഹത്തിന്റെ എഴുത്തിന് സത്യത്തിന്റെ ദൃഢതയുമുണ്ടായി- മറ്റെല്ലാറ്റിനേക്കാളും ഒരെഴുത്തുകാരന് ആവശ്യമായ ഗുണം 'സ്വഭാവശുദ്ധി' (Character) യാണെന്ന് വിശ്വസിക്കുന്നവനാണ് ഞാൻ. 'If character is lost, everything is lost' എന്നാണല്ലോ വിവരമുള്ളവർ പറഞ്ഞിട്ടുള്ളത്. ഇത് ഒരു പഴഞ്ചൻ പ്രമാണമാണെന്ന് പുതിയകാലത്തെ എഴുത്തുകാർ പറഞ്ഞുവെന്ന് വരാം- സാരമില്ല; ഞാൻ എന്നും ഒരു പഴഞ്ചനായിരുന്നുവല്ലോ-

പ്രകാശന്റെ സ്വഭാവശുദ്ധിയെ എടുത്തുകാട്ടുന്ന ഒരനുഭവം ഞാൻ പറയാം.

ഒരെഴുത്തുകാരൻ എന്ന നിലയിൽ പ്രകാശൻ കൂടുതൽ കൂടുതൽ അറിയപ്പെട്ടുകൊണ്ടിരുന്ന കാലം. അന്ന് അദ്ദേഹം കഥകൾ കൂടുതലും എഴുതിയിരുന്നത് ഒരു രാഷ്ട്രീയപ്പാർട്ടിയുടെ കീഴിലുള്ള വാരികയിലായിരുന്നു. ഒ.വി. വിജയൻ കഥകളുടെ ആരാധകനായിരുന്ന പ്രകാശനോട് ഒരിക്കൽ ഈ വാരികയുടെ സഹപത്രാധിപർ വിജയനെക്കുറിച്ച് വളരെ മോശമായ ഒരു ലേഖനം എഴുതാൻ ആവശ്യപ്പെടുകയുണ്ടായി. വാരികയുടെ ഉടമസ്ഥാവകാശമുള്ള പാർട്ടിയുടെ നേതൃത്വത്തിൽ അന്ന് കേരളത്തിലുടനീളം ഒ.വി. വിജയൻ 'ജീർണ്ണിച്ച ഒരെഴുത്തുകാരനാണ്' എന്ന് സ്ഥാപിക്കുന്ന ഒരു കാമ്പെയിൻ നടക്കുന്നുണ്ടായിരുന്നു. മീറ്റിങ്ങുകളും സംവാദങ്ങളും ലേഖനങ്ങളുമൊക്കെ. ഇതിന്റെ ഭാഗമായിട്ടായിരുന്നു സഹപത്രാധിപരുടെ നിർദ്ദേശം. പക്ഷെ പ്രകാശൻ പ്രബന്ധമെഴുതുകയുണ്ടായില്ല. എഴുതിയില്ലെങ്കിൽ, ഉയർന്നുവരുന്ന ഒരെഴുത്തുകാരനെന്ന നിലയിൽ അയാൾക്ക് സംഭവിക്കാവുന്ന 'നഷ്ട' ങ്ങളെപ്പറ്റി സഹപത്രാധിപർ ഓർമ്മിപ്പിച്ചപ്പോഴും പ്രകാശൻ തന്റെ തീരുമാനത്തിൽ നിന്ന് മാറിയില്ല.

അതായിരുന്നു ടി.എൻ. പ്രകാശ്.

എണ്ണപ്പെട്ട ഒരു ചെറുകഥാകൃത്ത് എന്ന നിലയിൽ വളരെ വേഗം തന്നെ കേരളം ഈ ചെറുപ്പക്കാരനെ അംഗീകരിച്ചു. ഞാൻ അഭിമാനത്തോടു കൂടിത്തന്നെ പറയട്ടെ: പ്രശസ്തിക്കുവേണ്ടി ഒരു കുറുക്കുവഴിയിലൂടെയും ടി. എൻ. പ്രകാശ് ഒരിക്കലും സഞ്ചരിക്കയുണ്ടായില്ല. പ്രശസ്തിക്കുവേണ്ടി എന്ത് 'ത്യാഗ' വും സഹിക്കാൻ തയ്യാറായ എഴുത്തുകാരുള്ള നാടാണ് നമ്മുടേത് എന്നും ഓർക്കണം!

പ്രകാശന്റെ സർഗ്ഗപരമായ കഴിവുകൾ ചെറുകഥ എന്ന മാധ്യമത്തിൽ മാത്രം ഒതുങ്ങിനിന്നില്ല- നോവൽ, നാടകം, വിമർശം, പരിഭാഷ. പ്രഭാഷണം തുടങ്ങിയ മേഖലകളിലൊക്കെ അത് വ്യാപരിച്ചു. ഒരു കാലത്ത് ഏറെ പ്രശസ്തമായ കൈരളി-അറ്റ്ലസ് നോവൽ പുരസ്കാരം അദ്ദേഹത്തിന് ലഭിച്ചിരുന്നു. കോട്ടയത്തെ പ്രൌഢമായ ചടങ്ങിൽ വെച്ച് ജസ്റ്റിസ് കെ.ടി. തോമസ്സിൽ നിന്ന് പുരസ്കാരം ഏറ്റുവാങ്ങുന്നത് കാണാൻ എനിക്കും ഭാഗ്യമുണ്ടായി.

പ്രശസ്ത ലാറ്റിൻ അമേരിക്കൻ സാഹിത്യകാരനായ മാർക്കേസിനെക്കുറിച്ച് പറയുമ്പോൾ നമ്മുടെ മനസ്സിലേക്ക് ഓടിയെത്തുക അദ്ദേഹത്തിന്റെ വിഖ്യാതമായ 'ഏകാന്തതയുടെ നൂറുവർഷവും' അതുപോലുള്ള മറ്റു നോവലുകളുമാണ്. മാർക്കേസ് ചെറുകഥകളുമെഴുതിയിട്ടുണ്ട്. പക്ഷെ അവ നമുക്ക് ഏറെ പരിചിതമല്ല. ഈ ചെറുകഥകളിൽ ഒന്ന് പല കാരണങ്ങളാലും വേറിട്ടുനിൽക്കുന്നു. Meeting in August. ഈ കഥ ആദ്യമായി വെളിച്ചം കണ്ടത് പ്രശസ്ത അമേരിക്കൻ മാസികയായ New Yorker ന്റെ ഒരു വിശേഷാൽ പതിപ്പിലാണ്. 'ന്യൂയോർക്കർക്കു' വേണ്ടിയാണ് മാർക്കേസ് ആ കഥയെഴുതിയത്.

Meeting in August 'ആഗസ്തിലെ സംഗമം' എന്ന പേരിൽ മലയാളത്തിലേക്ക് പരിഭാഷപ്പെടുത്തിയത് ടി.എൻ. പ്രകാശായിരുന്നു. മാതൃഭൂമിയിൽ വന്ന ഈ പരിഭാഷ ഏറെ ശ്ലാഘിക്കപ്പെടുകയുണ്ടായി.

ടി. എൻ. പ്രകാശിന്റെ സാഹിത്യസേവനങ്ങളെക്കുറിച്ച് ഒരു ദിങ്മാത്ര ദർശനം നടത്താനേ ഞാൻ മുതിരുന്നുള്ളൂ. വിസ്തരിക്കാൻ തുടങ്ങിയാൽ ധാരാളമുണ്ട്. ഈ ചെറുകുറിപ്പിൽ അത് സാധ്യമല്ല.

ഒന്നുരണ്ട് കാര്യങ്ങൾ കൂടി പറഞ്ഞ് ഞാൻ ഈ കുറിപ്പ് അവസാനിപ്പിക്കാം.

ഞാൻ ഒന്നിലധികം കഥകളിൽ പ്രകാശൻ പാത്രമാണ്. ഒരു കഥയെക്കുറിച്ച് പറയാതെ വയ്യ. അത് സഖാവ്. ടി.കെ.ബാലന്റെ വീട്ടിൽ ബോംബെറിഞ്ഞതിനെക്കുറിച്ചുള്ള 'ഒരു കള്ളക്കഥ' യാണ്. ടി.കെ. യുമായി മാത്രമല്ല, ആ കുടുംബവുമായിത്തന്നെ ഏറെ അടുപ്പവും സ്നേഹവും എനിക്കുണ്ടായിരുന്നു. ബാലന്റെ മരണശേഷം ബാലന്റെ മക്കളുമായും ആ പഴയബന്ധം ഇപ്പോഴും തുടരുന്നുണ്ട്. ബോംബേറി

നെക്കുറിച്ച് അറിഞ്ഞ ഉടനെതന്നെ ഞാൻ ബാലന്റെ വീട്ടിലേക്ക് പോയി. അന്ന് എന്റെ കൂടെ ടി.എൻ. പ്രകാശുമുണ്ടായിരുന്നു. പ്രകാശാണ് കഥയിൽ 'പ്രശാന്ത' നായി ആദ്യാവസാനം വരുന്നത്.

എന്റെ കഥകളുടെ ഒരു സമ്പൂർണ്ണ സമാഹാരം ഡി.സി. ബുക്സ് തയ്യാറാക്കിയപ്പോൾ കഥകൾ സമാഹരിക്കാൻ സഹായിച്ചതും അവർ ആവശ്യപ്പെട്ടതനുസരിച്ച് പുസ്തകത്തിൽ ചേർക്കാൻ ഒരു അഭിമുഖം തയ്യാറാക്കിയതും ടി.എൻ. പ്രകാശാണ് എന്ന് ഞാൻ നന്ദിപൂർവ്വം ഓർക്കുന്നു. 'കുരിശു മരണങ്ങളിൽ ഉയിർത്തെഴുന്നേൽക്കുന്ന പത്മനാഭൻ' എന്ന പേരിലുള്ള ആ അഭിമുഖം ഏറെ ശ്രദ്ധേയമാവുകയുണ്ടായി.

ജീവിതത്തോടുള്ള ഒടുങ്ങാത്ത ആസക്തി, എപ്പോഴുമുള്ള Positive Thinking - പ്രകാശനെക്കുറിച്ച് പറയുമ്പോൾ എന്റെ മനസ്സിൽ വരുന്നത് ഇതൊക്കെയാണ്. ഏറെ കഷ്ടപ്പാടുകൾ നിറഞ്ഞ ഒരു ബാല്യം സധൈര്യം തരണം ചെയ്ത് സ്വപ്രയത്നത്താൽ കോളേജ് വിദ്യാഭ്യാസം പൂർത്തിയാക്കിയ അദ്ദേഹം ഒരദ്ധ്യാപകനായാണ് ജീവിതമാരംഭിച്ചത്. മലയാളമായിരുന്നില്ല, ഗണിതമായിരുന്നു അദ്ദേഹത്തിന്റെ വിഷയം. കുട്ടികളുടെ സ്നേഹവും ആദരവും പിടിച്ചുപറ്റിയ പ്രഗത്ഭനായ ഒരദ്ധ്യാപകനുമായിരുന്നു അദ്ദേഹം. അദ്ദേഹം ജോലി ചെയ്തിരുന്ന കാലം, പള്ളിക്കുന്ന് ഗവ. ഹയർ സെക്കന്ററി സ്കൂളിന്റെ സുവർണ്ണകാലമായിരുന്നു. അന്ന് ഈ സ്കൂളിൽ പ്രവേശം ലഭിക്കാൻ ദൂരസ്ഥലങ്ങളിൽ നിന്നുപോലും രക്ഷിതാക്കൾ ശുപാർശക്കത്തുകളുമായി വരുമായിരുന്നു! എന്റെ അനുഭവത്തിൽ നിന്നാണ് ഞാനിതുപറയുന്നത്.

പില്ക്കാലത്ത് DEO ആയി ഔദ്യോഗിക ജീവിതത്തിൽ നിന്ന് വിരമിച്ച പ്രകാശൻ മികച്ച ഒരു ഭരണാധിപൻ എന്ന നിലയിലും തന്റെ കഴിവു തെളിയിക്കയുണ്ടായി.

ആരോഗ്യപ്രശ്നങ്ങളാൽ സജീവമായ സാഹിത്യപ്രവർത്തനങ്ങളിൽ നിന്ന് അകന്നുകഴിയുന്ന ഈ സുഹൃത്ത് - അനുജൻ തന്നെ- തന്റെ ഇഷ്ടമേഖലയിലേക്ക് - സാഹിത്യത്തിലേക്ക് - വൈകാതെ തന്നെ തിരിച്ചുവരുമെന്ന് ഞാൻ പ്രത്യാശിക്കുന്നു. അതിനായി പ്രാർത്ഥിക്കുന്നു.

'പ്രകാശം പരത്തുന്ന ഒരു പെൺകുട്ടി' കഥയും ചരിത്രവും

എന്റെ ഏതാണ്ടെല്ലാ കഥകളും അനുഭവങ്ങളുടെ അടിസ്ഥാനത്തിൽ എഴുതപ്പെട്ടവയാണ്. 'പ്രകാശം പരത്തുന്ന ഒരു പെൺകുട്ടി'യും ഈ പൊതുനിയമത്തിന് ഒരപവാദമല്ല. എന്നാൽ ഈ അനുഭവങ്ങൾ വച്ചുകൊണ്ട് ഒരു കഥയെഴുതണമെന്ന് ഞാൻ ഒരിക്കലും ആഗ്രഹിച്ചിരുന്നില്ല. എന്നു മാത്രമല്ല, ജീവിതത്തിന്റെ ഒരു പ്രത്യേക ഘട്ടത്തിൽ എനിക്കുണ്ടായ ഈ അനുഭവങ്ങളെ ഞാൻ മനഃപൂർവം തന്നെ മറക്കാൻ ശ്രമിക്കുകയും ചെയ്തിരുന്നു. എന്നിട്ടും ഞാൻ 'പ്രകാശം പരത്തുന്ന ഒരു പെൺകുട്ടി' എഴുതിപ്പോയി!

അതിന്റെ ചരിത്രമാണ് പറയുന്നത്. 1952 മുതൽ 1955 വരെ ഞാൻ മദിരാശിയിലായിരുന്നു. നിയമം പഠിക്കാനായി. ആദ്യം കുറെ കാലം താമസിച്ചത് ട്രിപ്ലിക്കൻ ഹൈ റോഡിലെ 'ശാദി മഹലി' ലായിരുന്നു. ആർക്കാട്ട് നവാബുമാരുടെ കല്യാണമണ്ഡപമായിരുന്നു ഈ കെട്ടിടം. മലബാർ മുസ്ലിം അസോസിയേഷൻ ആർക്കാട്ട് ട്രസ്റ്റിൽ നിന്ന് വാടകയ്ക്കെടുത്ത് ഇവിടെ ഒരു ലോഡ്ജ് നടത്തുന്നുണ്ടായിരുന്നു. നല്ല സൗകര്യങ്ങളുള്ള ഈ ലോഡ്ജിലെ താമസക്കാർ കൂടുതലും സെക്രട്ടറിയേറ്റിലെ ഉദ്യോഗസ്ഥരും പ്രസിഡൻസി, മെഡിക്കൽ, ലോ കോളേജുകളിലെ വിദ്യാർത്ഥികളുമായിരുന്നു.

അന്ന് മദ്രാസിൽ പൊതു ഗതാഗതത്തിന് ഇലക്ട്രിക് ട്രെയിനിനും ട്രാൻസ്പോർട്ട് ബസിനും പുറമെ ട്രാം സർവീസുമുണ്ടായിരുന്നു. വളരെ ചെലവ് കുറഞ്ഞ ഒരു ഗതാഗതോപാധിയായിരുന്നു ട്രാം. ശാദി മഹലിന്റെ മുമ്പിൽ നിന്നു കയറി പാരീസ് കോർണറിലെ ലോ കോളേജിന്റെ മുമ്പിൽ ഇറങ്ങിയാൽ ഒരണ (ഇന്നത്തെ 6 പൈസ) മാത്രമേ കൊടുക്കേണ്ടൂ. ഞാൻ എന്നും കോളേജിൽ പോയിരുന്നത് ട്രാമിലായിരുന്നു.

രാവിലെ ശാദി മഹലിനു മുമ്പിലെ ട്രാം സ്റ്റോപ്പിൽ എതിർവശത്തെ ഇടത്തെരുവിൽ നിന്ന് പുസ്തകങ്ങൾ മാറോടണച്ചു പിടിച്ചു വരുന്ന പതി

നൊന്നു പന്ത്രണ്ടു വയസ്സു പ്രായം തോന്നിക്കുന്ന ഒരു പെൺകുട്ടിയും വണ്ടി കാത്തു നിൽക്കുന്നുണ്ടാകും. കാണാൻ ഏറെ അഴകുള്ള ആ പെൺകുട്ടിയുടെ വേഷം 'ദാവണി'യായിരുന്നു. ചിലപ്പോൾ ഞങ്ങൾ തൊട്ടുതൊട്ടായിരിക്കും ഇരിക്കുക. ചിലപ്പോൾ എതിർവശങ്ങളിലെ സീറ്റുകളിലും. ഞങ്ങൾ ഒരിക്കലും സംസാരിച്ചിരുന്നില്ല. പക്ഷെ പലപ്പോഴും പുഞ്ചിരിക്കാറുണ്ടായിരുന്നു. അപ്പോഴൊക്കെ വൈരക്കൽ മൂക്കുത്തി കൊണ്ട് പ്രശോഭിതമായ അവളുടെ മുഖം ഒന്നുകൂടി ദീപ്തമായി കാണപ്പെട്ടു. ഒരിക്കൽ അവളെത്തന്നെ നോക്കിയിരിക്കെ എന്റെ മനസ്സിൽ ഒരു പ്രകാശം കടന്നുവന്നു.

ഇവളെ ഞാൻ എവിടെയോ കണ്ടിട്ടുണ്ടല്ലോ?

പരിചയപ്പെട്ടിട്ടുമുണ്ടല്ലോ!

വീണ്ടും വീണ്ടും അതുതന്നെ ഓർത്തുകൊണ്ടിരുന്നപ്പോൾ പെട്ടെന്ന്, ഏറെ സന്തോഷത്തോടെ ഞാൻ എന്നോടുതന്നെ പറഞ്ഞു:

ഇത് അവളല്ലേ! പണ്ട് കണ്ണൂരിലെ സിനിമാ തിയേറ്ററിലും പഴയ കോട്ടയിലും വച്ച് കണ്ടുമുട്ടിയ... എന്റെ ജീവിതത്തെ ആകെ മാറ്റിമറിച്ച...

പക്ഷെ ഇത് ഒരു ഭ്രമകൽപന മാത്രമായിരുന്നു.

പതുക്കെ ഞാൻ ട്രാമിലെ പെൺകുട്ടിയെ മറന്നു.

മനസ്സിൽ, ജീവിതത്തിലെ ഒരു സവിശേഷഘട്ടത്തിൽ എന്റെ സമ്മതമില്ലാതെ തന്നെ എന്നിലേക്ക് ഒരു കുളിർകാറ്റുപോലെ കടന്നുവന്ന ആ പഴയ പെൺകുട്ടിയുമായ, ഒരു കഥ പതുക്കെ ഇതൾ വിരിഞ്ഞു വരികയായിരുന്നു.

പ്രകാശം പരത്തുന്ന ഒരു പെൺകുട്ടി! ആരും കാണാതെ, ശാദി മഹലിന്റെ ടെറസിൽ ഉപയോഗശൂന്യമായി കിടന്നിരുന്ന ഒരു വലിയ വാട്ടർ ടാങ്കിൽ കയറിയിരുന്നാണ് ഈ കഥ എഴുതിയത്. എഴുതിയ ഉടനെ തന്നെ 'മാതൃഭൂമി' ആഴ്ചപ്പതിപ്പിന് അയയ്ക്കുകയും ചെയ്തു. മൂന്നാമത്തെ ആഴ്ച കഥ പ്രസിദ്ധീകരിക്കപ്പെടുകയും ചെയ്തു.

ഈ കഥയടക്കം 12 കഥകളടങ്ങിയ 'പ്രകാശം പരത്തുന്ന ഒരു പെൺകുട്ടി' യാണ് എന്റെ കടിഞ്ഞൂൽ പുസ്തകം. പൊന്നാനിയിലെ 'വെസ്റ്റ് കോസ്റ്റ് പബ്ലിഷേഴ്സാ'ണ് ഇത് പ്രസിദ്ധപ്പെടുത്തിയത്. 1956 ഫെബ്രുവരിയിൽ. വെസ്റ്റ് കോസ്റ്റ് പബ്ലിഷേഴ്സ് ഒരു സഹകരണ സംരംഭമായിരുന്നു. പത്തു പുസ്തകങ്ങൾ പ്രസിദ്ധീകരിച്ചതിനുശേഷം ഇത് പിരിച്ചുവിടപ്പെട്ടു. ഇതിനുശേഷം പലരും ഈ പുസ്തകം പ്രസിദ്ധീകരിക്കുകയുണ്ടായി. ഒടുവിൽ 1995 മുതൽ മുടങ്ങാതെ ഡി.സി. ബുക്സ് പ്രസിദ്ധീകരിച്ചുവരുന്നു.

എന്റെ ആദ്യ സമാഹാരം പ്രസിദ്ധീകരിച്ചു കാണാൻ എം. ഗോവി

ന്ദൻ എന്നെ അനുഗ്രഹിക്കുകയും അതിനായി എന്നെ ഏറെ സഹായിക്കുകയും ചെയ്തിരുന്നു. വെസ്റ്റ് കോസ്റ്റ് പബ്ലിഷേഴ്സിന്റെ പിറകിലെ പ്രധാന ശക്തിസ്രോതസ്സ് എം. ഗോവിന്ദനായിരുന്നു.

കേരള സർവകലാശാലയിൽ മലയാളം എം.എക്ക് ഉപപാഠപുസ്തകമായി 'പ്രകാശം പരത്തുന്ന ഒരു പെൺകുട്ടി' തിരഞ്ഞെടുക്കപ്പെടുകയുണ്ടായി. അന്ന് കേരളത്തിൽ ആകെ ഒരു യൂണിവേഴ്സിറ്റിയേ ഉണ്ടായിരുന്നുള്ളൂ. എന്റെ പുസ്തകത്തിന്റെ കൂടെ മറ്റൊരു ഉപപാഠപുസ്തകം കൂടിയുണ്ടായിരുന്നു. കാരൂർ നീലകണ്ഠപിള്ളയുടെ 'കാരൂർ കഥകൾ'.

രണ്ടുപേരുടേതും ആദ്യസമാഹാരങ്ങളായിരുന്നു. 1977 ൽ നാഷണൽ ബുക് ട്രസ്റ്റ് ഓഫ് ഇന്ത്യ (National Book Trust of India) 'പ്രകാശം പരത്തുന്ന ഒരു പെൺകുട്ടി'യെ അവരുടെ 'അന്തർഭാരതീയ പുസ്തകമാല'യിൽ ഉൾപ്പെടുത്തുകയും ഇന്ത്യയിലെ 11 ഭാഷകളിൽ ഇതിന്റെ പരിഭാഷകൾ പ്രസിദ്ധപ്പെടുത്തുകയും ചെയ്തു. ഹിന്ദിയിൽ പരിഭാഷ നിർവഹിച്ചത് പ്രശസ്ത പണ്ഡിതനായ പ്രൊഫ. എൻ.ഇ. വിശ്വനാഥ അയ്യരായിരുന്നു.

'പ്രകാശം പരത്തുന്ന ഒരു പെൺകുട്ടി' രൂപാന്തരം പ്രാപിച്ച് 'ഫത്താതുൻ തൻശൂറു ള്ളൗ അ' എന്ന പേരിൽ ഒരറബി പെൺകൊടിയായി അറേബ്യൻ രാജ്യങ്ങളിൽ സഹൃദയരുടെ സ്നേഹാദരങ്ങൾ ഏറ്റുവാങ്ങിക്കൊണ്ട് ഇപ്പോൾ സഞ്ചരിക്കുന്നുണ്ട്. പെൺകുട്ടിയെ അണിയിച്ചൊരുക്കിയത് അബ്ദുള്ള വാഫിയെന്ന മലയാളി. പുറത്തിറക്കിയത് 'ദാറു സുക്രായ്യ്' നൊബേൽ ജേതാവ്. 'നജീസ് മഹ്ഫൂളി' നെ പോലുള്ളവരുടേതടക്കം പുസ്തകങ്ങൾ പ്രസിദ്ധീകരിക്കുന്ന ഈജിപ്തിലെ പ്രശസ്ത പബ്ലിഷിങ്ങ് ഹൗസാണ് 'ദാറു സുക്രായ്യ്'. 'പ്രകാശം പരത്തുന്ന ഒരു പെൺകുട്ടി'ക്ക് നല്ല സ്വീകാര്യതയാണ് അവിടങ്ങളിൽ ലഭിക്കുന്നത് എന്നാണ് മനസ്സിലാക്കാൻ കഴിയുന്നത്.

ഏതാനും വർഷങ്ങൾക്കു മുമ്പ് എനിക്ക് നിത്യചൈതന്യയതിയിൽ നിന്ന് ഒരെഴുത്ത് ലഭിച്ചു. യതിയും ഞാനും തമ്മിൽ നേരിട്ട് ഒരു പരിചയവുമില്ലായിരുന്നു. ഒരിക്കൽ 'ചിക്കാഗോ' വിലെ ഒരു സുഹൃത്തിന്റെ വീട്ടിലെ സദ്സംഗത്തിൽ വച്ച് കണ്ടുമുട്ടിയിട്ടുണ്ട്; അത്രമാത്രം. ഗുരു തന്റെ സുദീർഘമായ കത്തിൽ എഴുതിയത് 'പ്രകാശം പരത്തുന്ന ഒരു പെൺകുട്ടി' യെക്കുറിച്ചായിരുന്നു. കഥയെക്കുറിച്ച് ദീർഘമായ ഒരു പ്രബന്ധം രചിക്കാൻ ഞാൻ ഉദ്ദേശിക്കുന്നുണ്ടെന്ന് പറഞ്ഞ യതി അതിന്റെ വിശദമായ രൂപരേഖയും കത്തിൽ നൽകിയിരുന്നു. നിത്യചൈതന്യയതിയെപ്പോലുള്ള ഒരാളിൽ നിന്ന് ലഭിച്ച ഈ കത്ത് എന്നെ ഏറെ സന്തോഷിപ്പിച്ചു എന്ന് പറയേണ്ടതില്ലല്ലോ. പക്ഷെ ഈ കത്ത് ലഭിച്ച് ഏറെ നാൾ കഴിയുന്നതിനു മുമ്പായി തന്നെ യതി സമാധിയായി.

മദ്രാസിലെ വരണ്ട ഒരു വെള്ളത്തൊട്ടിലിൽ പിറന്നുവീണ ഈ പെൺകുട്ടി 68 കൊല്ലങ്ങൾക്കുശേഷം ഇപ്പോഴും പൂർണ്ണ ആരോഗ്യത്തോടെ ചുറ്റിലും പ്രകാശം പരത്തിക്കൊണ്ട് ജീവിക്കുന്നു. ഉള്ളടക്കത്തിൽ മാത്രമല്ല, തലക്കെട്ടിലും ഇത്രമാത്രം അനുകരിക്കപ്പെട്ട മറ്റൊരു മലയാള കഥ കാണാൻ പ്രയാസമാണ്. അനുകരിച്ചവരാകട്ടെ അറിയപ്പെടുന്ന എഴുത്തുകാരും! ഒരു ക്ലാസിക് രചനയുടെ മാനങ്ങൾ കൈവന്ന ഈ കൃതി കാലങ്ങളിലൂടെ ഭാഷയിൽ നിന്ന് ഭാഷകളിലേക്ക് യാത്ര ചെയ്തുകൊണ്ടിരിക്കുകയാണ്. അനുമോദനങ്ങളിലും ഭത്സനങ്ങളിലും അൽപംപോലും അടിപതറാതെ.

അഭിമുഖം

കുരിശുമരണങ്ങളിൽ ഉയിർത്തെഴുന്നേൽക്കുന്ന പത്മനാഭൻ

ടി.പത്മനാഭൻ/ ടി.എൻ.പ്രകാശ്

കഥകളിൽ കാണുന്ന അതീവലോലമായ അപൂർണ്ണ മുഹൂർത്തങ്ങൾ വർത്തമാനങ്ങളിൽ കൊണ്ടുനടക്കാത്ത എഴുത്തുകാരനാണ് ടി. പത്മനാഭൻ. ചിന്തിച്ചുറച്ച് എയ്തുവിടുന്ന വജ്രശരങ്ങളാണ് ഈ കഥാകാരന്റെ വാമൊഴികൾ. പത്മനാഭൻ വാ തുറക്കുന്ന നേരം സത്യത്തിന്റെ പതിനാല് ലോകങ്ങൾ തെളിയുന്ന അവസ്ഥ എന്നുമുണ്ടായിട്ടുണ്ട്. സാഹിത്യ വാദങ്ങളുടെ ഒരുവശത്ത് പത്മനാഭൻ നിൽക്കുമ്പോൾ മറുവശത്ത് അക്ഷൗഹിണികൾ നിരന്നുനിൽക്കുന്നത് പതിവുകാഴ്ചയാണ്. നൂറ്റമ്പതിൽ ചില്ലാനം കഥകൾ - അതും ചെറിയ കഥകൾ മാത്രം - എഴുതിയ ഒരെഴുത്തുകാരന് ഇമ്മട്ടിലൊരു പരിഗണനയും പ്രസക്തിയും കൈവന്നതിന്റെ പൊരുൾ എന്തായിരിക്കും!

പ്രബുദ്ധതയുടെ അപാരമായ ധിക്കാരം പത്മനാഭന്റെ വാക്കിലും മനസ്സിലുമുണ്ട്. മനസ്സിന്റെ പ്രബുദ്ധതയുടെ തെളിവാണ് കാലത്തിന് ക്ലാവ് പിടിപ്പിക്കാൻ പറ്റാത്ത പത്മനാഭൻ കഥകൾ. നാക്കിന്റെ ധിക്കാരത്തിലാണ് അടിയുറച്ചുപോയ പല സാഹിത്യസങ്കല്പങ്ങളും കടപുഴകുന്നത്. അഹംബോധത്തിന്റെ ആഴങ്ങളിൽ കാലുറപ്പിച്ചുനിന്നതിനുശേഷമാണ് പത്മനാഭൻ കഥകളെഴുതാൻ തുടങ്ങിയത്. മറ്റാരും എഴുതിയതുപോലെ താനെഴുതില്ല എന്ന് വാശിപിടിച്ച് തന്റെ വഴിയേ പോയ ഈ കഥാകാരൻ, തന്റെ വഴിയിലൂടെ നടക്കാൻ ഒരുപറ്റം എഴുത്തുകാരെയും സ്വന്തമായ വായനക്കാരെയും ഒപ്പം കൂട്ടി എന്നതാണ് ചരിത്രസത്യം.

ചെറിയൊരു പുല്ലാങ്കുഴൽ ചോദിച്ച അനുവാചകന് നാദബ്രഹ്മം തന്നെ അനുവദിച്ചുകൊടുക്കാൻ പത്മനാഭന് കഴിഞ്ഞു. ഈയൊരു അപൂർവ്വതയാണ് സകലമാനതലമുറകളുടെ മുകളിലും, സർവ്വവിധ പരീക്ഷണങ്ങളുടെ നിറവിലും കാലഭൈരവനായി പത്മനാഭനെ പ്രതിഷ്ഠിച്ചത്. സ്വാഭാവികമായും മറ്റേത് എഴുത്തുകാരനും സഹിക്കാ

വുന്നതിലും അപ്പുറമാണിത്. കഥയുടെ വസന്തഋതുവിൽ എന്നും വാസസ്ഥലം കിട്ടിയവനാണ് ഈ കഥാകാരൻ. പാഴായ ജന്മങ്ങളൊന്നും പത്മനാഭന്റെ കുട്ടികളിലില്ല.

തന്റെ വിശ്വാസപ്രമാണങ്ങൾ എന്നും ശുദ്ധമായ പശുവിൻ പാലായിരിക്കണമെന്ന് പത്മനാഭന് നിർബന്ധമാണ്. ലാക്ടോമീറ്റർ താഴ്ത്തി ഇടയ്ക്കിടെ പരിശോധിക്കേണ്ടിവരുന്ന പ്രമാണങ്ങളൊന്നും പത്മനാഭൻ കൊണ്ടുനടക്കാറില്ല. പരുക്കൻ പുറന്തോടിനുള്ളിൽ പട്ടുനൂൽകൊണ്ടൊരു ഹൃദയം പത്മനാഭന് ദൈവം കനിഞ്ഞേകിയിട്ടുണ്ട്. അടുത്തവർക്ക് അതറിയാം. അല്ലാത്തവരാകട്ടെ അറിയുന്നതെല്ലാം പൊളിയാണ് താനും.

പത്മനാഭൻ കഥകൾ സംസ്ക്കരിക്കപ്പെട്ട മനസ്സിന്റെ വെളിപാടുകളാണ്. അവ ആർദ്രതയും ഭൂതദയയും സമഭാവവും സ്നേഹവും കാരുണ്യവും പകർന്നുതരുന്നു. ആരെയും വെറുക്കാനോ, മറക്കാനോ, ചതിക്കാനോ, അകറ്റാനോ ആ കഥകൾ ആഹ്വാനം ചെയ്യുന്നില്ല. തന്നോടുതന്നെയുള്ള വിലാപങ്ങളാണ് പത്മനാഭൻ കഥകൾ. പ്രപഞ്ചത്തിന്റെ ഏകഭാവത്തിലധിഷ്ഠിതമായ പ്രേമത്തിനുവേണ്ടിയാണ് അത് നിലകൊ ള്ളുന്നത്. സർവ്വചരാചരങ്ങളുടെയും സമഭാവത്തിനുവേണ്ടിയുള്ള ആർദ്രമായ പ്രാർത്ഥനകളാണ് പത്മനാഭൻ കഥകൾ. അതുകൊണ്ടാണ് സ്റ്റീഫൻ ഫെർണാണ്ടസിനും ശേഖൂട്ടിക്കും ഒരേ തരത്തിലുള്ള പ്രസക്തി കൈവരുന്നത്; മോളുവിനും മുരിങ്ങമരത്തിനും കഥയുടെ വഴിയിൽ ഒരേ മുഖപ്പുള്ള സ്മാരകങ്ങൾ ഉയരുന്നത്.

വ്യക്തമനസ്സും കഥാമനസ്സും ഒരേ ബിന്ദുവിൽ ഏകാഗ്രമായി വിലയം പ്രാപിക്കുമ്പോഴാണ് ഇത്രമാത്രം വിശുദ്ധമായ കഥകൾ പിറക്കുന്നത്. കുടിലചിത്തത്തിൽനിന്ന് കുലീനമായ കഥകൾ പിറക്കില്ല. ഇതറിയാത്തവരല്ല പത്മനാഭന്റെ വിമർശകർ. എന്നിട്ടും അരുതാത്തതൊക്കെ സംഭവിച്ചുപോകുന്നു. ആരാണ് കുറ്റവാളികൾ? ആർക്കുമറിയില്ല...! പത്മനാഭൻ ഹൃദയം പങ്കുവയ്ക്കുകയാണ്.

പ്രകാശ്: ആദ്യകാലവായനാനുഭവത്തെക്കുറിച്ച് പറയാമോ? വായനതന്നെയാണോ കഥയിലേക്കുള്ള വാതിൽ തുറന്നുതന്നത്?

പത്മനാഭൻ: എന്നെ ഒരെഴുത്തുകാരനാക്കിയതിൽ വലിയ പങ്ക് വഹിച്ചത് വായന തന്നെയാണ്. ജന്മസിദ്ധമായ- അതെ തീർച്ചയായും ജന്മസിദ്ധം തന്നെ- കഴിവിന്റെ വിത്ത് മനസ്സിന്റെ അഗാധതയിലെവിടെയോ സുഷുപ്തിയിലാണ്ട് കിടന്നിട്ടുണ്ടാവണം. അനുകൂല സാഹചര്യങ്ങൾ ലഭിച്ചപ്പോൾ അത് മുളച്ച് വളർന്നുവലുതായി. അനുകൂ

ല സാഹചര്യങ്ങൾ എന്ന് ഞാൻ പറയുമ്പോൾ അതിൽ ഒന്നാംസ്ഥാനം വായനക്കുതന്നെയാണ്. വായന വളരെ ചെറുപ്പത്തിൽ തന്നെ ഭ്രാന്തമായ ഒരാവേശമായിരുന്നു. വായിക്കുന്നതിനുള്ള സൗകര്യങ്ങൾ വീട്ടിലും ചുറ്റുവട്ടത്തുമുണ്ടായിരുന്നു. നാലപ്പാടന്റെ 'പാവങ്ങളുടെ' പൂർണ്ണരൂപം ഞാൻ വായിച്ചുതീർത്തത് എലിമെന്ററി സ്കൂളിലെ താണ ക്ലാസിൽ പഠിക്കുമ്പോഴായിരുന്നു എന്നുപറഞ്ഞാൽ പലർക്കും വിശ്വസിക്കാൻ കഴിഞ്ഞെന്ന് വരില്ല. പുസ്തകം എനിക്കു വായിക്കാൻ തന്നത് എന്റെ ഗുരുനാഥൻ തന്നെയായിരുന്നു.

എന്റെ ബാല്യം ഞാൻ പിന്നിട്ടത് ഭൗതികമായ ഇല്ലായ്മകളുടെ നടുവിലായിരുന്നു. പക്ഷേ, എന്റെ വായന ഈ ഇല്ലായ്മകളെയൊക്കെ മറക്കാൻ എന്നെ സഹായിച്ചു. ഈ വായന എന്നിലുളവാക്കിയ സ്വപ്നങ്ങളാണ് പിന്നീട് കഥകളായി രൂപാന്തരം പ്രാപിച്ചത്.

പ്രകാശ്: പെട്ടെന്നൊരു ദിനം കഥയിലേക്ക് കടന്നുവരികയായിരുന്നോ.? അതോ, ആലോചിച്ചുറച്ച് കടന്നുവന്നതോ?

പത്മനാഭൻ: ആലോചിച്ചുറച്ച് വരികയല്ല ഉണ്ടായത്. ഒരു ദിവസം അറിയാതെ തന്നെ കഥയിലേക്ക് എത്തിച്ചേരുകയായിരുന്നു. സമയമാകുമ്പോൾ പക്ഷിക്കുഞ്ഞ് തോട് കൊത്തിപ്പൊട്ടിച്ച് പുറത്തുവരുന്നതുപോലെ...

പ്രകാശ്: കവിതയിൽ ഒരു കൈ നോക്കിയതായി സൂചിപ്പിച്ചിട്ടുണ്ട്. കവിതയെ കൈവിടാനുള്ള കാരണങ്ങളെന്തെങ്കിലുമുണ്ടോ?

പത്മനാഭൻ: ആദ്യം രണ്ടുമൂന്ന് കവിതകൾ എഴുതിയിരുന്നു എന്നത് സത്യമാണ്. പക്ഷേ, അപ്പോഴേക്കും അത് എന്റെ തട്ടകമല്ല എന്ന് മനസ്സിലായി.

പ്രകാശ്: കവിതയുടെയും കഥയുടെയും അതിർത്തി മായ്ച്ചുകളഞ്ഞ കഥാകാരനെന്ന നിലയിൽ താങ്കളെ വിലയിരുത്തിയിട്ടുണ്ട്. അതൊരു ശരിയായ കണ്ടെത്തലായി തോന്നിയിട്ടുണ്ടോ?

പത്മനാഭൻ: അങ്ങനെ പറയുന്നതിൽ തെറ്റുണ്ടെന്ന് തോന്നുന്നില്ല.

പ്രകാശ്: വളരെ കുറച്ച് എഴുതിയ ഒരാളാണ് താങ്കൾ. മലയാളത്തിലെങ്കിലും ഒരെഴുത്തുകാരന്റെ സർഗ്ഗാത്മക ആയുസ്സ് പത്തോ ഏറിയാൽ പതിനഞ്ചോ കൊല്ലങ്ങൾ എന്ന് പ്രൊഫ. തോമസ് മാത്യു നിരീക്ഷിച്ചിട്ടുണ്ട്. അമ്പതിലേറെ നീണ്ടുനിന്ന ഊനം തട്ടാത്ത സർഗ്ഗാത്മക ആയുസ്സിന്റെ രഹസ്യം?

പത്മനാഭൻ: എനിക്ക് മുമ്പ് എഴുതിയവരുമായും എന്റെ

സമകാലീനന്മാരുമായും എനിക്ക് പിമ്പെ വന്നവരുമായൊക്കെ തട്ടിച്ചു നോക്കുമ്പോൾ തീർച്ചയായും വളരെകുറച്ചുമാത്രം എഴുതിയ കഥാകൃത്താണ് ഞാൻ. എഴുതണം, എഴുതിയേ കഴിയൂ എന്ന് തോന്നുമ്പോഴേ ഞാൻ എഴുതാറുള്ളു. കാശും പ്രശസ്തിയുമൊക്ക നല്ലതുതന്നെ. പക്ഷേ, ഇവയ്ക്കായി മാത്രം ഞാൻ ഒരിക്കലും എഴുതിയിട്ടില്ല. ഒരു ബീജം ലഭിച്ചാൽ ഞാൻ അത് മനസ്സിന്റെ ഉള്ളറകളിൽ സൂക്ഷിച്ചുവെക്കും. ചിലപ്പോൾ കൊല്ലങ്ങൾതന്നെ കഴിഞ്ഞിട്ടായിരിക്കും ഞാൻ അത് പുറത്തെടുത്ത് പരിശോധിക്കുക. ഇങ്ങനെ കൊല്ലങ്ങളോളം മനസ്സിൽ എഴുതാതെ കൊണ്ടുനടന്ന ബീജമാണ് 1996 ൽ 'പുഴ കടന്ന് മരങ്ങൾക്കിടയിലേക്ക്' എന്ന കഥയായി മാറിയത്. പിന്നെ, സാഹിത്യത്തിൽ എണ്ണത്തിന് അത്ര വലിയ പ്രാധാന്യമൊന്നുമില്ല എന്ന അറിവ് എനിക്ക് ആദ്യം മുതലേ ഉണ്ടായിരുന്നു.

പ്രകാശ്: FACT യിൽ ഡപ്യൂട്ടി ജനറൽ മാനേജരായി ജോലി നോക്കിയ ഒരാളാണ് താങ്കൾ. പൊതുമേഖലാസ്ഥാപനത്തിലെ ഉയർന്ന എക്സിക്യൂട്ടീവായ പത്മനാഭനും കഥാകൃത്തായ പത്മനാഭനും കലഹിക്കേണ്ട സന്ദർഭങ്ങളുണ്ടായിട്ടുണ്ടോ?

പത്മനാഭൻ: ഇല്ല; ഞാൻ എവിടെയും എപ്പോഴും ഒരാൾ തന്നെയായിരുന്നു.

പ്രകാശ്: ഒരുപാട് തിക്താനുഭവങ്ങൾ FACTയിൽനിന്ന് നേരിടേണ്ടി വന്നിട്ടുണ്ടെന്ന് കേട്ടിട്ടുണ്ട്. ഒട്ടൊക്കെ കഥകളായും വായിക്കാൻ കഴി ഞ്ഞിട്ടുണ്ട്. കഥയ്ക്ക് വിഷയമാക്കിയിട്ടില്ലാത്ത, ആഴത്തിൽ മുറിവേറ്റ ഒരു മുഹൂർത്തത്തെ ഓർത്തെടുക്കാമോ?

പത്മനാഭൻ: തിക്താനുഭവങ്ങൾ ഉണ്ടായിട്ടുണ്ട് എന്നത് ശരിയാണ്. അവയെക്കുറിച്ചൊന്നും ഞാൻ എഴുതിയിട്ടില്ല. കൊല്ലങ്ങളോളം ഞാൻ മെറ്റീരിയൽസ് ഡിപ്പാർട്ട്മെന്റിൽ ജോലി നോക്കിയിട്ടുണ്ട്. ചീഫ് മെറ്റീരിയൽസ് മാനേജർ എന്ന നിലയിൽ സാധനങ്ങൾ വാങ്ങുന്നതിലും വിൽക്കുന്നതിലും കോൺട്രാക്ടുകൾ ഒപ്പിടുന്നതിനുമൊക്കെയുള്ള കളവുകൾ എന്റെ ശ്രദ്ധയിൽ പെടാതിരിക്കില്ല. ഞാൻ ഈ കളവുകൾക്കൊന്നും കൂട്ടുനിന്നില്ല എന്നുമാത്രമല്ല പരമാവധി എതിർക്കുകയും ചെയ്തു. കോടികളുടെ ഇടപാടുകളാണ് എന്ന് ഓർക്കണം.

ഒരു ഘട്ടത്തിൽ ഞാൻ കളവുകളുടെ വിവരം അതാത് സമയം ചെയർമാന് എഴുതാൻ തുടങ്ങി. പക്ഷേ, അതിനൊന്നും മറുപടി വന്നില്ല. അപ്പോൾ തപാലിൽ രജിസ്റ്റർ ചെയ്ത് അയക്കാൻ തുടങ്ങി. അതൊന്നും തന്തയില്ലാത്ത ഊമക്കത്തുകളായിരുന്നില്ല. എന്റെ സ്വന്തം പേരിൽ

എന്റെ ഒപ്പോടുകൂടി രജിസ്റ്റർ ചെയ്തയക്കുന്ന എഴുത്തുകളാണെന്ന് ഓർക്കണം. ഈ സമ്പ്രദായം കൊല്ലങ്ങളോളം തുടർന്നുവെങ്കിലും ഒരിക്കൽപോലും ചെയർമാനോ മറ്റ് ഡയരക്ടർമാരോ എന്നോട് ഒന്നും തന്നെ ചോദിക്കുകയുണ്ടായില്ല. സെക്രട്ടറി ഒപ്പിട്ട മടക്കത്തപ്പാൽ രശീതി എനിക്ക് ലഭിക്കും. അത്രമാത്രം.

എന്റെ ആരോപണങ്ങൾ അടിസ്ഥാനരഹിതമായിരുന്നെങ്കിൽ ആദ്യത്തെ കത്തിന്റെ പേരിൽത്തന്നെ എന്റെ നേരെ നടപടിയെടുത്ത് എന്നെ പുറത്താക്കാമായിരുന്നു. പക്ഷേ, അവർക്കത് ചെയ്യുവാൻ കഴിയുമായിരുന്നില്ല. ഞാൻ പറയുന്നത് മുഴുവൻ സത്യമാണെന്നതിന് പുറമെ എന്റെ പക്കൽ എല്ലാ തെളിവുകളുമുണ്ടെന്ന് അവർക്കറിയാമായിരുന്നു.

എന്നെ എല്ലാതരത്തിലും ശ്വാസം മുട്ടിച്ച് ജീവിതം ദുസ്സഹമാക്കി, എന്നെക്കൊണ്ട് രാജിവെപ്പിച്ച് പറഞ്ഞയക്കാനായിരുന്നു ചെയർമാനും കൂട്ടരും ആഗ്രഹിച്ചത്. പക്ഷേ, അതുനടന്നില്ല. ഒടുവിൽ നീതിതേടി ഞാൻ കോടതിയിലെത്തി. പറവൂർ മുൻസിഫ് കോടതി, കേരള ഹൈക്കോടതി, സുപ്രീം കോടതി -എല്ലാ ദിക്കിലും വിജയം എനിക്കായിരുന്നു. നിഷേധിച്ച ആനുകൂല്യങ്ങളും ശമ്പളകുടിശ്ശികകളുമൊക്കെ പലിശസഹിതം എനിക്ക് തിരിച്ച് ലഭിക്കുകയും ചെയ്തു.

എനിക്ക് വേണമെങ്കിൽ റിട്ടയർമെന്റിനുശേഷം കൊല്ലങ്ങളോളം നീണ്ടുനിൽക്കുന്ന ഒരു സർവ്വീസ് സ്റ്റോറി- ഏറെ മസാലകൾ നിറഞ്ഞത്- എഴുതാമായിരുന്നു. ആർക്കും എന്റെ പേരിൽ മാനനഷ്ടത്തിന് കേസ് കൊടുക്കാനൊന്നും കഴിയുകയില്ല. കാരണം, ഞാൻ എഴുതുന്നത് രേഖകളുടെ അടിസ്ഥാനത്തിലാണ്. ഈ രേഖകളാകട്ടെ കോടതികളിൽ കയറി അഗ്നിശുദ്ധി വരുത്തിയതും. പക്ഷേ ഞാനത് ചെയ്തില്ല. 1989 ഫിബ്രവരിയിൽ ഫാക്ടിൽ നിന്ന് റിട്ടയർ ചെയ്യുമ്പോൾ പ്രശസ്ത പത്രപ്രവർത്തകനായ വിജയറാം സർവ്വീസ് സ്റ്റോറിയുടെ കാര്യം എന്നെ ഓർമ്മിപ്പിക്കുകയുണ്ടായി. അപ്പോഴും ഞാൻ പറഞ്ഞു: എനിക്കത് ചെയ്യാൻ കഴിയില്ല. ഇത് എന്റെ കമ്പനിയാണ്. എനിക്ക് കുടിക്കാൻ കഞ്ഞി തന്ന കമ്പനി. ആ കമ്പനിയുടെ പേര് ചീത്തയാക്കുന്ന ഒന്നും ഞാൻ ചെയ്യില്ല.

ഒരു കാര്യം കൂടി പറയാം: സത്യസന്ധത മാത്രമല്ല, ഏറെ കാര്യശേഷിയുമുള്ള ഒരു മാനേജരായിരുന്നു ഞാൻ. എന്റെ കാലത്ത് അനാവശ്യ സാധനങ്ങൾ വാങ്ങുന്നത് ഒഴിവാക്കി (Inventory control) ഓരോ കൊല്ലവും കമ്പനിക്ക് കോടിക്കണക്കിന് നേട്ടമുണ്ടാക്കിയതിന് രേഖകളുണ്ട്.

പ്രകാശ്: സർവ്വതന്ത്രസ്വതന്ത്രമായ വക്കീൽ ജോലിയിൽനിന്ന്

അത്രയൊന്നും സ്വാതന്ത്ര്യമില്ലാത്ത ഒരു പൊതുമേഖലാ സ്ഥാപനത്തിലേക്ക് ചേക്കേറിയത് സർഗ്ഗാത്മകജീവിതത്തിൽ ഏത് തരത്തിലുള്ള മാറ്റമാണുണ്ടാക്കിയത്?

പത്മനാഭൻ: വക്കീൽജോലി സർവ്വതന്ത്രസ്വതന്ത്രവും മറ്റുജോലികൾ പരാധീനതകൾ നിറഞ്ഞതുമാണെന്ന ഒരു ധാരണയിൽനിന്നാണ് ഈ ചോദ്യം ഉൽഭവിച്ചത്. ഈ ധാരണ ശരിയല്ല. ആത്മാവിൽ സ്വതന്ത്രനായ മനുഷ്യൻ എവിടെയും സ്വതന്ത്രനാണ്. ഫാക്ടിലെ ജീവിതം എന്റെ സർഗ്ഗാത്മകതയ്ക്ക് ഒരു തരത്തിലും വിഘാതമായിട്ടില്ല. "Iam the master of my fate, I am the captain of my soul "എന്ന് എപ്പോഴും ഞാൻ ഓർക്കാറുണ്ടായിരുന്നു.

പ്രകാശ്: 'എന്റെ കണ്ണൂർ' എന്ന് താങ്കൾ ആവേശത്തോടെ പറയുന്നത് കേട്ടിട്ടുണ്ട്. 'എന്റ കമ്പനി' എന്ന് FACT നെക്കുറിച്ചും പറയാറുണ്ട്. ഈയൊരു 'പൊസ്സസ്സീവ്നസ്' പ്രിയപ്പെട്ടതിനോടെല്ലാം ഉണ്ടെന്ന് പറഞ്ഞാൽ?

പത്മനാഭൻ: ശരിയാണ്. ഞാനങ്ങനെയാണ്.

പ്രകാശ്: 'കടയനെല്ലൂരിലെ ഒരു സ്ത്രീ'യും 'ഗൗരി'യും 'കടലും' എഴുതിയ പത്മനാഭന് കരളിലൊതുങ്ങാത്ത ഒരു പ്രണയത്തിന്റെ ഓർമ്മകൾ തീർച്ചയായും കാണും. പ്രണയം വറ്റി വരണ്ട് ഉണങ്ങിപ്പോകുന്ന ഇക്കാലത്തെങ്കിലും അതൊന്ന് വെളിവാക്കിക്കൂടെ?

പത്മനാഭൻ: വെളിവാക്കില്ല. എന്നെ ഇതും പറഞ്ഞ് നാളെ കളിയാക്കാനുള്ള ആഗ്രഹമല്ലേ? വേല കൈയിലിരിക്കട്ടെ.

പ്രകാശ്: ബാല്യകാലം ദുരിതങ്ങൾ നിറഞ്ഞതാണെന്ന് അറിയാം. പത്മനാഭൻ കഥകളിൽ ആവർത്തിച്ചുവരുന്ന നിസ്വബാല്യങ്ങൾ-ഗുൽമുഹമ്മദുകൾ-തന്റെ തന്നെ ബാല്യകാലത്തിന്റെ പുനഃസൃഷ്ടിയാണോ?

പത്മനാഭൻ: ഭൗതികമായ ഇല്ലായ്മകൾ വേണ്ടുവോളം ബാല്യത്തിലുണ്ടായിരുന്നു. എങ്കിലും ഒരു കാര്യം ഉറപ്പിച്ചുപറയുന്നു; എന്റെ കഥകളിൽ കാണുന്ന നിസ്വബാല്യങ്ങൾ ബോധപൂർവ്വമായ ചിത്രീകരണമല്ല. പിന്നെ, മറ്റൊന്ന്; കുട്ടിക്കാലത്ത് ഞാനനുഭവിച്ച ഇല്ലായ്മകൾ എന്റെ ഹൃദയത്തെ കൂടുതൽ ആർദ്രമാക്കാനേ, കൂടുതൽ സ്നേഹസമ്പന്നമാക്കാനേ സഹായിച്ചിട്ടുള്ളൂ. ഈ വികാരങ്ങളാകട്ടെ, മനുഷ്യനെ മാത്രമല്ല പ്രകൃതിയിലെ സർവ്വചരാചരങ്ങളെയും ആശ്ലേഷിക്കുന്നതുമാണ്. എന്റെ എല്ലാ കഥകളും ഇതിന് സാക്ഷ്യം വഹിക്കുന്നു.

പ്രകാശ്: സമീപകാലകഥകളിൽ സാമൂഹ്യപ്രശ്നം മൂർത്തമായ രീതിയിൽ കടന്നുവരുന്നുണ്ട്. 'ഒരു കള്ളക്കഥ'യിൽ, 'ഇരുട്ടിന്റെ നഗര' ത്തിൽ. മനസ്സിന്റെ പേലവമായ ഭാവങ്ങളിൽ അഭിരമിക്കാൻ എന്നും കൊതിച്ചിരുന്ന താങ്കളുടെ ഈ ട്രാക്ക് മാറ്റത്തിന് വല്ല കാരണവും?

പത്മനാഭൻ: ട്രാക്ക് മാറ്റം എന്നൊന്നും ഞാൻ പറയില്ല. സമീപകാല ത്തെ ചില അനുഭവങ്ങൾ അത്രമാത്രം ശക്തമായിരുന്നു. അതുകൊണ്ട് അവയെക്കുറിച്ച് എഴുതാതിരിക്കാൻ വയ്യ എന്ന നിലയുണ്ടായി. അങ്ങനെ യാണ് നിങ്ങൾ പറഞ്ഞ കഥകൾ ഉണ്ടായത്. ഇനി മറ്റൊരു കാര്യം. സാമൂഹ്യപ്രശ്നങ്ങളെക്കുറിച്ച് കവിതകളും കഥകളും ഒന്നും എഴുതാൻ പാടില്ല എന്നില്ല. പക്ഷെ കൃതികൾ കലാസുന്ദരമായിരിക്കണം. അവയ്ക്ക് അനുഭവത്തിന്റെ ചൂടുണ്ടാകണം. അല്ലെങ്കിൽ അവ പൊള്ളയായ മുദ്രാ വാക്യങ്ങളും ചുമരെഴുത്തുകളുമായി അധഃപതിക്കും. ഇത്തരം അധഃപ തനത്തിന് ഉദാഹരണങ്ങൾ നമ്മുടെ ഭാഷയിൽ വേണ്ടുവോളമുണ്ടല്ലോ.

പ്രകാശ്: 'ഉത്തരാധുനികതയുടെ വഴികൾ; അഥവാ എലിവിഷം' ഈ കഥയിലൊരു സ്വരഭേദമുണ്ട്.'ഹംസഗാന'ത്തിലും അബുദാബി യിലും ഇതിന്റെ മുന്നൊരുക്കങ്ങൾ കണ്ടിട്ടുമുണ്ട്. എങ്കിലും ഇത് പത്മനാഭന്റെ വഴിയല്ലല്ലോ എന്ന് വായനക്കാരാരെങ്കിലും പരിഭവം പറഞ്ഞാൽ?

പത്മനാഭൻ: ശരിയാണ്. ഇത് എന്റെ വഴിയല്ല. എങ്കിലും ഇത്തരം ചില കഥകൾ-അവ എണ്ണത്തിൽ കുറവാണെങ്കിലും- ആദ്യം മുതൽക്കു തന്നെ എഴുതിയിട്ടുണ്ട് എന്നതും സത്യം.

പ്രകാശ്: 'സ്റ്റോർസ് ഓഫീസർ ഗോപാലൻനായരെക്കുറിച്ച് ഒരു പ്രഭാഷണം നിധിചാലസുഖമാ' എന്നീ കഥകൾക്ക് പൊതുവായ ചില അന്തർധാരകളുണ്ട്. രണ്ട് കഥകളിലെയും കഥാപാത്രങ്ങൾക്ക് മാതൃക കൾ ഉണ്ടായിരുന്നോ? അതോ താങ്കളുടെ സ്വത്വം തന്നെയാണോ കഥ കളായി വികസിച്ചത്?

പത്മനാഭൻ: രണ്ടിനും മാതൃകകൾ ഉണ്ടായിരുന്നു. അതോടൊപ്പം എന്റെ ആത്മാംശവുംവലിയൊരളവിൽ ഈ രണ്ട് കഥാപാത്രങ്ങളിൽ ഞാൻ സന്നിവേശിപ്പിച്ചിട്ടുണ്ട്.

പ്രകാശ്: സമകാലീനമലയാളകഥകളെക്കുറിച്ച് ആഴത്തിൽ ചിന്തിക്കുകയും ഉറക്കെ സംസാരിക്കുകയും ചെയ്യുന്ന താങ്കൾക്ക് പുതിയ കഥകളെക്കുറിച്ച് എന്ത് പറയാനുണ്ട്?

പത്മനാഭൻ: പുതിയ കഥകൾ വായിക്കാറുണ്ട്. പലപ്പോഴും സംതൃപ്തി അനുഭവിക്കാറുമുണ്ട്. ഒരു കാര്യം എപ്പോഴും നമ്മുടെ മനസ്സിലുണ്ടായിരിക്കണം. ഒരുകാലത്തും ഒരു ഭാഷയിലും മികച്ച കൃതികൾ കൊട്ടത്താപ്പിലുണ്ടാകാറില്ല. മികച്ച ഒരു സാഹിത്യകാരൻ എഴുതുന്നതൊക്കെയും ക്ലാസിക്കുകളാകണമെന്നില്ല. കാളിദാസൻ എഴുതിയതൊക്കെ 'ശാകുന്തള'മല്ല. ഷേക്സ്പിയർ എഴുതിയതെല്ലാം 'ഹാംലറ്റു'മല്ല. ഞാൻ പലപ്പോഴും പറയാറുള്ള ഒരു കാര്യമുണ്ട്. സാഹിത്യത്തിൽ കുറുക്കുവഴികളില്ല. എഴുതിത്തുടങ്ങുന്ന ഒരാൾക്ക് പ്രശസ്തനാകാൻ ആഗ്രഹമുണ്ടാകുന്നത് തെറ്റല്ല. പക്ഷേ അതിനുള്ള വഴി മുമ്പേ പോയ പ്രശസ്തരെ വെല്ലുവിളിക്കലും തെറി പറയലുമൊന്നുമല്ല. അത്തരക്കാർക്ക് തൽക്കാലത്തേക്ക് ജനശ്രദ്ധയാകർഷിക്കുവാൻ കഴിഞ്ഞെന്നുവരും. എന്നാൽ ഒരിക്കലും സഹൃദയരുടെ ശാശ്വതമായ അംഗീകാരം ലഭിക്കില്ല. അതിന് നല്ല കൃതികൾ രചിക്കുക തന്നെ വേണം.

പ്രകാശ്: അനേകം പുതിയ എഴുത്തുകാരെ മാധ്യമശ്രദ്ധയിലേക്ക് കൈപിടിച്ചുകൊണ്ടുവന്ന ആളാണ് താങ്കൾ. അക്കൂട്ടത്തിൽ അനർഹരും കണ്ടേക്കാം. പിന്നീടതിനെക്കുറിച്ച് ഖേദിക്കേണ്ട സന്ദർഭമുണ്ടായിട്ടുണ്ടോ?

പത്മനാഭൻ: അനുഭവങ്ങളുടെ വെളിച്ചത്തിൽ ഞാൻ മൗനം ദീക്ഷിച്ചുകൊള്ളട്ടെ.

പ്രകാശ്: പത്മനാഭന്റെ ഒട്ടുമിക്ക കഥകളിലും സമൂഹ്യയാഥാർത്ഥ്യങ്ങൾ ഒളിഞ്ഞുകിടപ്പുണ്ട്. എന്നാൽ നിരൂപകർ ഇക്കാര്യം പലപ്പോഴും മറന്നുപോകാറുണ്ട്. കഥകളിലെ സംഗീതവും കവിതയോടടുപ്പിച്ച ഭാവുകത്വവും തേടുന്നവർ ഇക്കാര്യം കാണുന്നില്ലല്ലോ എന്ന് ഖേദിച്ചിട്ടുണ്ടോ?

പത്മനാഭൻ: കഥകളുടെ പശ്ചാത്തലത്തിൽ തീർച്ചയായും സാമൂഹ്യയാഥാർത്ഥ്യങ്ങളുണ്ട്. എന്നാൽ നിരൂപകന്മാർ അതൊന്നും കാണുന്നില്ലല്ലോ എന്നോർത്ത് ഖേദിച്ചിട്ടൊന്നുമില്ല.

പ്രകാശ്: സംഗീതം പത്മനാഭൻകഥകളുടെ അന്തർധാരയാണ്. താങ്കളാണങ്കിൽ സംഗീതം അഭ്യസിച്ചിട്ടില്ല. വളരെ നിഷ്കൃഷ്ടമായി അനുശീലിക്കേണ്ട ഒന്നായിട്ടും അതൊന്നുമില്ലാതെ സംഗീതത്തോടുള്ള താല്പര്യം, സംഗീതജ്ഞരെക്കുറിച്ചുള്ള അറിവ്, കൃതികളെക്കുറിച്ചുള്ള അവബോധം, രംഗങ്ങളെക്കുറിച്ചുള്ള സൂക്ഷ്മജ്ഞാനം എങ്ങനെ സാധ്യമാകുന്നു?

പത്മനാഭൻ: എനിക്ക് സംഗീതത്തിൽ അറിവില്ല. ഉള്ളത് ശക്തമായ താല്പര്യമാണ്. പ്രകൃതിയാണ് ഏറ്റവും വലിയ സംഗീതജ്ഞൻ.

പ്രകൃതി എന്ന് പറയുമ്പോൾ കാറ്റ്, ഇടി, മഴ, പക്ഷികളുടെ പാട്ടുകൾ, മൃഗങ്ങളുടെ ശബ്ദങ്ങൾ, ഒഴുകിപ്പോകുന്ന വെള്ളത്തിന്റെ ഒച്ച... അങ്ങനെയങ്ങനെ പ്രകൃതി ഒരുക്കുന്ന എല്ലാ സംഗീതത്തിലും കുട്ടിക്കാലം മുതൽക്കേ ഞാൻ ലയിച്ചുചേർന്നിരുന്നു.

പ്രകാശ്: രൂപകങ്ങളൊന്നുമില്ലാത്ത കഥയാണ് 'വൃദ്ധൻ' ക്രിയേറ്റീവ് റൈറ്റിംഗിൽ ഇതൊരു അപൂർവ്വതയാണ്. Creative writing is metaphoric writing എന്ന് നോം ചോംസ്കി പറഞ്ഞുവെച്ചിട്ടുമുണ്ട്. ഭാഷാശാസ്ത്ര സിദ്ധാന്തങ്ങൾ ധിക്കരിക്കപ്പെടുക എന്നതിന്റെ അർത്ഥം അത് ആഴ ത്തിൽ പഠിക്കുക എന്നത് കൂടിയാണ്. നവീനഭാഷാശാസ്ത്ര ഗ്രന്ഥങ്ങൾ വായനയിൽ ഉൾപ്പെടുത്താറുണ്ടോ?

പത്മനാഭൻ: ഇല്ല, നവീനഭാഷാശാസ്ത്രഗ്രന്ഥങ്ങളെന്നല്ല, ഒരു ശാസ്ത്രഗ്രന്ഥവും എന്റെ വായനയുടെ പട്ടികയിലില്ല.

പ്രകാശ്: വില്ലൻ കഥാപാത്രങ്ങൾക്ക് പ്രവേശനം സാധിക്കാത്ത ഒരു സർഗ്ഗലോകമാണ് താങ്കളുടേത്. ലോകം അത്രയേറെ നന്മ നിറഞ്ഞതാണെന്ന് താങ്കൾ വിശ്വസിക്കുന്നുണ്ടോ?

പത്മനാഭൻ: എന്റെ കഥകളിലൊന്നിലും വില്ലന്മാരില്ലെന്ന വസ്തുത ഞാൻ മനസ്സിലാക്കുന്നത് ഈ അടുത്ത കാലത്താണ്. ഇത്രയും കാലം എഴുതിയിട്ടും എന്തേ മനസ്സിൽ ഒരു വില്ലനെ കരുപ്പിടിപ്പിക്കാൻ കഴിയാഞ്ഞത്? ആലോചിക്കേണ്ട ഒരു വിഷയമാണത്. അതേസമയം തന്നെ ലോകം അത്രമേൽ നന്മ നിറഞ്ഞതാണ് എന്ന വിശ്വാസമൊന്നും എനിക്കില്ല എന്നും പറഞ്ഞുകൊള്ളട്ടെ.

പ്രകാശ്: സംയമനത്തിന്റെയും സമന്വയത്തിന്റെയും ഒരു നൂതന ലോകം താങ്കളുടെ കഥകളിലുണ്ട്. പലപ്പോഴായി എഴുതിയ കൊച്ചുകൊച്ചു കുറിപ്പുകളിലാകട്ടെ, സ്നേഹത്തിന്റെയും സാഹോദര്യത്തിന്റെയും ലോകമാണ് താങ്കൾ തേടുന്നത്. എന്നിട്ടും പത്മനാഭാൻ ഏകനാണ്. പട നിരകൾക്കെതിരെ ഒറ്റയ്ക്ക് പോരടിക്കുന്നു. ഇതെന്തുകൊണ്ടാണ്?

പത്മനാഭൻ: ഞാൻ എന്നും ഒറ്റയ്ക്കായിരുന്നു. എന്റെ വിശ്വാസങ്ങളോട് നീതി പുലർത്താൻ ഞാൻ എന്നും ശ്രമിച്ചിട്ടുണ്ട്. നിങ്ങൾക്ക് ലോകത്തെ മുഴുവൻ വഞ്ചിക്കാം. പക്ഷേ, നിങ്ങളെത്തന്നെ വഞ്ചിക്കാൻ നിങ്ങൾക്ക് കഴിയുമോ?

പ്രകാശ്: മലയാളകഥയ്ക്ക് വേണ്ടി അനേകം കുരിശുമരണങ്ങൾ നടത്തിയ ഒരാളാണ് താങ്കൾ. തിരിഞ്ഞുനോക്കുമ്പോൾ പോരാട്ടങ്ങളൊന്നും വൃഥാവിലായില്ലെന്ന് തോന്നുന്നുണ്ടോ?

പത്മനാഭൻ: പോരാട്ടങ്ങളൊന്നും വ്യഥാവിലായിട്ടില്ല. തിരിഞ്ഞു നോക്കുമ്പോൾ പൂർണ്ണമായ സംതൃപ്തി, ചാരിതാർത്ഥ്യം ഞാനനുഭവിക്കുന്നുണ്ട്. മതി; കൂടുതൽ വിസ്തരിക്കേണ്ട ആവശ്യമുണ്ടെന്ന് തോന്നുന്നില്ല.

പ്രകാശ്: 'മറ്റൊരിന്ത്യക്കാരനിലെ' ജോൺ വിറ്റേക്കരുടെ പാരിസ്ഥിതിക സ്വപ്നങ്ങൾ മലയാളകഥയ്ക്ക് അത്രയൊന്നും പരിചയമുള്ള ഒരു ഭൂമികയല്ല. 'സാക്ഷി'യിലും 'വീട് നഷ്ടപ്പെട്ട ഒരു കുട്ടി'യിലും 'ജീവന്റെ വഴിയിലും' 'കിളി'യിലും ഒക്കെ പാരിസ്ഥിതിക ഉത്ക്കണ്ഠകൾ താങ്കൾ പങ്കുവെക്കുന്നുണ്ട്. ഇക്കോളജിയെക്കുറിച്ചുള്ള ആകുലതകൾ ഈ കഥകളുടെ പശ്ചാത്തലത്തിൽ ഒന്ന് വ്യക്തമാക്കാമോ?

പത്മനാഭൻ: മനുഷ്യൻ പ്രകൃതിയെ ക്രൂരമായി ബലാൽസംഗം ചെയ്യുന്നത് ഞാൻ കണ്ടിട്ടുണ്ട്. ശാസ്ത്രത്തിന്റെ സഹായത്തോടെ സ്വാർത്ഥതാല്പര്യത്തിനായി ഭൂമിയെ ചുട്ടുകരിക്കുന്നതും കണ്ടിട്ടുണ്ട്. മറ്റൊരു തരത്തിൽ പറഞ്ഞാൽ ഇതൊന്നും പുസ്തകങ്ങളിലുടെ ലഭിച്ചിട്ടുള്ള രണ്ടാംതരം അറിവല്ല. പരിസ്ഥിതിയെ വ്യഭിചരിക്കുന്നതിനെതിരെ മലയാളത്തിൽ ആദ്യമായി വന്ന കഥ 'സാക്ഷി'യാണ്. 1969 ൽ. അതിൽ പറഞ്ഞിട്ടുള്ളതൊക്കെ ഞാൻ കണ്ടനുഭവിച്ചിട്ടുള്ളതാണ്. സുഹൃത്തേ, ദയവായി ഒരു കാര്യം ഓർക്കണം. ഇതൊന്നും ബോധപൂർവ്വം ചെയ്തതല്ല എന്റെ ആത്മാവിന്റെ പരാഗങ്ങൾ എന്റെ കഥകളിൽ ചിതറിക്കിടക്കുമ്പോൾ ഈ ഉത്ക്കണ്ഠകളും അതിൽപ്പെടുന്നു എന്നുമാത്രം.

പ്രകാശ്: 'ജീവന്റെ വഴി' എന്ന ഒരൊറ്റ കഥ മതി വയലാർ അവാർഡ് പത്മനാഭന് നൽകാൻ. ജൂറി അംഗങ്ങളിലൊരാളായ ഡോ. ലീലാവതിയുടെ വിലയിരുത്തലിനെക്കുറിച്ച് എന്ത് തോന്നുന്നു?

പത്മനാഭൻ: ശ്രീമതി എം. ലീലാവതിയുടേത് തീർത്തും സത്യസന്ധമായ ഒരു പ്രസ്താവമയല്ലേ?

പ്രകാശ്: ആവാസകേന്ദ്രങ്ങളിൽ നിന്ന് ആട്ടിയകറ്റപ്പെടുന്ന ദീനജീവിതങ്ങൾ പത്മനാഭൻ കഥകളിൽ എമ്പാടുമുണ്ട്. കുട്ടികൾ, പട്ടിക ൾ, പൂച്ചകൾ, കിളികൾ... അത്യന്തം ഭീതിദമായ ഈ അവസ്ഥയെ താങ്കൾ മുൻകൂട്ടി കാണുമ്പോൾ അതിന് പ്രേരകമായ ഘടകങ്ങൾ എന്തൊക്കെയായിരുന്നു.?

പത്മനാഭൻ: അന്യരുടെ ദുഃഖങ്ങളിൽ -ഇത് മനുഷ്യരോ, പക്ഷിമൃഗാദികളോ, ചെടികളോ എന്തുമാവാം-എപ്പോഴും സഹതപിക്കാൻ തയ്യാറാകുന്ന എന്റെ മനസ്സ് തന്നെയാണ് ഇതിന്റെയും പ്രേരകഘടകം. അതല്ലാതെ മറ്റൊന്നുമല്ല.

പ്രകാശ്: 'കൊടപ്പാന ദെപ്പരയുണ്ടാ', പ്രകാശം പരത്തുന്ന ഒരു പെൺകുട്ടി' പോലുള്ള കഥകൾ പുതിയ നിരൂപണരീതിയനുസരിച്ച് വിലയിരുത്തിയതായി താങ്കളും ശ്രദ്ധിച്ചുകാണുമല്ലോ? പോസ്റ്റ് മോഡേൺ മുഴക്കോൽകൊണ്ട് കഥകളെ 'ഡീ -കൺസ്ട്രക്ട്' ചെയ്തുകണ്ടപ്പോൾ തോന്നിയ വികാരം?

പത്മനാഭൻ: ഡീ-കൺസ്ട്രക്ഷനി'ൽ എനിക്ക് ഒരുകാലത്തും താല്പര്യമുണ്ടായിട്ടില്ല. അത് ഒരു തരം കൃത്രിമമായ വഴിയാണെന്നാണ് എന്റെ വിശ്വാസം. ഇത് തെറ്റാണെങ്കിൽ എന്റെ അറിവില്ലായ്മയോട് പൊറുക്കുക.

പ്രകാശ്: ഡോ.ടി.പി. സുകുമാരൻ, കെ.പി. ശങ്കരൻ, എൻ.ഇ. ബലറാം, കെ.പി. അപ്പൻ, പ്രൊഫ. തോമസ് മാത്യു, പ്രൊഫ. വി. സുകുമാരൻ, ഡോ. കെ.പി. മോഹനൻ, വി.സി ശ്രീജൻ , ഇ.പി രാജഗോപാലൻ തുടങ്ങിയ അനേകം പ്രതിഭകൾ താങ്കളുടെ കഥകളെ വിലയിരുത്തിയിട്ടുണ്ട്. ഇവയിൽ ഒരു നൂതനസർഗ്ഗാത്മകലോകത്തിന്റെ വാതായനം തുറക്കാൻ കഴിഞ്ഞ ആസ്വാദനത്തെക്കുറിച്ച് പറയാമോ?

പത്മനാഭൻ: 'നൂതനസർഗ്ഗാത്മകലോകത്തിന്റെ വാതായനം' തുറന്നുകാണിക്കാൻ സഹായിച്ച ചിലരെങ്കിലും ഈ കൂട്ടത്തിലുണ്ട്. എന്നെ ആഹ്ലാദിപ്പിക്കുകയും വിഭ്രമിപ്പിക്കുകയും ചെയ്ത കണ്ടെത്തലുകൾ... പക്ഷേ, അതിനെപ്പറ്റി ഞാൻ തന്നെ പറയുന്നത് ശരിയാകുമെന്ന് തോന്നുന്നില്ല.

പ്രകാശ്: നായ്ക്കളിലേക്കും പൂച്ചകളിലേക്കും പൂക്കളിലേക്കും പറവകളിലേക്കും കൂടുതൽ ഇഴുകിച്ചേരുന്നതിന് മനുഷ്യരുമായുള്ള ബന്ധത്തിലെ അവിശ്വാസ്യതയും നന്ദികേടും കാരണമായിട്ടുണ്ടോ?

പത്മനാഭൻ: ഒരിക്കലുമില്ല.

പ്രകാശ്: രാഷ്ട്രീയത്തിൽ മുഴുകിയ ഒരു ബാല്യകാലം താങ്കൾക്കുണ്ട്. 'ഒരു പത്രവില്പനക്കാരന്റെ കഥ', 'ഒരു കള്ളക്കഥ?' പോലുള്ള രചനകളിൽ കക്ഷിരാഷ്ട്രീയം തലനീട്ടുന്നുമുണ്ട്. സമകാലീന ദേശീയ രാഷ്ട്രീയത്തിന്റെ ഗതിവിഗതികളെക്കുറിച്ചുള്ള കാഴ്ചപ്പാട്?

പത്മനാഭൻ: ഏറെ ദുഃഖത്തോടെയാണ് ഇത് ഞാൻ നോക്കിക്കാണുന്നത്. വളരെ, വളരെ തുച്ഛമെങ്കിലും സ്വാതന്ത്ര്യസമരത്തിൽ ഒരു പങ്ക് ഞാനും വഹിച്ചിട്ടുണ്ട്. ഇതിനൊക്കെ വേണ്ടിയായിരുന്നോ അത് എന്ന് ചിലപ്പോൾ തോന്നിപ്പോകാറുമുണ്ട്.

പ്രകാശ്: അരനൂറ്റാണ്ടിലേറെയുള്ള സാർത്ഥകമായ സാഹിത്യ

ജീവിതത്തിൽ ഏറെ വേദന തോന്നിയ മുഹൂർത്തം?

പത്മനാഭൻ: വള്ളത്തോൾ സമ്മാനവും വയലാർ അവാർഡും ലഭിച്ചപ്പോളുണ്ടായ ദുരാരോപണങ്ങൾ എന്നെ ഏറെ വേദനിപ്പിക്കുകയുണ്ടായി. അസൂയയും ദുഷ്ടതയും അണപൊട്ടിയൊഴുകിയ ദിവസങ്ങളായിരുന്നു അത്.

പ്രകാശ്: 'ഭോലാറാം' എഴുതിയ താങ്കളെ ഹീന്ദുതീവ്രവാദിയാണെന്ന് ചിത്രീകരിച്ചിട്ടുണ്ട്. ദളിത് സാഹിത്യത്തെ സാഹിത്യത്തിലെ വിഭാഗീയതയായും താങ്കൾ നോക്കിക്കണ്ടിട്ടുണ്ട്. സവർണഫാസിസത്തിന്റെ പ്രതിരോധത്തിനെങ്കിലും ദളിത് സാഹിത്യം ആവശ്യമാണെന്ന് വിശ്വസിക്കുന്നുണ്ടോ?

പത്മനാഭൻ: ഇന്നേവരെയുള്ള എന്റെ ഒരെഴുത്തിലും- അത് കഥയായാലും ശരി- ഹിന്ദുത്വത്തിന് വേണ്ടിയുള്ള നിലപാടുകൾ ഒന്നുംതന്നെ കാണാൻ കഴിയുകയില്ല. മറിച്ച് കാണാൻ സാധിക്കുകയും ചെയ്യും. എന്നിട്ടും ചില ആസ്ഥാനപണ്ഡിതന്മാർ എന്റെ ഹിന്ദുതീവ്രവാദത്തെ വിമർശിച്ചുകൊണ്ടുള്ള ലേഖനങ്ങൾ സ്ഥിരമായി എഴുതുന്നു. ഇതിലെ ഏറ്റവും രസകരമായ വസ്തുത, ഈ വിപ്ലവകാരികൾ അവരുടെ ലേഖനങ്ങൾ പ്രസിദ്ധീകരിക്കുന്നത് ജമായത്തെ ഇസ്ലാമിയുടെ പ്രസിദ്ധീകരണങ്ങളിലാണ് എന്നതാണ്. ഫാസിസം ഒന്നേയുള്ളു. അതിനെ സവർണ്ണഫാസിസം, അവർണ്ണഫാസിസം എന്നൊക്കെ വേർതിരിക്കുന്നതിൽ അർത്ഥമില്ല. പിന്നെ ദളിതസാഹിത്യത്തിന്റെ സൃഷ്ടികൊണ്ട് സവർണഫാസിസത്തെ ചെറുക്കാൻ കഴിയുമെന്നൊക്കെ വിശ്വസിക്കുന്നത് പോഴത്തമാണ്.

പ്രകാശ്: വർഗീയത സാഹിത്യത്തിൽപോലും കറുത്ത ചിറകുകൾ വീശിത്തുടങ്ങിയിരിക്കുന്നു. എഴുത്തുകാരനെന്ന നിലയിൽ താങ്കളുടെ നിലപാട്?

പത്മനാഭൻ: വർഗീയതയോട് ഒരു തരത്തിലും വിട്ടുവീഴ്ച പാടില്ല. വർഗ്ഗീയതയ്ക്ക് ന്യൂനപക്ഷവർഗ്ഗീയത, ഭൂരിപക്ഷവർഗ്ഗീയത എന്നീ വേർതിരിവുകൾ പാടില്ല. ഏത് രൂപത്തിൽ പ്രത്യക്ഷപ്പെട്ടാലും വർഗ്ഗീയത വർഗ്ഗീയത തന്നെയാണ്. താൽക്കാലിക ലാഭത്തിനുവേണ്ടി ന്യൂനപക്ഷ വർഗീയതയെ രാഷ്ട്രീയക്കാർ മാത്രമല്ല പുരോഗമനക്കാർ, സെക്കുലറിസ്റ്റുകൾ എന്നൊക്കെ മേനി നടിക്കുന്നവരും ഇപ്പോൾ സ്ഥിരമായി പ്രീണിപ്പിക്കുന്നുണ്ട്. ഇത് പുലിയുടെ പുറത്തെ സവാരിപോലെ അപകടകരമായ ഒരു സംഗതിയാണ്. ഇതിനെ എതിർത്തേ പറ്റൂ.

പ്രകാശ്: 'അവർ പാട്ടുപാടി, നമ്മൾ പള്ളി പൊളിച്ചു.' ഈയൊരു പ്രസംഗത്തിൽ മുസ്ലിം ഫണ്ടമെന്റലിസ്റ്റുകളെ പ്രീണിപ്പിക്കുന്ന ചില കാര്യങ്ങളുണ്ട്. കർണ്ണാട്ടിക് സംഗീതത്തിലും അഭിരമിക്കുന്ന എഴുത്തുകാരനെന്ന നിലയിൽ ഇന്ത്യൻ സംഗീതത്തിൽ ഹിന്ദുക്കൾ നൽ കിയ സംഭാവനകൾ താങ്കൾ മറന്നുപോയോ?

പത്മനാഭൻ: ഹിന്ദുവർഗീയവാദികൾ ബാബറി മസ്ജിദ് പൊളിച്ചതിന്റെ പശ്ചാത്തലത്തിലാണ് ഈ പ്രസംഗം ചെയ്തത്. അതാകട്ടെ ഒരു സംഗീതസമ്മേളനത്തിലുമായിരുന്നു. അമീർ ഖുസ്രുവിൽനിന്ന് തുടങ്ങുന്ന മുസ്ലിം സംഗീതജ്ഞരുടെ വലിയ ഒരു പരമ്പര വടക്കുണ്ട്. ഹിന്ദുസ്ഥാനി സംഗീതത്തെ ഇന്നത്തെ നിലയിൽ വളർത്തിയെടുക്കു ന്നതിൽ ഇവർ വഹിച്ച പങ്ക് വളരെ വളരെ വലുതാണ്. ഇത് കണ്ടില്ലെന്ന് നടിക്കുന്നത് തീർത്തും തെറ്റാണ്. പിന്നെ, മറ്റൊരു കാര്യവുമുണ്ട്. ഈ മുസ്ലിം സംഗീതജ്ഞർക്ക് മനുഷ്യരെല്ലാവരും ഒരു കുടുംബത്തിലെ അംഗങ്ങളായിരുന്നു. അവർക്ക് മതത്തിന്റെ ഭേദബുദ്ധിയുണ്ടായിരുന്നില്ല. അവർക്ക് എല്ലാവരും ദൈവത്തിന്റെ സന്താനങ്ങളായിരുന്നു. ഇതൊക്കെയാണ് എന്റെ പ്രസംഗത്തിൽ ഞാൻ ഉദാഹരണസഹിതം സമർത്ഥിച്ചത്. ഇന്ത്യൻ സംഗീതത്തിന് ഹിന്ദുക്കൾ നൽകിയ സംഭാവനകളെക്കുറിച്ച് ഞാൻ തീർച്ചയായും ബോധവാനാണ്. പക്ഷേ അന്നത്തെ എന്റെ പ്രസംഗത്തിന്റെ വിഷയം അതായിരുന്നില്ലല്ലോ.

പ്രകാശ്: പ്രാർത്ഥനകളല്ല കഥകൾ. എന്നിട്ടും മഹത്തായ പ്രാർത്ഥനകളാണ് പത്മനാഭൻ കഥകൾ എന്നുപറഞ്ഞ ക്രിസ്ത്യൻ പുരോഹിതനെ ഓർക്കുന്നു. ഇത്തരമൊരു പ്രസ്താവം താങ്കളുടെ സർഗ്ഗജീവിതത്തെ ധന്യമാക്കി എന്ന അഭിമാനമുണ്ടോ?

പത്മനാഭൻ: ആ ക്രിസ്തീയ പുരോഹിതന്റെ വാക്കുകൾ ഒരെഴുത്തുകാരനെന്ന നിലയിൽ എനിക്കുലഭിച്ച ഏറ്റവും വലിയ പുരസ്കാരമായി ഞാൻ ഇന്നും കരുതുന്നു. ജീവിതം സാർത്ഥകമായിരിക്കുന്നു എന്ന് എനിക്കു തോന്നിയ ഒരുനിമിഷമായിരുന്നു അത്.

പ്രകാശ്: ഒരേ തിരിക്കുറ്റിയിൽ കറങ്ങുകയാണ് പത്മനാഭൻ കഥകളെന്ന ആക്ഷേപമുണ്ട്. ഭാവുകത്വത്തെ കാലാനുസൃതമായി മിനുക്കിയെടുത്തില്ലെന്നും പരാതിയുണ്ട്.

പത്മനാഭൻ: ഞാൻ ഭാഷയെ നവീകരിക്കുന്നില്ല. എന്റെ കഥകൾക്ക് പ്രമേയപരമായ വൈവിധ്യമില്ല. കാലത്തിനൊത്ത് ഞാൻ പുരോഗമിക്കുന്നില്ല. കഥാകൃത്തുക്കളും വിമർശകരും എന്നെക്കുറിച്ച് പറയാറുണ്ട്. ഇതിനെക്കുറിച്ചൊക്കെ എനിക്ക് പറയാനുള്ളത് ഇതാണ്: ബോധപൂർവ്വ

മായി ഒരിക്കലും ഞാൻ ഭാഷയെ സമീപിച്ചിട്ടില്ല. 'ഈ കഥയിൽ ഭാഷയെ ഒന്ന് നവീകരിച്ചുകളയാം' എന്ന് ഒരിക്കലും എനിക്ക് തോന്നിയി ട്ടില്ല. എനിക്ക് തോന്നുന്നതുപോലെ മാത്രം ഞാൻ എപ്പോഴും എഴുതി. ഇത് തെറ്റാണെന്നാണ് നിങ്ങൾ പറയുന്നതെങ്കിൽ ഞാനെന്തു ചെയ്യട്ടെ. എനിക്ക് ഇത്രയേ കഴിയൂ.

പ്രകാശ്: മഴമേഘങ്ങളൊന്നും അവശേഷിപ്പിക്കാതെ ആധുനികത പെയ്തൊഴിഞ്ഞു. ഏറെക്കുറെ ആധുനികോത്തരതയും. കഥ സൈബർ യുഗത്തിലേക്ക് കുതിക്കുകയാണെന്ന് പറഞ്ഞാൽ?

പത്മനാഭൻ: അതാതുകാലത്തെ ഫാഷനനുസരിച്ച് ഞാനൊരിക്ക ലും എഴുതിയിട്ടില്ല. എഴുതാൻ കഴിവുള്ളവർ എഴുതട്ടെ. ആധുനികത യുടെ കാലത്ത് എത്രയെത്ര കഥാകൃത്തുക്കൾ മോഹഭംഗത്തെക്കുറിച്ച് എഴുതി. പുനർജനിയെക്കുറിച്ചും ആത്മഹത്യയെക്കുറിച്ചും പ്രകീർ ത്തിച്ചു. എന്നിട്ടും ഇതിനെക്കുറിച്ചൊന്നും ഞാനെഴുതിയില്ല. ഇപ്പോൾ സൈബർയുഗമാണെന്ന് പറയുന്നു. കമ്പ്യൂട്ടറിന്റെയും ഇന്റർനെറ്റിന്റെയും പശ്ചാ ത്തലത്തിലാണ് കഥകൾ രചിക്കപ്പെടേണ്ടത് എന്നുപറയുന്നു. ഇവയെ ക്കുറിച്ചൊന്നും എനിക്ക് ഒരു വിവരവുമില്ല. അറിയാത്തതിനെ ക്കുറിച്ച്, അനുഭവിക്കാത്തിനെക്കുറിച്ച് ഞാനെങ്ങനെ എഴുതും! എന്റെ ഇഷ്ടം എനിക്കറിയുന്ന കൊച്ചുകാര്യങ്ങളുമായി ഈ ചെറിയ ചുറ്റുവട്ട ത്തിൽ കഴിഞ്ഞുകൂടാനാണ്. അപ്പോഴും ഞാനറിയുന്നു. മനുഷ്യൻ എല്ലായിടത്തും ഒന്നാണ്.

●

www.ingramcontent.com/pod-product-compliance
Lightning Source LLC
LaVergne TN
LVHW040743051026
849519LV00007BA/2427